பேரப்பிள்ளை

பேரப்பிள்ளை

Perapillai

தேவிபாலா

Devibala

முதற்பதிப்பு: 2023

First Edition: 2023

Pustaka
EBooks | Audiobooks | Paperback

Pustaka Digital Media Pvt. Ltd.
#7-002, Mantri Residency,
Bannerghatta Main Road,
Bengaluru - 560 076
Karnataka, India
+91 7418555884

ISBN: 978-93-95248-00-6

பேரப்பிள்ளை

தேவிபாலா

Pustaka
EBooks | Audiobooks | Paperback

அத்தியாயம் 1

நீங்கள் தொடர்ந்து தமிழ் சினிமாப் பார்ப்பவரா?

அப்படியானால் இயக்குநர் இளையநிலாவை உங்களுக்கு நிச்சயமாகத் தெரிந்திருக்கும்.

தொடர்ந்து மூன்று வெள்ளிவிழாப் படங்களைத் தந்து இன்று புகழின் உச்சியில் நிற்பவர் இயக்குநர் இளையநிலவு!

மற்ற எவரிடமும் இவர் உதவி இயக்குநராகப் பணியாற்றாமல், தானே முளைத்த சுயம்பு வர்க்கம்.

மூன்று படங்கள் மற்ற தயாரிப்பாளர்களுக்குச் செய்து கணிசமான உயரத்தை எட்டிய இளையநிலவு, நாலாவதாகச் சொந்தப் படப்பிடிப்பில் இறங்கிவிட்டார்.

பிரமாண்டம், கடும்டான்ஸ், வன்முறை, பொறி பறக்கும் சண்டைக் காட்சிகள் என்று எதையும் நீங்கள் எதிர்பார்த்துப் போனால் இவரிடம் கிடைக்காது. முற்றிலும் மாறுபட்ட சமூகப் பிரச்சினைகளைத் தனக்கே உரிய பாணியில் தைரியமாகச் சற்றே சர்ச்சை கலந்து சொல்லும் துணிச்சல்கார இயக்குநர்.

சரி அறிமுகம் போதும்...

அவரது சொந்தப்பட விவாதத்துக்கு நாமும் போகலாமா?

நட்சத்திர ஓட்டல் ஒன்றில் தனது யூனிட்டைக் கூட்டியிருந்தார். இளையநிலவு. பத்துமணி என்றால் அவரது வரவைப் பார்த்து வாட்சை சரி செய்து கொள்ளலாம்.

உதவியாளர்கள், ஒளிப்பதிவாளர் என்று மொத்த யூனிட்டும் அவர் வரவுக்காக ஆவலுடன் காத்திருந்தது.

பத்தடிக்க, இளையநிலவு உள்ளே நுழைந்து விட்டார்.

வெள்ளை பேண்ட், கறுப்பு டீ ஷர்ட் சகிதம் சிரித்தபடி உள்ளே நுழைந்தார். வணக்கங்களை வாங்கிக் கொண்டார்.

அவரே பேசட்டும் என்று மற்றவர்கள் காத்திருக்க,

"நம்ம சொந்தப்படமும் கதாநாயகி சப்ஜக்ட்தான்!"

"சரி சார்!"

"சமூகத்துல வித்யாசமான ஒரு பெண்மணியைத் திரையில் ப்ரொஜக்ட் பண்ணலாம்னு பாக்கறேன்?"

"…..!"

"மொட்டைப் பாட்டிகளைப் பத்தி உங்கள்லே எத்தனை பேருக்கு ஐடியா உண்டு?"

அசோசியேட் டைரக்டர் மணி வெளியே வந்தான்.

"சார்! எங்க பாட்டி கூட மொட்டைப் பாட்டிதான்!"

"வெரிகுட்! அப்ப அவங்க பழக்கவழக்கங்கள் உனக்கு எல்லாம் தெரியுமே!"

"ஓரளவு!"

"அது மாதிரி ஒரு கதாபாத்திரத்தை ஹீரோயினா வச்சா எப்படி இருக்கும்?"

மற்றவர்கள் உடனே ஜால்ரா தட்ட…

"மணி! நீ ஒண்ணும் சொல்லலியே?"

"சார்! படத்துல பொழுதுபோக்கு அம்சம்னு எதை நாம செய்ய முடியும்? நீங்க முழு நீள காமெடி பண்ண மாட்டீங்க! ரெண்டாவது இப்பெல்லாம் மொட்டைப் பாட்டிகளை வச்சு நிறையப் பேர் காமடி பண்ணத் தொடங்கிட்டாங்க!"

"கரெக்ட்! நாம அதைப் பண்ணப் போறதில்லை! சினிமாக்காரங்களுக்கு காமடிங்கற பேர்ல கிண்டலா பண்ண முதல்ல கிடைக்கறது பிராமண இனம்! ஏன்னா, எதையும் பெரிசா எடுத்துக்காம பெருந்தன்மையோட அவங்க விட்டுத்தர்றது ஒரு காரணம்! இப்ப அதை அவங்க செய்யறதில்லை! எதிர்த்து போர்க்கொடி எழுப்பத் தொடங்கியாச்சு. ரெண்டாவதா இப்ப மொட்டைப் பாட்டி!"

"ஆமாம் சார்!"

"நான் மத்தவங்களைப் போல மொட்டைப் பாட்டியை வச்சு நகைச்சுவைங்கற பேர்லே பயன்படுத்தப் போறதில்லை. என் கதாநாயகி மொட்டைப் பாட்டி! கதையே அவளைச் சுற்றித்தான். என்ன சொல்றே?"

"சரி சார்! ஆனா புரியலை! ஒரு முழுநீள கதாநாயகியா ஒரு மொட்டைப் பாட்டி எப்படி சாத்தியம். படம் ஓடுமா?"

"தீர்ப்பை ரசிகர்கள் சொல்லட்டும். இளையநிலவு படம்னா வித்யாசம்'னு தெரியும் இல்லையா?"

"ஆமாம் சார்!"

"நம்மோட இந்தப் படத்துல கதையைவிட, சம்பவங்களும், காரெக்டரும்தான் முக்கியம். ஸ்கிரிப்ட் முக்கியம், அதைவிட! ஓரளவு பண்ணி வச்சிருக்கேன். அதை நாலஞ்சு நாள் உட்கார்ந்து டிஸ்கஸ் பண்ணிரலாம். அது இப்ப பிரச்சினை இல்லை! அந்தக் கதாபாத்திரத்தைச் செய்யப் போறது யார்?"

தற்போது புகழின் உச்சியில் இருக்கும் கதாநாயகிகள் பலரின் பேரும் அடிபட்டது.

"மேக்கப் போட இங்குள்ளவங்க போதுமா சார்? இல்லை ஹாலிவுட் மேக்கப்மேன்...?"

மணி குறுக்கிட்டான்.

"இதுல நாயகியா நடிக்கணும்'னு வர நடிகை நிஜமாவே மொட்டை அடிச்சுக்கணும்! அப்ப தான் ரியலா இருக்கும். என்ன சார்?"

"எக்ஸாட்லி!"

"ஆனா முன்னணி நட்சத்திரங்கள்லே எந்த ஹீரோயின் மொட்டை அடிச்சுக்க முன் வருவாங்க?"

"நம்ம டைரக்டர் படத்துல நடிக்கணும்னா, யார் வேணும்னாலும் தயாரா இருப்பாங்க!" ஓர் உதவி அடித்தது.

"பேசாம புதுமுகம் போட்டுக்கலாம் சார்!"

மணி ஆலோசனை சொன்னான்.

"இரு மணி! நமக்கு அந்த மொட்டைப் பாட்டியைச் சுற்றித்தான் ஸ்கிரிப்ட்! அதுவும் ஐம்பது வயசைக் கடந்தவளா இருக்கணும். அறுபது கூட ஆகியிருக்கலாம்."

"அப்படீன்னா பழைய குணச்சித்திர நடிகைகள் யாரையாவது உபயோகப்படுத்தலாமே சார்!"

"வேண்டாம் மணி! புதுமுகம் தான் கதாநாயகி, நீ சொன்ன மாதிரி!"

"சரி சார், ஆனா வயசானவங்களையே எடுத்துக்கலாமே? சாதாரணமாகப் புதுமுகம்னா இளம் கலைஞர்களைத் தானே எடுப்போம்?"

"இல்லை! நான் வேற மாதிரி நினைச்சிருக்கேன்!"

"எப்படி?"

"ஒரு புதுமுகத்தைப் புடிச்சு, கதை சொல்லி, தலையை மழிச்சு இத்தனையும் செய்யறதுல பிரச்சினை இருக்கு!"

"ஆமாம் சார்! காரெக்டருக்குப் பொருந்தணும்.!"

"அதனால, நிஜமான ஒரு மொட்டைப் பாட்டியைத் தேடிப்பிடிச்சு நடிக்க வச்சா?"

மணி அதிர்ந்து போனான்.

"சார்! நீங்க நினைக்கிற மாதிரி இது அத்தனை சுலபமில்லை!"

"ஏன் மணி?"

"எனக்கு எங்க பாட்டியை நல்லாத் தெரியும் சார். அவங்களுக்கு மடி, ஆசாரம் எல்லாம் ரொம்ப அதிகம். சினிமானாலே முகம் சுளிப்பாங்க."

"சரி! எல்லா மொட்டைப் பாட்டிகளும் அப்படி இருக்கணும்னு கட்டாயம் உண்டா மணி?"

"அப்படியில்லை சார். ஆனா பெரும்பாலும் ஆசார நிர்பந்தங்கள், பிராமண குலத்தோட பழைய கோட்பாடு, இதோட அடிப்படைல உருவான இனம் தானே இந்த மொட்டைப் பாட்டி இனம். அப்படியிருக்க, அதுலேருந்து ஒரு பெண்மணி எப்படி சார் சினிமாலே கதாநாயகியா நடிக்க முடியும்?"

"தேடிப் பார்த்து, விளம்பரம் தர்றது... அதற்காக நிறைய அவகாசம் எடுத்துக்கறது தப்பா?"

"இது வித்தியாசமான முயற்சி. ஆனா வெற்றி கிடைக்கணுமே சார்?"

"நிச்சயமாகக் கிடைக்கும் மணி! அப்படி வாழ வேண்டிய கட்டாயத்துக்கு ஆளான மொட்டைப் பாட்டிகள் எல்லாருமே கட்டுக்குள்ள இருக்கணும்னு என்ன அவசியம்? மனசளவுல புரட்சிகரமான பெண்கள் அதுல ஏன் இருக்கக்கூடாது? ஒரு புதுமுகம் தேடி, அல்லது பழைய நடிகைகளைத் தேர்ந்தெடுத்து மேக்கப் மூலம் நீ கொண்டு வந்தாலும், உள் உணர்வுகளை நாம தானே எடுத்துச் சொல்லணும்! இது அப்படி இல்லையே மணி! அப்படியே வாழ்ந்துட்டு வர்ற பெண்மணிக்கு அந்த வாழ்க்கைல உள்ள வலிகளும் நெளிவு சுளிவும் நிச்சயமாப் புரியும். நம்ம ஸ்கிரிப்டைப் புரிஞ்சுகிட்டு பண்ணினா வெற்றி தான்!"

"சரி சார்! நடிக்க வரணுமே!"

"வாங்குவோம். கேட்டுக் கேட்டு வாங்குவோம். உடனே விளம்பரம் குடுக்க ஏற்பாடு செய். எங்களது புதிய தயாரிப்பான மொட்டைப் பாட்டி படத்தில் மொட்டைப் பாட்டியாக நடிக்க,

நிஜமான மொட்டைப் பாட்டி தேவை! புகைப்படத்துடன் விண்ணப்பிக்கவும்.

என் அட்ரஸ் கொடுத்து விளம்பரம் தந்துடு. நாளைக்கே பத்திரிகைலே வரணும்! இனிமே ஸ்கிரிப்ட் அவுட் லைன் சொல்றேன். கேட்டுக்குங்க!''

அவர் சுருக்கமாகச் சொல்லத் தொடங்கினார். முடித்தார்.

''நாட் பிரமாதமா இருக்கு! ஆனா ஆள் கிடைக்கணுமே'ன்னு கவலையா இருக்கு எனக்கு!''

''கிடைக்கும் மணி!''

சற்று நேரத்தில் கலைந்தார்கள். மணி விளம்பரம் எழுதி, அந்தப் பிரபலமான நாளிதழுக்குத் தந்து விட்டு மாலை தாமதமாக வீட்டுக்கு வந்தான்.

அம்மா பரபரப்புடன் வாசலில் நின்றாள்.

''ஏன்மா டென்ஷனா இருக்கே?''

''உன்னைத் தான் பார்த்துண்டு இருக்கேன்! பாட்டிக்கு திடீர்னு உடம்பு சுகப்படலை!''

''ஏன் என்ன செய்யறது?''

''மூச்சிரைப்பு! இருமல்! உசிரே போயிடற மாதிரி இருந்தது சித்தமின்னால. உங்கப்பா ஆட்டோ வச்சு அவரை டாக்டர்கிட்டே அழைச்சிண்டு போயிருக்கார்!''

''பாட்டி டாக்டர்கிட்டே வரமாட்டாளே?''

''அப்பா பிடிவாதமா கூட்டிண்டு போனார். பனிக்காலம்! பச்சத் தண்ணியைத் தலைல கொட்டிண்டு, பாதி நாள் பட்டினி, உபவாசம்னு உடம்பை வருத்திக்கிறார். வயசாகலையா? என்ன வேண்டிக்கிடக்கு? நேரா சொர்க்கத்தோட கதவை இவளுக்காக தொறந்து வச்சுக் காத்துண்டு இருக்காளா? இருக்கறவாளுக்கும் பணச் செலவு... மனக் கஷ்டம்... எப்பப் புரிஞ்சுக்கப் போறாரோ?''

"அம்மா! பாட்டிக்கு என்ன வயசாச்சு?"

"உங்கப்பாவுக்கு இப்ப அம்பத்தி நாலு! பதினாலு வயசுல உங்கப்பாவைப் பாட்டி பெத்திருக்கா. அப்படீன்னா அறுபத்தெட்டு!"

"நீ அப்பாவைக் கல்யாணம் பண்ணிண்டப்பவே மொட்டைப் பாட்டியாத்தான் இருந்தாளா?"

"ஆமாம்! இப்ப பாட்டியைப் பத்தி என்ன ஆராய்ச்சி? நீ ஆஸ்பத்திரிக்குப் போ. உங்கப்பா ஒண்டியா தவிச்சிண்டு இருப்பார்!"

மணி வந்த வழியே திரும்பினான்.

"பாட்டி உயிருக்கு ஆபத்தா?"

"நிஜமான பாட்டியை டைரக்டர் தேடுகிறார். என் பாட்டி நடிக்க வருவாளா?"

"உன் தோலை உரிச்சு தொங்க வெப்போ! என்ன நினைச்சிண்டு இருக்கே நீ?"

அம்மாவின் மிரட்டல் குரல்!

மணி புதிய கேள்விகளுடன் ஆஸ்பத்திரியை நோக்கி வேகமாக நடக்கத் தொடங்கினான்.

* * *

அத்தியாயம் 2

ரிசப்ஷனில் மணி விசாரித்தான்.

மூன்றாவது மாடியில் 303ஆம் எண் அறை என்றார்கள்.

'ஓ... பாட்டி அட்மிட் ஆகிவிட்டாளா?'

லிஃப்ட் உயர, மணி ஓடிப்போய் ஏறிக் கொண்டான். மூன்றாவது மாடியில் அது மணியை உதிர்க்க, முன்னூற்று மூன்று நேராக இருந்தது.

மெல்ல கதவைத் தட்டினான்.

அப்பா வந்து திறந்தார். பாட்டி படுக்க வைக்கப்பட்டிருந்தாள்.

பல்மோஎய்ட் மூலம் செயற்கை சுவாசம் தந்து கொண்டிருந்தார்கள் பாட்டிக்கு. பக்கத்தில் வெள்ளை உடை நர்ஸ்கள் இருவர்.

ட்யூட்டி டாக்டர் உள்ளே நுழைந்தார்.

"கூட்டம் போடாதீங்க! இது விசிட்டர்கள் நேரமில்லை!"

மணி வெளியே வந்துவிட்டான். அப்பாவும் பின் தொடர்ந்தார்.

"என்னப்பா?"

"அட்மிட் பண்ணணும்னு சொல்லிட்டார் டாக்டர். இவளும், இவ ஆசாரமும். இழுத்து விட்டுண்டு இருக்கா. சொன்னா ஒரு வார்த்தை கேட்டாத்தானே? ஏகப்பட்ட சளி கட்டியிருக்காம். நிமோனியா ஸ்டேஜீக்கு வந்துண்டே இருக்காம்!"

"பாவம் பாட்டி!"

"என்னடா பாவம்! அவ பாவமில்லை! நான் பண்ணின பாவம்! இது காஸ்ட்லி நர்ஸிங் ஹோம். நம்ம டாக்டர் இங்கே தான் வைத்தியம் பண்ணுவார். நாலு நாள் இருந்தா பத்துரூபா தாண்டும். எங்கே போறது பணத்துக்கு?"

மணிக்கு எரிச்சலாக இருந்தது.

"ஒரு நாளைக்கு ரூம் ரென்ட் கிட்டத்தட்ட ஆயிரம் ரூபா! குறைச்சலா இருக்கும்னு நெனச்சு சிங்கிள் ரூம் கேட்டுட்டேன். ரேட் தெரிஞ்சப்ப, வயித்துல நெருப்பு! உங்கம்மா ஆத்துல போனா என்னைக் குதறி எடுப்பா!"

"அப்பா! பணத்தைப் பத்தி பேசற நேரமா இது? பாட்டி உயிருக்கு ஆபத்து உண்டா?"

"இருக்காதுன்னு நினைக்கிறேன்."

ட்யூட்டி டாக்டர் வெளிப்பட்டார்.

உள்ளே போனபோது ட்ரிப்ஸ் ஏற்ற நரம்புகள் கிடைக்காமல் நர்ஸ்கள் போராடிக் கொண்டிருந்தார்கள்.

தலைமை நர்ஸ் ஒரு லிஸ்ட் கொண்டு வந்து தந்தாள்.

"இந்த மருந்துகளை உடனடியா வாங்கிட்டு வாங்க!"

"நான் வீட்லே போய் பணம் எடுத்துண்டு வரணும்!" அப்பா முனக,

"பில்லுல சேர்த்திடுவாங்க! இங்கேயே ஃபார்மஸி இருக்கு. வாங்கிட்டு வாங்க!"

அப்பாவுடன் மணி நடந்தான்.

"அட்மிட் பண்ணும் போதே மூவாயிரம் ரூபா கட்டச் சொன்னா. வந்து தர்றேன்னு சொன்னேன். ஆத்துல பணமில்லை! உங்கம்மாளோட நகை எதையாவது அடகு வைக்கணும்!"

மணி பேசவில்லை.

"குடுங்கோ! மருந்துகளை நான் வாங்கிண்டு வர்றேன்!"

"அதையாவது செய்!"

மணிக்குச் 'சுருக்'கென்றது.

"நீயும் சினிமா சினிமான்னு வெட்டியா ஊரைச் சுத்திண்டு இருக்கே! நாலு காசுக்கு உபயோகம் இருக்கோ?"

மணி பேசவில்லை.

முதல் மூன்று படங்களில் வேலை பார்த்த போது டைரக்டர் சம்பளமே தரவில்லை! வெறும் சாப்பாடு தான்!

சொந்தப்படத்தில் தருவார் என்ற நம்பிக்கை இருந்தது.

சினிமாவில் உதவி இயக்குநர்களின் நிலைமை என்றைக்குமே அவலம்தானே!

"பி.காம் படிச்சிட்டு வேலை தேடணும். அதை விட்டுட்டு சினிமா சினிமான்னு இது கெட்டழியப் போறது! தத்தாரி பயலால குடும்பத்துக்கு ஓர் உபயோகம் இல்லை!"

அப்பா கரித்துக் கொட்டத் தொடங்கி விட்டார்.

அம்மாவும் பணப்பற்றாக்குறை அதிகமாகும் போது பேசத் தொடங்கி விடுவாள்.

என்றாவது ஒருநாள் சினிமாவில் உயரலாம் என்ற நம்பிக்கையில் வந்தவன் மணி.

மருந்துகளை வாங்கிக் கொண்டு பில் எழுதி எடுத்துக் கொண்டு, அறைக்குத் திரும்ப, ட்ரிப்ஸ் இணைக்கப்பட்டு விட்டது.

சுவாசத்துக்காக ஏதோ ஒன்று இணைக்கப்பட்டிருந்தது.

நர்ஸ்கள் விலகிப்போக,

"நீ இருடா! இருப்பியா இல்லை, நான் தான் இருக்கணுமா?"

"இருக்கேன்பா!"

"நான் ஆத்துக்குப் போறேன். பணத்துக்கு ஏற்பாடு பண்ணணுமே! நகையைக் கேட்டா, நாய் மாதிரி குலைப்பா! எல்லாம் இந்த கிழடால வந்த வினை!"

அப்பா முனகியபடி நடந்தார்.

பாட்டி விழித்துக் கொண்டு தான் இருந்தாள். அப்பா பேசியது பாட்டியின் காதில் விழுந்திருக்கும். விழ வேண்டும் என்று தானே அப்பா பேசுகிறார்.

'பாவம் பாட்டி!'

மடி ஆசாரம், பூஜை புனஸ்காரம் என்று அளவுக்கு அதிகமாக தன்னை வருத்திக் கொள்ளும் ரகம் தான் பாட்டி! ஆனால் அது யாரை பாதித்தது இன்றுவரை!

அதிகாலை எழுந்து பச்சைத் தண்ணீரில் குளித்து விடுவாள்!

பாட்டிக்கும் சமையல் மடியாகச் செய்ய வேண்டும். அம்மா செய்தால் மடி போதாது என்று தினசரி வீட்டில் சமையல் வேலைகளை பாட்டி தான் செய்வாள்.

வெளி வேலைகளைச் செய்ய அப்பா.

அம்மா ஏற்கனவே மாய்மாலம் அதிகமாகக் காட்டும் ரகம். இதில் சமீபத்தில் கர்ப்பப்பையை வேறு எடுத்து விட்டதால், (சமீபம் என்றால் மூன்று வருடங்களுக்கு முன்னால்) அதையே சாக்காக வைத்து ஒரு வேலை செய்வதில்லை. பாட்டி தான் மாடாக உழைக்கிறாள்.

அப்பா எப்போதுமே மனைவிக்கு ஜால்ரா!

அதனால் பெற்ற பிள்ளையின் ஆதரவும் பாட்டிக்கு இல்லை!

மணிக்கு பாட்டியை ரொம்பப் பிடிக்கும்! அந்தப் பாசத்தை அம்மா ரசித்ததில்லை!

மணியின் இரண்டு சகோதரிகளுக்கு கடந்த நாலைந்து வருடங்களில் கல்யாணம் முடிந்து விட்டது. அவர்கள் முழுக்க முழுக்க அம்மா பக்கம் தான்! பெண்களின் கல்யாணக்

கடன், குடும்பச் செலவு என்று அப்பா இன்னமும் மூச்சுத் திணறுகிறார். கோபத்தைக் காட்ட ஒரே வடிகால் பாட்டி தான். பெற்ற தாயென்றும் பாராமல் சுள்ளென விழுவார்.

பாட்டி இடிதாங்கி!

எதற்கும் ரியாக்ட் செய்யாமல் மௌனமாக இருந்து விடுவாள்.

பாட்டியால் செலவே இல்லை!

இதோ செலவு வந்துவிட்டது. இதற்கு ஒரு பெரிய யுத்தம் இருக்கிறது. பாவம் பாட்டி!

அரைமணி நேரத்தில் பாட்டிக்கு சுவாசம் சீரானது! நர்ஸ் வந்து சக்கர நாற்காலியில் எக்ஸ்ரே, ஈ.சி.ஜி. எடுக்க பாட்டியை அழைத்துப் போனாள்.

திரும்ப வந்து ட்ரிப்ஸ், ஊசி, மருந்து என ஓடியது.

இரவு ஒன்பது மணிக்கு அப்பா வந்தார்.

ரிசப்ஷனில் அழைத்தார்கள்.

"சார்! நீங்க அட்வான்ஸ் பணம் கட்டலை!"

"நாளைக்கு கட்டிடறேன்!"

"அட்மிஷன் முடிஞ்சு ரொம்ப நேரமாச்சு சார். ஒப்புக்க மாட்டாங்க! ஏதாவது செய்யுங்க!"

போய்விட்டாள் சிஸ்டர்.

"எங்க போறது பணத்துக்கு? ஆத்துல போய் சொன்னா, உங்கம்மா கடிச்சுக் குதறிட்டா. இருக்கறதே ஒரு ஜோடி வளையல்... அதையும் தர முடியுமாமன்னு கேக்கறா, ஆபீஸ்லே ஏற்கனவே ஏகப்பட்ட கடன். யாரு தருவா பணம்? இந்த மூவாயிரத்தைக் கட்டவே முழி பிதுங்கறதே! மொத்த பில் என்ன வருமோ? எப்படி நான் கட்டப் போறேனோ?"

அப்பா அழவே தொடங்கிவிட்டார்.

மணி பேசவில்லை!

"நீ ஏதாவது ஏற்பாடு பண்ண முடியுமா மணி?"

"எனக்குத் தெரிஞ்சது எங்க டைரக்டர் தான். அவர்கிட்ட இது வரைக்கும் நான் கேட்டதில்லைப்பா! கேட்டா கிடைக்குமான்னு தெரியலை!"

"கேட்டுப் பாக்கறியா?"

"இப்பவா?"

"ஆமாண்டா மணி! எனக்குக் கடன் தர யாரும் இல்லை!"

"முயற்சி பண்றேன்பா. நீ பாட்டி கூட இரு"

மணி வெளியே வந்தான்.

"அம்மா இந்த நேரத்தில உதவக் கூடாதா? ஏன் இப்படி பிடிவாதம் பிடிக்கிறாள்?"

❋❋❋

அத்தியாயம் 3

வீட்டுக்குள் நுழைந்தான்.

"அப்பாவை விட்டுட்டு நீ வந்துட்டியா?"

"ஆமாம்மா!"

"அவரால முடியாதுடா! இடுப்பு வலி உண்டு. அவரும் படுத்துண்டா, நான் என்ன செய்வேன்? நீ இருக்கப்படாதா அங்கே?"

"இல்லைம்மா! நான் ஒரு காரணமாத்தான் வந்தேன்!"

"என்ன காரணம்!"

"மூவாயிரம் ரூபா முன்பணம் கட்டணுமாம். மொத்தச் செலவு பத்தைத் தாண்டும். அப்பாகிட்டே பணம் இல்லை! கடன் தரவும் யாருமில்லை. என்னம்மா செய்வார்?"

"அதுக்கு நானா பொறுப்பு?"

"நீ இப்ப உன் வளையல்களைத் தரக் கூடாதாம்மா?"

"எதுக்குத் தரணும்? இருக்கறதெல்லாம் போயாச்சு! இதையும் வித்துக் குளிச்சாத்தான் உங்கப்பாவுக்கு தூக்கம் வரும்! அந்தக் கிழ மூதேவி என்னை வாழ விடமாட்டா!"

"நிறுத்தும்மா! பாட்டி, உனக்கு மாமியார். அந்த மரியாதை போயாச்சா?"

"மாமியார்... மண்ணாங்கட்டி! இவளா இழுத்து விட்டுண்டா அதுக்கு நானா பலியாகணும்?"

"இத்தனை நாள் நீ நகையை அடகு வச்சதும், அப்பா கடன் வாங்கினதும் பாட்டிக்காக இல்லை! உன் பொண்ணுகள் கல்யாணம், உன்னோட ஆபரேஷன், பொண்ணுகளோட பிரசவம், வளைகாப்பு, புண்யான்னம்'னு தான் காசு கரைஞ்சிருக்கு! பாட்டி உனக்கு எந்தச் செலவும் வைக்கலை!"

"அதான் இப்ப வச்சிட்டாளே... மொட்டை முண்டை."

"வாயை மூடும்மா! உன் நாக்கு அழுகிப் போகும்! மாடா உழைக்கிற அவளை நீ கேவலப்படுத்தறியா?"

"என்னடா பேசிண்டே போறே? அத்தனை ரோஷம், பாசம் ரெண்டுமிருந்தா, அவளோட ஆஸ்பத்திரிச் செலவை நீ நடத்து!"

மணி அப்படியே நின்றான்.

பஸ் பிடித்து ஜிம்கானா வந்து இறங்கினான்.

டைரக்டரின் கார் இருந்தது. உள்நோக்கி நடந்தான்.

"மணி! நான் இங்கே இருக்கேன்!"

அவர் குரல் கேட்டது.

அருகில் வந்தான் மணி.

"என்ன இங்கே வந்துட்டே?"

மணி மளமளவென விவரத்தைச் சொன்னான். லேசாக அழவே தொடங்கி விட்டான்.

"உங்க பாட்டி நம்ம படத்துக்கு உதவுவாங்களா?"

"எந்த வகைல சார்?"

"அதை அவங்கள நேர்ல பார்த்தாத்தான் தீர்மானிக்க முடியும்! சரி வா! ஏ.டி.ம்.ல பணம் எடுத்துத் தர்றேன்! நானும் உன் கூட இப்பவே வர்றேன்!"

மணி இதை எதிர்பார்க்கவில்லை.

எதிர்பாராத பல திருப்பங்களை பாட்டி உண்டாக்கப் போகிறாள் என்பதை மணி அப்போது அறியவில்லை.

இரவு பத்தரை மணிக்கு நர்ஸிங்ஹோம் வாசலில் காரை நிறுத்தினார் டைரக்டர் இளையநிலவு!

கூர்க்கா அருகில் வந்து விசாரிக்க, அவன் கையில் ஒரு நூறு ரூபாய்த் தாளை அழுத்தினார்.

அவன் வாயை மூடிக் கொண்டான்.

மணி அவரோடு நடந்தான். பதினைந்து நிமிடங்களுக்கு முன்பு தான் அந்த அயல்நாட்டு வங்கியில் பணம் எடுத்திருந்தார்.

மணிக்கு மிதப்பதைப் போலிருந்தது.

'என் டைரக்டரா உதவுகிறார்?'

'எதற்கு? அத்தனை சுலபத்தில் செய்ய மாட்டாரே?'

'என்ன எதிர்பார்க்கிறார்?'

'பாட்டியை வைத்து ஏதோ திட்டமிடுகிறார்!'

'என்ன அது? பாட்டி பிழைப்பாளா? அப்படியே பிழைத்தாலும் இவரது முயற்சிக்கு ஒத்துழைப்பாளா?'

அறைக்குள் நுழைய, அரைத் தூக்கத்தில் இருந்த அப்பா எழுந்து நின்றார்.

"என்னடா மணி நீ? எங்கே போனே? நான் கிடந்து இங்கே அவஸ்தைப்படறேன்."

மற்றவர்கள் உடன் வந்தாலும், லஜ்ஜையில்லாமல் பேசுவது, கண்டிப்பது இதெல்லாம் அப்பாவின் மோசமான குணங்கள்.

கட்டிலில் படுத்திருந்த பாட்டியை தள்ளி நின்று கவனித்தார் டைரக்டர்.

"யார்ரா மணி இது?"

"எங்க டைரக்டர் பா!"

டைரக்டர் அப்பாவைக் கண்டு கொள்ளவே இல்லை! அப்பா என்ன செய்றது என்று தெரியாமல் குழம்புவது முகத்தில் தெரிந்தது.

"ஆபத்து இல்லையே மணி?"

"இல்லை சார்! நாலைந்து நாள் இருக்கணும் இங்கே!"

"போலாமா மணி?"

இருவரும் வெளியே வந்தார்கள்.

"இதுல பதினஞ்சாயிரம் இருக்கு மணி! பாட்டியை நல்ல படியா வீட்டுக்குக் கொண்டு போய்ச் சேரும். பணம் பத்தலைன்னா வந்து சொல்லு. நீயே கிட்ட இருந்து பாரு! இப்ப நீ வரணும்னு இல்லை!"

"சார்... டிஸ்கஷன்...!"

"முக்கியமானது நீ வந்த பின்னால தான்!"

"தேங்க்யு ஸார். இந்த ஜென்மத்துல உங்க உதவியை இனி மறக்கமாட்டேன்!"

அவர் சிரித்த படி தோளில் தட்டிவிட்டு, போய் ஏறினார். கார் புறப்பட்டுப் போனது.

'என்ன உள் நோக்கம்?'

'நிச்சயமாக ஏதோ உண்டு. மெதப்பில பணம் எடுத்தார். உடனே தரவில்லை! பாட்டியைப் பார்த்த பிறகு தான் தருகிறார்!'

'இது என் உழைப்புக்கா?'

'பாட்டி எதிர்காலத்தில் உழைக்கப் போவதற்கு முன் பணமா?'

மணி டைரக்டர் தந்த பணத்தில் அஞ்சாயிரத்தை எடுத்துத் தன்னிடம் பத்திரப்படுத்திக் கொண்டான்.

மீதி பத்தாயிரத்தோடு உள்ளே வந்தான்.

"அப்பா! இதோ பணம்!"

“அவர் வந்தப்பவே நெனச்சேன். எத்தனை?”

“பத்துபா!”

“பத்தணுமே!”

“அப்பா! ஒருத்தர் இவ்வளவு தான் உதவ முடியும். நம்ம குடும்பத்தையே பராமரிக்கணும்னா நடக்குமா?”

அப்பா பேசவில்லை!

அம்மாவுக்கு ஜால்ரா தட்டியே தன் வாழ்க்கையை வீணாக்கிக் கொண்டார் அப்பா. அத்தையாகிய பாட்டியைப் பார்க்க வரக் கூடாது. வந்தாலும் கலகம் செய்து விட்டு விடுவாள் அம்மா.

“சரி! நீ இருக்கியா பாட்டிகிட்ட? நான் ஆத்துக்குப் போறேன். விடிஞ்ச பின்னால வர்றேன்!”

“சரி போ! பணத்தோட ராத்திரி வேளையில போகாதே! இங்கே வச்சிட்டுப் போப்பா! காத்தால வந்து எடுத்துக்கலாம்!”

“அதுவும் சரிதான்!”

அவனிடம் தந்து விட்டுப் புறப்பட்டார்.

மணி கதவைச் சாத்தி விட்டு வந்து உட்கார்ந்தான்.

படுத்திருக்கும் பாட்டியின் முகத்தைப் பார்த்தான். மருந்தின் மயக்கத்தில் உறங்கிக் கொண்டிருந்தாள்.

பாட்டி நல்ல நிறம்.

இப்போதும் மங்கவில்லை! வட்டமான முகம். பெரிய கண்கள். சின்ன வயசில பாட்டியின் அழகு பல பேரை நிச்சயமாகப் பைத்தியமாக்கி இருக்கும்.

‘பாவம் அழகான பாட்டியை தலை மழித்து அலங்கோலப்படுத்தி... கொடுமை! ஏன் யாருமே இதைக் கண்டிக்கவில்லை?’

நடுநடுவில் நர்ஸ் வந்து பார்த்து விட்டுப் போனாள்.

அம்மா ஆபரேஷனுக்காக அட்மிட் ஆன போது பாட்டி கொஞ்சமா பாடுபட்டாள்?

ஆஸ்பத்திரிக்கும், வீட்டுக்கும் நடையாய் நடப்பாள்.

தன் ஆசாரங்களை மூட்டை கட்டி வைத்து விட்டு, அம்மாவோடு இரவு ஆஸ்பத்திரியில் தங்கி, பகலில் வீட்டைப் போய் வேகவேகமாய் பார்த்து...

'இத்தனையும் செய்த பாட்டி மேல் அம்மாவுக்கு ஏன் பாசமே வரவில்லை?'

விடியத் தொடங்க,

பாட்டி மெல்லக் கண் விழித்தாள்.

"தாகமா இருக்கு!"

"பால் தரட்டுமா பாட்டி?"

"வேண்டாம். வெந்நீர் குடுப்பா!"

மணி அதை எடுத்து பாட்டியின் வாயில் ஊற்றிக் கொடுத்தான். டாக்டர் ரவுண்ட்ஸ் வந்தார். பாட்டியைச் சோதித்தார். "ஷி ஈஸ் ஆல் ரைட்! ரெண்டு நாள் பார்த்துட்டு டிஸ்சார்ஜ் பண்ணிடலாம்!"

"தேங்க்யு டாக்டர்!"

மருந்துக்கான பட்டியல் வந்தது.

மணி கீழே போய் வாங்கி வந்தான். பாட்டி சாப்பிட ஒரு ட்ரேயில் இட்லி, சாம்பார் வந்தது.

"தரட்டுமா பாட்டி?"

"வேண்டாம் மணி. நீ சாப்பிட்டுக்கோ!"

"பாட்டி ஆசாரம் பாக்கற இடம் இது இல்லை. நல்ல படியா சமைக்கத் தொடங்கற வரைக்கும் பட்டினியா இருப்பே? நடக்காது பாட்டி!" நேரம் காலை பத்து மணியாகி விட்டது.

அப்பா, அம்மா யாரும் இன்னும் வரவில்லை!

மணிக்கு எரிச்சலாக இருந்தது. புரிந்தது. அம்மா எழுந்து சமைக்க மாட்டாள். அப்பா தான் சமைக்க வேண்டும். அதனால் தான் அவரால் வர முடியவில்லை!

பதினொரு மணிக்கு அப்பா வந்தார். கூடவே அம்மாவும் வந்தாள். பத்தாயிரம் பணம் அம்மாவை வரவழைத்து விட்டது.

"உனக்கு யாருடா மணி இத்தனை பணம் தந்தது?"

மணி பேசவில்லை!

அம்மா பாட்டியின் பக்கத்தில் வந்து நின்றாள். எதுவும் பேசவில்லை! பத்து நிமிடங்கள் இருந்தார்கள்.

"சரி! மணி! நீ போய் குளிச்சு சாப்பிடு! அம்மாகிட்டே பணத்தைத் தந்துடு. நான் இங்கே இருக்கேன். சாப்டுட்டு வந்துடு!"

"சரிப்பா!"

அம்மாவுடன் நடந்தான்.

"பணத்தைக் குடு மணி!"

"இரும்மா! ஆத்துல வந்து தந்தாப் போதாதா? நான் ஓடிப்போயிடுவேனா?"

ஆட்டோவை மணி அழைக்கும் சமயம், வாசலில் கார் வந்து நின்றது. டைரக்டரின் கார் தான்.

டிரைவர் மட்டும் இறங்கினான்.

"டைரக்டர் கூட்டிட்டு வரச் சொன்னாரா?"

"இல்லை! இதையெல்லாம் குடுத்துட்டு வரச் சொன்னார்!" டிக்கியிலிருந்து பழங்கள், ஹார்லிக்ஸ் என மானாவாரியாக இறக்கப்பட்டன.

'இத்தனையும் பாட்டிக்கா?'

'டைரக்டர் பாட்டியிடம் என்ன எதிர்பார்க்கிறார்?'

***

அத்தியாயம் 4

நாலு நாட்களில் பாட்டி பூரணமாகத் தெளிந்து விட்டாள். மணியும் கூடவே இருந்தான். டாக்டர் வந்து பார்த்துவிட்டு போகலாம் என உத்தரவிட்டார்.

மருந்துகளை எழுதித் தந்தார்.

ஒன்பதாயிரத்துச் சொச்சம் பில் வந்தது.

அதைக் கேட்ட அம்மா வந்தாள். சம்பாதிப்பது அப்பா! ஆனால் கைப்பை எப்போதும் அம்மாவிடம் தான். அப்பாவை நம்பி சல்லிக்காசு தரமாட்டாள் அம்மா.

சம்பளம் வந்ததுமே 'பே ஸ்லிப்புடன்' பறித்து விடுவாள். பட்டியல் பார்த்து ஒரு ரூபாய்க்கு கணக்கு கேட்பாள். தப்பித் தவறி குறைந்தால், குடைந்து எடுத்து விடுவாள். அத்தைக்கு அனுப்பினாயா, பாட்டிக்கு கொடுத்தாயா என்று குற்றம் சாட்டியே கொன்று விடுவாள்!

அம்மா வந்து பில்லை கட்டினாள்.

மணிக்கு எரிச்சலாக இருந்தது.

'ஏன் என் டைரக்டர் தந்த பணத்தை எனக்குக் கட்டத் தெரியாதா?'

"மணி சைக்கிள் ரிக்ஷாலே கூட்டிண்டு வா! ஆட்டோவை விடக் குறையும்!"

''பாட்டியாலே காலை அத்தனை உயரம் உயர்த்தி ஏற முடியாதம்மா!''

''நீ புடிச்சு ஏத்திவிடு! வேணும்னா அப்பாவையும் இருக்கச் சொல்றேன்!''

மணி பேசவில்லை!

உள்ளே வந்தான்.

''போகலாமா மணி.''

இரு பாட்டி! நர்ஸ் வீல் சேர் கொண்டு வருமே!''

''எதுக்கு? நான் நடந்துப்பேன்! இப்ப ஆத்துக்குப் போனா படுத்துண்டா கிடக்க முடியும்?''

''நீ ரெஸ்ட் எடுக்கணும் பாட்டி! திரும்பவும் படுத்துண்டா?''

''பகவான் விட்ட வழி!''

''கிட்டத்தட்ட பத்தாயிரம் ரூபாய் பாட்டி!''

''அம்மாடா! பணத்துக்கு நாணா என்ன பண்ணினான்?''

''அப்பா எதுவும் பண்ணலை. அத்தனை பெரிய தொகையை அவரால் பொரட்ட முடியுமா? பொரட்டத் தான் எங்கம்மா விட்டுடுவாளா?''

''பின்னே?''

''என் டைரக்டர் தந்தார். உன்னை வந்து பார்த்தார். பழங்களெல்லாம் அவர் அனுப்பினதுதான்!''

''உன் சம்பாத்தியமா இது?''

''தெரியலே பாட்டி! உன் சம்பாத்தியமாக்கூட இருக்கலாம்!''

''நீ என்னடா சொல்றே?''

''ஒண்ணுமில்லை வா! அதிகமா இழுத்துப் போட்டுக்காதே! மடியா நீ சமைச்சுத்தான் ஆகணும்னு இருந்துடாதே! ஆசாரத்தை விடு! உன் ஆசாரம் எங்கம்மாவுக்கு அட்வான்டேஜ்!''

வீட்டு வாசலில் ரிக்ஷா நிற்க, இருவரும் இறங்கி வந்தார்கள்.

"வா பாட்டி! வந்து படுத்துக்கோ!"

"நான் ஸ்நானம் பண்ணி நாலஞ்சு நாளாச்சு! குளிச்சிட்டு வந்துரட்டுமா?"

"கொன்னுடுவேன் உன்னை! உள்ளே போய்ப் படு!"

மணி விரட்ட, பாட்டி போய்ப் படுத்தாள். அவளுக்கு போர்வை கொண்டு மூடிவிட்ட பின், மணி வெளியே வந்தான்.

"பத்தாயிரம் போச்சு! ரெண்டே கால் பவுன் வாங்கியிருக்கலாம். என் பிள்ளையோட முதல் சம்பாதியத்தை அனுபவிக்க எனக்குக் குடுத்து வைக்கலை!"

"அழாதேம்மா! இப்பவும் தன் பிள்ளை அதான் எங்கப்பா சம்பாதியத்தை அனுபவிக்க பாட்டிக்குக் குடுத்து வைக்கலையே! நீ மட்டும் உன் பிள்ளை சம்பாத்தியத்துக் ஆசைப்படலாமா?"

"என்னடா? பத்தாயிரம் பணம் வர்றதுக்குள்ளே நாக்கு தள்ளுதா?"

"நான் உன் பிள்ளைதானேம்மா! நாக்கு கொஞ்சமாவது துள்ளாமலா இருக்கும்?"

"ராத்திரிக்கு என்ன சமையல் சீதா?"

"காத்தாலே பண்ணின மிளகு ரசம் இருக்கு. அப்பளத்தைச் சுட்டு வைங்கோ! என்னாலே எதுவும் செய்ய முடியாது!"

"நாலு நாள் நான் சமாளிச்சுக்கறேன். அப்புறம் அம்மா எழுந்து செய்யலாமே!"

அன்று மாலை ஆறு மணிக்கு உதவியாளன் வந்தான்.

"டைரக்டர் உன்னைக் கூட்டிட்டு வரச் சொன்னார் மணி! உடனே வா!"

மணி புறப்பட்டான்.

ஓட்டலை அடைய யூனிட் மொத்தமும் கூடியிருந்தது.

"வா மணி! பாட்டி வீட்டுக்கு வந்தாச்சா?"

"ஆச்சு சார்!"

"இப்ப உடம்பு தேவலாமா?"

"பரவாயில்லை சார்! ரெஸ்ட் எடுத்தா சரியாயிடும்!"

"மணி இப்படி தனியாக் கொஞ்சம் வா!"

மணி டைரக்டருடன் நடந்தான். தனியிடம் வந்தார்கள்.

"உனக்குப் புரிந்திருக்கும். ஆனாலும் என் வாயாலே சொல்லிபுடுறேன். நம்ம படத்துல அந்த மெயின் காரக்டரை பாட்டி செய்வாங்களா?"

"நான் நினைச்சேன் சார்!"

"நீ யூகிச்சது இருக்கட்டும்! பாட்டியை இதுக்கு ஒப்புக்க வைக்க முடியுமா?"

"தெரியலை சார்! ஆசாரத்துல மூழ்கிக் குளிச்சவங்க! சினிமாலே நடிக்க, அதுவும் இந்த வயசுல சம்மதிப்பாங்களா? எனக்கு நம்பிக்கை இல்லை!"

"மணி! நான் அந்நிய மனுஷன்! என்னதான் அவங்ககிட்டப் பேசினாலும், உன்னளவு அவங்கள கன்வின்ஸ் பண்ண என்னால முடியாது. நீ பேரன். முயற்சிக்கலாம்!"

"நான் மாட்டேன்னு சொல்லலை சார்! பார்க்கப் போன நிஜமான மொட்டைப் பாட்டியை நடிக்க வைக்கலாம்னு தீர்மானிச்சப்ப, எனக்கு நினைவுக்கு வந்ததே எங்க பாட்டி தான்!"

"குட் காம்பினேஷன், அழகான கண்கள்! வட்ட முகம், பாட்டியோட ஃப்யுச்சர்ஸ் நிச்சயமா நல்லா இருக்கு! கால்சீட்டுக்கு ரொம்ப அழகாய் பொருந்துவாங்க! நீ தான் மணி முடிச்சுத்தரணும்!"

"சார்! சினிமானாலே என்னான்னு தெரியாதவங்க எங்க பாட்டி. அவங்க சம்மதிக்கிறதே கஷ்டம். சம்மதிச்சா எப்படி நடிக்க வைக்கறது?"

"அதை எங்கிட்ட விடு! நீ முயற்சி செய்! ஆனா ரொம்ப நாள் அவகாசம் எடுத்துக்க வேண்டாம். இந்த ப்ராஜக்டை சீக்கிரம்மா தொடங்கணும் மணி!"

மணி பேசவில்லை!

"நீ டென்ஷன் ஆகாதே! ரிலாக்ஸா உங்க பாட்டியை அணுகு! எடுத்துச் சொல்லு! உன் பாணிலே வா! குடும்பத்துல பாட்டி ரொம்பக் கஷ்டப்பட்டவங்க இல்லையா?"

"ஆமாம் சார்!"

"இனிமே கை நிறைய காசு பார்க்கலாம். பேரும், புகழும் கிடைக்கும்னு சொல்லு! புரிய வை!"

"சரி சார்!"

"நல்ல பதிலை எனக்குக் கூடிய சீக்கிரம் சொல்லு!"

மணி நடக்க,

"இரு மணி! இப்படி வா!"

அவன் வர,

"இதுல இருபத்தஞ்சாயிரம் ரூபா இருக்கு. உன் பாட்டியோட முன் பணத்துல இன்னொரு பகுதி!"

"சார்!"

"வாங்கிக்கோ! நம்ம வண்டில போய் இறங்கு!"

மணி மிரண்டான். பணத்தோடு காரில் ஏறினான்.

'பாட்டி சம்மதிப்பாளா?'

'டைரக்டர் சொல்வதைப் போல நிதானமாக அணுக வேண்டும்.'

மணி வண்டியை அனுப்பி விட்டு வீட்டுக்குள் நுழைய, அம்மா இரைந்து கொண்டிருந்தாள்.

“பணத்துக்கு எங்கே போறது? ஏற்கனவே பத்தாயிரம் செலவாச்சு! காச்சுத் தொங்கறதா கரன்சி நோட்டுக்கள் நம்மாத்துல?” மணி உள்ளே போனான்.

பாட்டி ஒரு பாய் விரித்து தலைகாணியும் இல்லாமலே தரையில் படுத்திருந்தாள்.

“பாட்டி!”

“ஓ... மணியா?”

“என்ன சண்டை? அம்மா ஏன் கூச்சல் போடறா?”

“உன்னோட அத்தை பொண்ணு மாலதிக்கு கல்யாணம் நிச்சயமாகி இருக்கு! லெட்டர் வந்திருக்கு. நாளைக்கு அவளும் அத்திம்பேரும் அழைக்க வர்றாளாம்!”

“அதுக்கா அம்மா கூச்சல் போடறா?”

“மாமா சீரு பண்ணணுமே! என்ன தான் கொஞ்சமா செஞ்சாலும் ரெண்டாயிரம். ரயில் சத்தம்! எல்லாமா நாலாயிரத்துகிட்ட வரும்! அதான் சத்தம் போடறா!”

“நீ ஏதாவது பேசினியா பாட்டி?”

“நான் எதுக்குடாப்பா பேசறேன்? நான் ஊமையாகி பல வருஷங்கள் ஆச்சு. கையில காசு பணம் இல்லாதவளுக்கு பேச வேற யோக்கிதை இருக்கா மணி?”

“ஆனா அத்தை உன் பொண்ணில்லையா? சொல்லணும்னு உனக்கு கழுத்து மட்டும் ஆசையிருக்கு. இல்லையா?”

“இருக்குதான்! யாருக்கும் தெரியாம அழறதைத் தவிர என்ன செய்ய முடியும் நான்?”

“என்னல்லாம் செய்யணும்?”

“முடியாதுன்னு ஆன பின்னாலே எதுக்கு அந்த ஆலோசனை?”

“சொல்லு பாட்டி!”

“அத்தை, அவா பொண்ணு ரெண்டு பேருக்கும் பட்டுப் புடவை. அத்திம்பேருக்கு மயில்கரை வேஷ்டி, அங்கவஸ்திரம்!

காலுக்கு மிஞ்சி... வங்கி மோதிரம் அத்தை பொண்ணுக்கு! அம்மானாத்து பட்சணம்னு ஏதாவது...!"

"இது எல்லாத்துக்குமா என்ன செலவாகும்?"

"சின்ன பட்ஜெட்டா போட்டாலே பத்தாயிரம் ஆகும்!"

மணி திரும்பி கதவு பக்கம் பார்த்தான். அம்மாவின் சப்தம் ஓய்ந்து வெளியே போயிருந்தாள்.

"இந்தா பாட்டி பத்தாயிரம்!"

"என்னடா மணி இது?"

"செய்ய! உன் பொண்ணுக்கு பொறந்தாத்து சீர்னு நீ ஆசைப்பட்டதைச் செய்ய பாட்டி!"

"உனக்கு ஏதுடா பணம்?"

"நிச்சயமா தப்பான வழில சம்பாதிக்கலை பாட்டி!"

"புரியலை!"

"இது என் சம்பளமில்லை! உன் சம்பளம்னு சொன்னேன் இல்லையா?"

"என் சம்பளமா? நீ சம்பாதிச்சா சீதா உரிமை கொண்டாட வருவாளோ! அவ உன்னைப் பெத்தவள். நான் எப்படி உங்கிட்ட உரிமை கொண்டாட முடியும்?"

"பாட்டி! உனக்குப் புரியலை! நீ பதட்டப்படாம என் பேச்சைக் கேளு! அப்புறம் பதில் சொல்லு!"

"சரி சொல்லு!"

டைரக்டரின் ஆரம்ப காலத்தில் தொடங்கி, ஆஸ்பத்திரி செலவை அவர் ஏற்றுக் கொண்டது வழியாக வந்து, நேற்றைய பேச்சு முடிந்து, இதோ அவர் தந்த இருபத்தஞ்சாயிரம் வரை பாட்டியிடம் சொல்லி முடித்தான். பாட்டி பேசவில்லை!

"இந்த நாப்பதாயிரமும் உன் சம்பளம் பாட்டி! சம்பளம் கூட இல்லை! முன்பணம்! இது நல்ல வாய்ப்பு.

நீ நடிக்க சம்மதிப்பாயா பாட்டி? ஊர் உலகத்தைப் பத்திக் கவலைப்படாதே! இத்தனை நாள் கையில் சல்லிக்காசு இல்லாம பிள்ளை மாட்டுப் பொண்கிட்டயே, அவமானப் பட்டவ நீ! அந்த அவமானம் தொடரணுமா? யோசி! உன்னைத் தேடி இந்த வாய்ப்பு வந்திருக்கு! விட்ராதே!''

''அதில்லைடா மணி! ஒரு மொட்டைப் பாட்டி சினிமாலே நடிக்கறான்னா, ஊர் சிரிக்காதா?''

''ஊர் எதுக்குத்தான் சிரிக்கலை? அழகான உன்னை அலங்கோலப் படுத்தினதும் இதே ஊர் தானே? புருஷன் செத்துட்டா, பொம்மனாட்டியை அலங்கோலப்படுத்த ஆணையிட்டதும் ஒரு காலத்துல இதே ஊர் தானே? நீ உன்னை மட்டும் நினைச்சிண்டு முடிவெடு! இந்த வீட்லே மாடா உழைச்சு என்ன மிஞ்சித்து உனக்கு? அவமானம் தான்! அந்த உழைப்பை வேற விதமா உபயோகி! என்ன பாட்டி?''

''நான் யோசிக்கணும்டா கண்ணா!''

''சரி பாட்டி!''

மணி வெளியே வந்த போது உற்சாகமாக இருந்தது. பாட்டி எதிர்க்கவில்லை! யோசிக்க அவகாசம் கேட்கிறாள்.

''புதிய பூ ஒன்று விரைவில் பூக்கப் போகிறதா?''

❋❋❋

அத்தியாயம் 5

காலையில் பாட்டிக்கு விழிப்பு வந்து விட்டது. அதிகாலை நேரம் எழுந்து விட்டாள்.

இன்று சுசீலாவும் மாப்ளையும் அழைக்க வருகிறார்கள். அவளுக்கு ஒரே அண்ணன் என்பதால் வெளியூரிலிருந்து வேலை மெனக்கெட்டு வருகிறாள்.

'இன்னும் இங்கு குக்கர் கூட வைக்கவில்லை.'

'சீர் வேண்டாம். சோறு கூடவா போட முடியாது?'

பாட்டி பாத்ரூம் போய் சடசடவென குளித்து விட்டு ஈரச் சேலையுடன் அடுக்களையில் புகுந்து விட்டாள்.

மணி பாத்ரூம் போக எழுந்து வந்தான். எட்டிப் பார்த்தான்.

ஈர நார்மடி சேலை உடம்போடு ஒட்டி, பாட்டியின் சந்தன உடம்பை வெளிச்சம் போட்டுக் கொண்டிருந்தது.

"பாட்டி! நீ குளிச்சிட்டியா?"

"ஆமாண்டா மணி!"

"இன்னும் விடியக்கூட இல்லை! பனி வேற அதிகமா இருக்கு. நீ படுத்துண்டா என்னாகும்?"

"என்னவோ ஆகட்டும். உங்கத்தை வர்றா. வேணும்னே உங்கம்மா கிடப்பா! கேட்டா சண்டை! அத்தைக்கு இந்தக் குடும்ப ஊழல் தெரியும். அத்திம்பேர்கிட்ட எல்லாத்தையும் அவளாலே சொல்ல முடியுமாப்பா? கூடப் பொறந்தவன்

காரணமா அவா ரெண்டு பேரும் குனிஞ்ச தலையை இன்னமும் நிமிர்த்த முடியலை.''

''சரி அது போகட்டும்! நான் சொன்னதை யோசிச்சியா?''

''அது தப்புடா மணி.''

''எது தப்பு?''

''ஆசாரத்தோட உச்ச கட்டம் தான் என்னோட இந்தக் கோலம்! நான் போய் சினிமாலே நடிக்கிறதா?''

''இதனாலே உன் ஆசாரம் எந்த விதத்துல பாட்டி பாதிக்கும்?''

''ஊர் சிரிக்கும். மொட்டைப் பாட்டி சினிமாலே நடிக்கிற அளவுக்கு வந்தாச்சுனு கேலி பேசும். உங்கப்பா தலையை நிமிர்த்த முடியாது.''

''இப்ப மட்டும் நிமிர்ந்தா நிக்கிறார் அப்பா?''

''இல்லைடா மணி! எனக்கே சரியாப்படலை.''

''பாட்டி! நான் சொல்றதைக் கேளு! நீ தயங்க வேண்டிய அவசியமே இல்லை! நீ பருவப் பொண்ணு இல்லை, உன்னை நாலுபேர் கெடுத்துக் குட்டிச்சுவராக்க! வயசானவள். தொடர்ந்து சினிமாலே நடிச்சு நீ சாதனை படைக்கணும்னு யாரும் எதிர்பாக்கலை.''

''.....''

''காரெக்டர் யதார்த்தம் காரணமா டைரக்டர் தேடினப்ப நீ கிடைச்சே.''

''எனக்கு சினிமாவைப் பத்தி என்னடா தெரியும்?''

''தெரிஞ்சவாள்லாம் என்ன கிழிச்சிட்டா? எதுவும் தெரியாம இருந்தா, இன்னும் உசத்தி.''

பாட்டி பேசவில்லை.

''இதப்பாரு பாட்டி! மனுஷனாப் பொறந்தா, சொந்தமா நாலு காசு இருக்கணும்! அது இல்லாத காரணமா நீ பட்ட

அவமானங்கள் கொஞ்சமில்லை. பெத்த பிள்ளைகிட்டயே! இன்னமும் படப்போறே! தேவையா உனக்கு?''

''எனக்கு வேற போக்கிடம் இல்லைடா ராஜா! பொண்ணாத்துல போய் இருந்தா அசிங்கமில்லையா? ஒரே பிள்ளை உங்கப்பா அடிச்சாலும், பிடிச்சாலும் அவனை விட்டு நான் எங்கே போக முடியும்?''

''போக வேண்டாம் பாட்டி! ஆனா காசில்லாத காரணமா, சம்பளமில்லாத வேலைக்காரியா நீயேன் வாழணும்? உன் உழைப்புல உனக்குன்னு நாலு காசு வந்தா, உன் மதிப்பு இந்தாத்துல கூடும் இல்லையா?''

''தெரியலைப்பா.''

''ஏன் பாட்டி?''

''நாங்கள்லாம் வெளியுலகம் காணாதவா! என்னோட பதினாலு வயசுல உங்கப்பா பொறந்தான். இருபத்துக்குள்ள ரெண்டு அத்தைகளும் பொறந்தாச்சு. தாத்தா சாகும்போது உங்கப்பாவுக்கு ஏழு வயசு! அஸ்த நட்சத்திரம். அப்பாவை அடிச்சிடுத்து! சின்னத்தை கைக் குழந்தை! பொறந்தாத்துக்கு மூணு குழந்தைகளோட போய் அவலமா நின்னேன். எங்கப்பா வேதம் படிக்கிறவர். சாஸ்திரத்துல ஊறின குடும்பம். எல்லாருமாச் சேர்ந்து என் தலையை மழிச்சு, நார்மடி கட்டணும்னு சொன்னா! எங்கம்மா அழுதா!

'நான் சுமங்கலியா இருக்கறச்சே, உனக்கு இந்த கதியாடி அலமு'ன்னு கதறினா!

நார்மடி வேஷம் வேண்டாம்னு சொல்லிப் பார்த்தேன். யாரும் கேக்கலை.

அழகான என்னை அலங்கோலப்படுத்த ஆத்துல எல்லாருமே முடிவெடுத்தா. செய்யவும் செஞ்சா!''

''ஏன் பாட்டி! இப்படி ஏன் செய்யணும்? என்ன காரணம்?''

"விதவையானாலும் ஒரு பொம்மனாட்டி அழகா இருக்கலாம் இல்லையா? புருஷனை இழந்த அவளை அலங்கோலப்படுத்திட்டா யாரும் ஆசைப்படமாட்டா அப்புறமா!"

"ஒரு பொம்மனாட்டியோட அழகு வெறும் கூந்தல்லேதான் இருக்கா பாட்டி?"

"அப்படியில்லை! ஆனா அது முக்கியமான அழகுதானேப்பா!"

"சரி! அப்புறம்?"

"பொறந்தாத்துல ரொம்ப நாள் நிம்மதியா இருக்க முடியலை. மன்னி வந்துட்டா. இடிசோறு! நானே சமையல் பலகார பட்சணம்னு இறங்கிட்டேன். மூணு குழந்தைகளை வளர்க்க வேண்டாமா?"

"அப்பவே நீ சம்பாதிக்க தொடங்கிட்டே!"

"வேற வழி? இந்த மொட்டை வேஷம் வசதியாத்தான் இருந்தது. இருபத்தி நாலு வயசுலே இந்த வேஷம் நான் போடலைன்னா, என்னல்லாம் ஆபத்து வந்திருக்குமோ?"

"அப்படியா சொல்றே?"

"இப்பவாவது மனசுல காமம் வந்தா, அதைக் கொட்டித் தீர்க்கறா! தேவலையே! முன்ன, மடிச்சுப் பேசி, மனசை விகாரப்படுத்தறதுதானே தொழில்! நான் இதையெல்லாம் பேசப்படாது, ஏன்னா என் பேரக்குழந்தை நீ"

"தப்பில்லை பாட்டி."

"நான் பட்ட கஷ்டங்களையெல்லாம் சொல்லிண்டே போனா, அதுக்கு முடிவே இல்லை! விட்ரு."

"இப்படியெல்லாம் உழைச்ச உனக்கு யாருமே நன்றி காட்டலையே பாட்டி?"

"தாய்ப்பாலுக்கு நன்றி அவசியமில்லை கண்ணா."

"தெரியும் பாட்டி! அதை வாயாலே சொல்ல வேண்டாம். மனசால நினைக்கக் கூடவா அப்பாவாலே முடியலை."

"தாயாலே பாலை மட்டும் தான் ஊட்ட முடியும். மனைவியாலே இன்னும் நிறையச் செய்ய முடியும். பாழாப் போன உடம்பு படுத்தற பாடு! விடு கண்ணா."

"பாட்டி! நீ விரக்தியாப் பேசற! இப்பவும் மோசம் போகலை! நீ நடிக்க சம்மதி! இந்த வயசுல உனக்கு தப்பா எதுவும் நடக்காது! சமூகத்துல உன் மாதிரி உள்ள பல பேருக்கு நீயேன் ஒரு புது வெளிச்சம் காட்டக் கூடாது?"

"எல்லா மொட்டைப் பாட்டிகளையும் சினிமால நடிக்கச் சொல்றியா? அப்புறம் தயாரிப்பாளர் மொட்டை அடிச்சிண்டு போக வேண்டி வரும்!"

மணி சிரித்துவிட்டான்.

"உங்கிட்ட நிறைய நகைச்சுவை இருக்கு பாட்டி."

"அது ஒண்ணுதான் மிச்சம் எங்கிட்ட."

அம்மா எழுந்து வந்தாள்.

"நீங்க ஏன் சமைக்கறேள்?"

"சுசீலா, மாப்ளை வர்றாளே!"

"வரட்டுமே! புதுசாக் கல்யாணம் ஆனவாளா?"

"அப்படியில்லை சீதா! மாப்ளை ஆத்துக்கு வர்றார். ஏதாவது செய்ய வேண்டாமா?"

"எதையாவது நீங்க இழுத்து விட்டுண்டா, எங்கிட்ட பணம் இல்லை! தர்மாஸ்பத்திரிக்குத்தான் போகணும்."

"சீதா ஏன் அப்படி பேசறே?"

அப்பா வந்துவிட்டார்.

"பின்ன எப்படீம்மா அவ பேசுவா?"

“நீ கஷ்டபடலையே நாணா! என் பேரன் கொண்டு வந்த பணம்தானே!”

“உங்க பேரனா? அவன் என் பிள்ளை! எனக்குத் தான் முதல்ல உரிமை!”

“சரிம்மா! உன் பிள்ளை, என் பிள்ளை எல்லாரையும் நீயே வச்சுக்கோ! நான் கேக்கலை!”

“எல்லாரையும் வச்சுக்க அம்மாவாலே முடியுமா பாட்டி?”

“மணி! என்ன பேசற நீ? அவ உன் தாயார்! தப்பா அர்த்தம் வருது! ஜாக்ரதை!”

“ஏன்பா நீங்க கோவப்படறேன்! ஜஸ்ட் வேடிக்கையா சொன்னேன்.”

“சொல்லக்கூடாது.”

“அப்படியா? மாமியாரா இருந்தும், பாட்டியை மதிக்காம, மொட்ட முண்டை'னு திட்டறா அம்மா, அதை உங்களால ஏன் கண்டிக்க முடியலை?”

அப்பா தலைகுனிந்தார்.

“ஏன் பேச்சு வரலை? உங்க இடத்துல நான் இருந்து எங்கம்மாவை, எம் பொண்டாட்டி பேசியிருந்தா, அவ வாழறது அது கடைசி நாளா இருக்கும். நீங்கள்லாம் ஓர் ஆம்பிளை.”

“நிறுத்துடா! அவர் உன் அப்பா!”

“அதான் சொன்னியே நீ! பெத்த தாயை மதிக்காத பிள்ளையை அவரோட பிள்ளை மதிக்கணும்னு எப்படி எதிர்பார்க்கலாம்?”

“மணி.”

“நீ இரு பாட்டி! புருஷனை இழந்து, அடுப்படில வெந்து கொஞ்சமா அவமானப்பட்டிருக்கா பாட்டி? அப்படி நொந்து நொந்து குழந்தைகளை முன்னுக்குக் கொண்டு வந்தவளை

உனக்குத் தெரியாதாப்பா? அம்மா பேசறான்னு நீயும் பாட்டியை கேவலப்படுத்தலாமா?''

''மணி! வாயை மூடு!''

''மூடறேன்! இந்த வயசுலேயும் பாழாப்போன செக்ஸ்! ஒவ்வோர் ஆம்பிளையும் தாயை விலக்கி, பொண்டாட்டி பின்னால அலையக் காரணம் செக்ஸ்! மிருகங்கள்!''

அம்மா நெருங்கினாள்.

பளாரென அறைந்தாள் அவனை!

''என்னடா பேசற நீ! யார்கிட்ட பேசற?''

''சீதா! அவன் தோளுக்கு உசந்த பிள்ளை! அவனை பெத்த தாயா நீ இருந்தாலும் கை நீட்டி அடிச்சது அநாகரிகம்.''

''என் பிள்ளை! அவனைக் கொல்லக் கூட எனக்கு உரிமை உண்டு.''

''அதை எங்க பாட்டி அன்னிக்கே செஞ்சிருந்தா, உனக்கு இப்ப அந்த வேலை மிச்சமாயிருக்கும்.''

மணி உள்ளே போனான் வேகமாக.

பத்தே நிமிடங்களில் பெட்டியோடு திரும்பி வந்தான்.

''நான் புறப்படறேன் பாட்டி!''

''எங்கேடா?''

''இனிமே இந்த வீட்ல நான் இருக்கமாட்டேன்! இருந்தா, நான் மானமுள்ள மனுஷன் இல்லை!''

''போயேண்டா! இருந்து நீ சம்பாதிச்சு கொட்டிட்டே! வெளிலே சோத்துக்கு அலைஞ்சா, தன்னாலே வருவே!''

''அப்படி சொல்லாதேடா நாணா! அவன் குழந்தை.''

''இவனா குழந்தை? தத்தாரிக் கழுதை! இவனால என்ன உபயோகம் இந்தாத்துக்கு?''

"ஆஸ்பத்திரிச் செலவை அவன் செய்யலையா?"

"ஆமாம்! அதனால பெரிய மனுஷன் ஆயிட்டானா? போடா! ஏன் நிக்கற?"

"நாணா! நான் சொல்றதைக் கேளு."

"நீ உள்ளே போ! இதுக்கு மேல பேரனுக்கு நீ வக்காலத்து வாங்கினா, நா சும்மா இருக்க மாட்டேன்."

"அப்படியா? அப்ப உன் முடிவு இதுதான்."

"ஆமாம்."

பாட்டி உள்ளே போனாள். ஒரு துணிப் பையுடன் வெளிப்பட்டாள்.

"மணி! உன்னோட நானும் வர்றேன்."

"அம்மா! உனக்குப் பைத்தியமா?"

"இல்லை! இப்பத்தான் தெளிவு வந்திருக்கு நேக்கு! அதுவும் என் பேரனாலே! எங்கே உழைச்சா என்ன? ஒரு பிடி சோறு வேணும்! வாடா மணி! போகலாம்!"

பேரனோடு பாட்டி நடந்து போவதைப் பார்த்து கணவன், மனைவி இருவரும் கதிகலங்கிப் போனார்கள்.

மணியிடம் உற்சாகம் துள்ளியது.

❋❋❋

அத்தியாயம் 6

மணி அந்த ஓட்டலுக்குள் நுழைந்தான். சினிமா டிஸ்கஷனுக்காக அடிக்கடி வரக்கூடிய ஓட்டல். ஒரு நாகரீக மத்தியதர ஓட்டல்.

மொட்டைப் பாட்டியுடன் அவன் வருவதை சற்றே வினோதமாகக் கல்லாவில் பார்த்தார்கள்.

“ஒரு டபுள் ரூம் குடுங்க!”

முன் பணத்தைக் கட்டிவிட்டு, பெட்டியோடு உள்ளே போனார்கள்.

அந்த அறை வசதியாக இருந்தது.

“இதுக்கு என்ன வாடகை மணி?”

“ஒரு நாளைக்கு ஐநூறு ரூபா பாட்டி!”

“அய்யோ! கட்டுப்படியாகுமா கண்ணா?”

“கவலைப்படாதே பாட்டி! டைரக்டர் தந்த பணம் முப்பதாயிரம் கையில் இருக்கு! ஒரு நாளைக்கு ஆயிரம் ரூபா வீதம் பத்து நாள் செலவு பண்ணினாலும் பத்தாயிரம் தான் ஆகும். அதுக்குள்ள வீடு புடிச்சிரலாம்!”

பாட்டி கட்டிலில் உட்கார்ந்தாள்.

“நான் அவசரப்பட்டுட்டேனோ?”

“ஏன் பாட்டி? என் மேலே உனக்கு நம்பிக்கை இல்லையா?”

"அதில்லைடா கண்ணா! கையிலே இருக்கற காசு கரையற வரைக்கும் கவலைப்படாம இருக்கலாம். அதுல கூட ஒரு பிரச்சினை இருக்கு!"

"என்ன பாட்டி?"

"அந்தப் பணத்தைச் செலவழிக்க நமக்கு என்ன உரிமை இருக்கு?"

"ஏன்?"

"அந்த டைரக்டருக்குத் திருப்பிக் குடுக்க வேண்டாமா?"

"எதுக்கு? நீ நடிக்க சம்மதம்னு சொல்லு! இன்னும் கூடுதலா தருவார். பணத்தைத் திருப்ப வேண்டாம்!"

பாட்டி பேசவில்லை!

"பாட்டி! நீ பட்ட அவமானங்கள் கொஞ்சமில்லை! இப்ப உன் மூலமா பல ஆயிரங்கள் சம்பாதிக்க ஒரு சந்தர்ப்பம் வந்திருக்கு. இந்த சவாலை ஏத்துக்கோ பாட்டி!"

"பிராமண குலத்துல பொறந்து, ஆசார அனுஷ்டானங்களோட வாழ்ந்தவள் நான். ஏன் மொட்டையடிச்சு, நார்மடி கட்டினேன்? அப்படி வாழ்ந்த நான், சினிமாலே நடிச்சா எப்படீப்பா?"

"பாட்டி சினிமா கேவலமில்லை! அது ஒரு தொழில்!"

"தெரியும்டா மணி! ஆனா நான் இந்த வேஷத்தோட அதுல வந்தா... எ... எப்படிடா? நம்ம இனமும் மக்களும் காறித் துப்ப மாட்டாளா?"

"பாட்டி! தாத்தாவும் போய் மூணு குழந்தைகளோடு நீ நின்னப்ப, உனக்கு ஒரு வேளை சோறு போட நம்ம இனத்துல யார் பாட்டி முன் வந்தா? உசிர் வாழ ஒரு வழி சொல்லாம, தலைல உள்ள முடியை எடுக்கத்தானே சாஸ்திரம் சொன்னா! மொட்டையடிச்சு, முக்காடு போட்டு விட்டுட்டா முடிஞ்சு போச்சா பாட்டி? சொல்லு!"

"..."

"அப்ப உனக்கு ஆதரவு காட்டாத சமூகம் இப்ப உன்னைப் பழிக்க மட்டும் உரிமை இருக்கா பாட்டி?"

ஆச்சர்யத்துடன் பேரனைப் பார்த்தாள்.

"உன் கோட்பாடுகள் எதையும் நீ விட வேண்டாம். இன்ன ஜாதில பிறந்த காரணமா நீ அதைக் கடைபிடிக்கணும்னு நான் சொல்லலை. பழக்கவழக்கங்கள் இரத்தத்துல ஊறினா, அதை மாத்திக்க வேண்டிய அவசியம் இல்லை!"

"சரி கண்ணா!"

மணியடித்தது. எழுந்து போய் கதவைத் திறந்தான்.

"ரூம் சர்வீஸ் சார். காபி கொண்டு வரட்டுமா?"

"ஒரு காபி கொண்டு வா!"

அவன் போனதும், "பாட்டி! நீ என்ன செய்யப் போறே?"

"என்னோட ஸ்டவ் இல்லை! நீ ஒரு ஸ்டவ்வும், கொஞ்சம் கறிகாய், அரிசி எல்லாம் வாங்கிண்டு வா!"

"இங்கே சமைச்சு சாப்பிடப் போறியா?"

"ஆமாம்!"

"அய்யோ! அதுக்கு விடமாட்டா பாட்டி!"

"இவாளோட சமையல்கட்டு இருக்குமில்லையா?"

"அதுக்கும் விடமாட்டா பாட்டி!"

"ஒண்ணு செய்! பழங்கள் மட்டும் வாங்கிண்டு வா! அதை சாப்பிட்டு சமாளிச்சுக்கறேன்!"

"இதை நீ விடமாட்டியா பாட்டி?"

"இல்லைப்பா! பழகிப் போச்சு. யாரையும் நான் அவமானப்படுத்தலை! என் பழக்கவழக்கம் அம்பது வருஷமா இப்படித்தான்!"

"சரி! நான் இப்ப வந்திடுறேன்!"

அரை மணி நேரத்தில் பழங்கள், ஒரு ஹாட் பிளேட், கொஞ்சம் பால் எல்லாம் வாங்கி வந்தான்.

மின்சாரத்தில் இணைத்தான்.

"பாலைக் காய்ச்சி வச்சிட்டு, பழங்களையும் சாப்பிடு! நான் குளிச்சிட்டு, வெளியே கிளம்பறேன். பத்திரமா இருப்பியோ?"

"நீ பயப்படாதே கண்ணா! இந்தக் கிழவி உனக்கொரு கால்கட்டு!"

"இல்லை பாட்டி! என்னை ஆதரிச்சு தைரியமா காலைத் தூக்கி வெளில வச்சிட்டியே! உன்னை என்னைக்கும் நான் விட்றமாட்டேன்!"

ஒரு மணி நேரத்தில் புறப்பட்டான்.

வெளியிலிருந்து போன் செய்ய, டைரக்டர் அவனுக்காகக் காத்திருப்பது தெரிந்தது.

அங்கே வந்துவிட்டான்.

"மணி! நீ எங்கே போன? உங்க வீட்டுக்கு ஆள் அனுப்பினா, நீ இல்லைன்னு சொல்லிட்டாங்க!"

"நான் வீட்டைவிட்டு வெளில வந்துட்டேன் சார்."

"ஏன்?"

எல்லா விவரங்களையும் மணி சொன்னான்.

"பாவம் பாட்டி! எனக்கு வக்காலத்து வாங்கி துணிஞ்சு வெளிய வந்தாச்சு. பல பிரச்சினைகள் பாட்டிக்கு. எனக்குத்தான் கவலையா இருக்கு!"

"உனக்கு எதுக்கு கவலை? நம்ம ப்ரொடக்ஷன் ஆபீஸ் இல்லையா? வீடா எடுத்துட்டோம், ஒரு ரூமைத்தான் உபயோகப்படுத்தறோம். அங்கே பாட்டியைக் கூட்டிட்டு வந்துரு!"

"சார்!"

"எல்லாம் வாங்கிப் போடறேன். உன் பாட்டியோட தினசரி வாழ்க்கை பாதிக்காது கொஞ்சம் கூட. என்ன சொல்றே?"

"ரொம்ப தேங்க்ஸ் சார்!"

"நன்றியை இப்படி சொல்லாதே!"

"பின்ன எப்படி சார்?"

"பாட்டியை சம்மதிக்க வை!"

"சாதிச்சிரலாம்னு நினைக்கறேன். இனிமே நீங்களும் பாட்டியை அப்ரோச் பண்ணலாம்!"

"பாக்கலாம். நீ உடனடியா ஓட்டல் ரூமை காலி பண்ணி வை! நான் வண்டி அனுப்பறேன்!"

மணி ஓட்டலுக்கு வந்து பாட்டியிடம் விபரம் சொன்னான்.

"அப்படியா?"

"டைரக்டர் எனக்காக என்ன வேணும்னா செய்யக் காத்துக்கிட்டு இருக்கார் பாட்டி!"

"அது உனக்காக இல்லைடா! எனக்காக!"

"ஆமாம் பாட்டி! நீ ஒரு வார்த்தை சம்மதம்னு சொல்லிட்டா, வேலையைத் தொடங்கிடுவார் அவர்!"

"ஒரு மொட்டைப் பாட்டி கதையை சினிமாவாக்க உங்க டைரக்டருக்கு அப்படி என்ன ஆர்வம்? அதுவும் இந்த கம்ப்யூட்டர் யூகத்துல?"

"பாட்டி! பிரமாண்டமா தொழில் நுட்பத்தோட ஒரு சினிமாவை யார் வேணும்னா செய்யலாம். ஆனா மாறுபட்ட கதாபாத்திரங்களை மனுஷ உணர்வுகளோட பின்னி, சமூகரீதியா படம் பண்ண கொஞ்சம் சரக்கு வேணும்!"

"நீ பேசறது எனக்குப் புரியலை! உனக்காவது புரியறதோ?"

"பாட்டி! வர்றியா?"

“புரியாம பேசினா அரசியல்வாதி. புரியாம படம் எடுத்தா தேசிய விருது! ரெண்டும் உனக்கு உண்டு!”

மணி சிரித்தான்.

மாலைக்கு வண்டி வந்து விட்டது.

ஓட்டலைக் காலி செய்து கொண்டு, காரில் ஏறி விட்டார்கள்.

புரொடக்ஷன் ஆபீஸ் என்று டைரக்டர் வைத்திருந்த வீடு, மந்தைவெளியில் இருந்தது.

அது பெரிய வீடு தான். சுற்று மதிலுடன் பார்க்க அழகாகவே இருந்தது.

மணியும், பாட்டியும் அசந்து போனார்கள்.

“பாட்டியம்மா! அந்த அறையிலே மளிகை சாமான், காய்கறிகள் எல்லாம் இருக்கு!”

“ஏது இங்கே சமையல்கட்டு?”

அவன் காண்பிக்க, பாட்டி உள்ளே நுழைந்தாள்.

பாத்திர வகைகள், கேஸ் அடுப்பு, குழாய் என சகலமும் இருந்தது. ஒரு பக்கம் கிரைண்டர், மறுபக்கம் மிக்ஸி, பேக்கிங் எல்லாம் இருந்தன!

“இதெல்லாம் ஏற்கனவே இங்கே உண்டா?”

“இல்லை பாட்டி! மத்தவங்க உபயோகிச்ச பொருளை நீங்க தொட மாட்டீங்கனு தெரியும். டைரக்டர் புதுசா எல்லாம் வாங்கிப் போட்டிருக்கார், உங்களுக்காக!”

பாட்டி மிரண்டு போனாள்.

“மணி சார்! நாங்க வர்றோம். என்ன வேணும்னாலும் டைரக்டர் போன் பண்ணிக்கச் சொன்னார்!”

போய்விட்டார்கள்.

ட்ராயிங் ரூம், படுக்கை அறை பூஜை அறை எல்லாமே அழகாக இருந்தன.

"மணி! இப்ப நேக்கு என்ன தோணறது தெரியுமா?"

"சொல்லு பாட்டி!"

"நோக்கொரு கல்யாணத்தைப் பண்ணி வைக்கணும். புதுக் குடித்தனத்துல எல்லாம் இருக்கு! விளக்கேத்த ஒரு பொண்ணும் இருந்துட்டா போதும்!"

"உன் புத்தி போகாதே!"

"ஏண்டா?"

"உன் பிள்ளைக்கு இப்படித்தான் ஆசை, ஆசையா எங்கம்மாவைக் கொண்டு வந்திருப்பே? என்னாச்சு! நீ வெளில வந்ததுதான் மிச்சம்?"

"அடப்போடா! படைச்ச பகவான், படியளக்காமலா இருப்பான்? இப்படி ஒரு வீடு நமக்கு அமையும்னு நீயோ, நானோ நினைச்சமா?"

"ஆமாம் பாட்டி!"

"நான் குளிச்சிட்டு, விளக்கேத்தணும். அப்புறமா சமைக்கிறேன்! வாசக்கதவைச் சாத்து!"

"சரி பாட்டி!"

பாட்டி குளித்து, ஊதுபத்தி, சாம்பிராணி மணம் கமழ பூஜை செய்தாள் சிரத்தையாக.

மடியுடன் சமைக்கத் தொடங்கினாள்.

முடித்தாள். இரவு எட்டரை மணி!

"மணி சாப்பிட வர்றியா?"

வாசலில் கார் வந்து நின்றது.

"பாட்டி! எங்க டைரக்டர் வர்றார்!"

பாட்டி எழுந்து நின்றாள்.

இளையநிலவு உள்ளே வந்தார்.

"நமஸ்தே பாட்டி!"

அவர் பாட்டியின் காலில் விழுந்து வணங்கினார்.

"அய்யோ! என்ன இது! நீங்க பெரிய மனுஷா!"

"இல்லை பாட்டி! வயசுல பெரியவங்களைக் கும்பிடறது மரியாதை!"

"ஒக்காருங்கோ! எங்க கூட நீங்களும் சாப்பிடலாம்!"

"நிச்சயமா!"

"என் பேரனுக்கு நல்ல ஒரு வாழ்க்கையை நீங்கதான் உண்டாக்கித் தரணும்!"

"கண்டிப்பா! நான் பிரமாதமா பேசப்பட்டா, உங்க பேரனுக்கு அடுத்த ஒரு படத்தைத் தனியா டைரக்ட் பண்ற வாய்ப்பையே தரலாம்னு இருக்கேன். அது உங்க கையிலே இருக்கு."

பாட்டி நன்றாக டைரக்டரைப் பார்த்தாள்.

"சொல்லுங்க பாட்டி! நடிக்கறீங்களா?"

பாட்டி பேசவில்லை.

"இன்னிக்கு முகூர்த்த நாள். உங்க வாய்லேர்ந்து நல்ல பதிலா வரட்டும் பாட்டி!"

பாட்டி பதில் சொல்ல வாயைத் திறந்தாள்.

❋❋❋

அத்தியாயம் 7

டைரக்டர் இளையநிலவுக்கு படபடப்பாகவே இருந்தது. அலமு பாட்டி என்ன சொல்லப் போகிறாளோ என்று இருந்தது.

அவளையே பார்த்தார்.

"நான் நடிக்கறேன்!"

அவருக்கு விசிலடிக்கத் தோன்றியது.

"இதப் பாருங்கோ! நான் விரும்பி வரலை! அதையும் சொல்லிடறேன்! அறுபது கடந்து பிராமண குலத்துல பொறந்து, தலையை மழிச்சுண்டு வாழற நான் சினிமாலே நடிக்க வந்தா, உலகம் என்ன பேசும்னு எனக்குத் தெரியும்!"

டைரக்டர் பேச வாயெடுத்தார்.

"இருங்கோ! நான் பேசிடறேன்! அப்புறம், உங்க அபிப்ராயத்தை நீங்க சொல்லுங்கோ!"

"சரி பாட்டி! பேசுங்க!"

"கொஞ்ச நாளா நான் வாழற ஆத்துல போராட்டம் நடந்துண்டே இருக்கு. எனக்கு பொறந்த முதலே சந்தோஷம் இல்லை! சின்ன வயசுல புருஷனை இழந்து மொட்டை அடிச்சிண்டு, முக்காடு போட்டுண்டு வெளியுலகம் காணாம வாழ்ந்தவள் நான். ஆரம்பத்துல என் மாமனார், மாமியார்கிட்டே அவதிப்பட்டேன். இப்ப வரைக்கும் என் மாட்டுப்பொண்ணு என்னைப் படுத்தி எடுத்தாச்சு. மத்தளத்துக்கு ரெண்டு பக்கமும்

இடி. நேக்கும் தான்! போகட்டும் என் கதை இப்ப ஏன்? ஆனா சமீப காலமா என் பேரன் மணி நியாயம் பேசறதால சொந்த வீட்லேயே ரொம்ப அவமானப்படறான். அவன் தலை நிமிரணும். என்னாலே அது நடக்கும்னா, நான் நடிக்க சம்மதிக்கிறேன்!''

மணி பாட்டியை நெகிழ்ச்சியுடன் பார்த்தான்.

''பிள்ளைக்காக சகல அவமானங்களையும் பொறுத்துண்டு வாழ்ந்தேன். ஆனால் பலனில்லை. என் பிள்ளை என்னைப் புரிஞ்சுக்கலை! ஆனா பேரன் புரிஞ்சிண்டிருக்கான். அதான் அவனோட வீட்டை விட்டு நான் வெளியே வந்துட்டேன்!''

''நல்லது பாட்டி!''

''சினிமாவுக்கு நடிக்க வந்தாலும், எனக்கு சில கொள்கைகள் இருக்கு. அதை நான் கடைபிடிக்கணும்!''

''சொல்லுங்க பாட்டி!''

''நான் வெளியே யார் சமைச்சும் சாப்பிட மாட்டேன். எனக்கு மடி. ஆசாரம் அதிகம்!''

''அதனாலே?''

''ஷூட்டிங் நேரத்துல வெறும் பழங்கள், பால் போதும்!''

''தாங்குமா பாட்டி!''

''ஆத்துல வந்து சமைச்சுக்கறேன்.''

''சரி!''

''அதனால கார்த்தால ஒன்பது மணிலேருந்து சாயங்காலம் ஆறு மணி வரைக்கும்தான் கால்ஷீட் தருவேன். நைட் கால்ஷீட் நடிக்க மாட்டேன்!''

டைரக்டர் மிரண்டு போனார்.

பாட்டிக்கு சினிமா வார்த்தைகள் நன்றாகத் தெரிகிறதே என மணி ஆச்சர்யப்பட்டான்.

“என்கூட நிச்சயமா யாராவது ஒரு பிரபலம் நடிக்கக் கூடும். அவர் வசதிக்குத் தக்க, என் தேதிகளை அட்ஜஸ்ட் பண்ண மாட்டேன். எனக்குன்னு ஒரு கௌரவம் உண்டு!”

“அந்தக் கவலையே வேண்டாம். பாட்டி! எல்லாம் புதுமுகங்கள்தான் என் படத்துல!”

“ரொம்ப நல்லது! அவுட்டோர் உண்டா?”

“நிச்சயமா உண்டு பாட்டி!”

“அங்கே தங்கிக்க எனக்கு வசதி வேணும். நான் பூஜை பண்ணுவேன். அதுக்குத் தக்க வசதிகள் எனக்கு செஞ்சு தரணும்!”

“நிச்சயமா பாட்டி! வேற ஏதாவது நிபந்தனை உண்டா?”

“அவ்ளோதான்! சில கேள்விகள் உண்டு!”

“கேளுங்கோ!”

“பிரமாண்டமா விதம் விதமா சினிமா எடுக்கறா இந்தக் காலத்துல. அப்படியிருக்க ஒரு மொட்டைப் பாட்டியை வச்சு சினிமா பண்ற தைரியம் எப்படி உங்களுக்கு வந்தது?”

மணி ஆச்சர்யத்துடன் பாட்டியைப் பார்த்தான்.

டைரக்டர் மெல்லச் சிரித்தார்.

“அதான் பாட்டி இளையநிலவு! வித்யாசமா ஏதாவது செய்யணும்னு துடிக்கறவன்! இதுவரைக்கும் அந்த தாகம் எனக்குத் தோல்வியைத் தரலை! இப்ப இந்த முயற்சி!”

“நீங்க அமோகமா ஜெயிக்கணும். இன்னொரு சந்தேகம்!”

“கேளுங்க!”

“சமையல் கட்டை விட்டு வெளில வராத ஒரு மொட்டைப் பாட்டி நான். எனக்கு நடிப்புனா என்ன தெரியும்? இத்தனை செலவு பண்ணி, என் ஒருத்தியை நம்பி இறங்கலாமா?”

“நிச்சயமா! உங்களை நடிக்க வைக்க முடியும்னு எனக்கு அழுத்தமா நம்பிக்கை இருக்கு.”

"அப்படியா?"

"உங்களுக்கு அடிப்படை புத்திசாலித்தனம் நிறைய இருக்கு. நான் சொல்லித்தர்றதை மனசுல இருத்திக்கிட்டு, அப்படியே நீங்க காமிரா முன்னால பிரதிபலிச்சா போதும்! நிச்சயமா அது உங்களாலே முடியும்!"

"கவலையா இருக்கு! என்னை நம்பின நீங்கள்லாம் ஜெயிக்கணும்! பகவான் என்னோட இருக்கணும்!"

"அப்படீன்னா ஆரம்பிச்சுக்கலாமா பாட்டி?"

"நிச்சயமா!"

"நாளைக்கு ஒரு வீடியோ டெஸ்ட் பாத்துக்கறேன். ஸ்டில் போட்டோக்காரரர் வருவார். உங்களை நிறைய ஸ்நாப்ஸ் எடுக்கணும். விளம்பரத்துக்கு வேணுமே!"

"சரிப்பா!"

"முதல்ல ஒரு ஷெட்யூல் இங்கே இன்டோர்லதான். அடுத்த ஷூட்டிங் அவுட்டோர். ரெண்டு ஷெட்யூல்லே படத்தை முடிக்கறோம்!"

"எப்ப வெளியாகும் படம்?"

"இன்னும் பதினைஞ்சு நாள்லே தொடங்கினா, அதிகபட்சம் ஆறு மாசத்துல ரிலீஸ் ஆயிடும்!"

".....!"

உங்க வசதிகள் குறையாம அதிருப்தி எதுவும் ஏற்படாம நான் பாத்துக்கறேன்!"

"ஒரு கேள்வி கூட பாக்கி இருக்கு!"

"என்ன?"

"நான் தான் இதுல முக்கிய வேஷமா?"

"நிச்சயமா கதையோட மேஜர் ரோல் நீங்கதான். உங்க மேல தான் கதையே போகும்!"

"கதை என்னான்னு சொல்லலியே!"

"சொல்றேன்! வேற ஏற்பாடுகளை செஞ்சிட்டு வந்து உட்கார்றேன். உங்களுக்கு முழுக் கதையும் சொல்றேன். நான் இதுவரைக்கும் என் ஆர்ட்டிஸ்ட்களுக்கு கதையே சொன்னதில்லை! யாரும் எங்கிட்ட கேட்டதும் இல்லை! ஆனா உங்களுக்குச் சொல்றேன் கண்டிப்பா!"

"சந்தோஷம்!"

"நான் வர்றேன் பாட்டி!"

டைரக்டருடன் வெளியே ஓடி வந்தான் மணி.

"உங்க பாட்டி புத்திசாலி மணி! துருவித் துருவி கேக்கறாங்க! தெரிஞ்சுக்கற ஆர்வம் நிறைய இருக்கு! அது தான் சினிமாவுக்கு ரொம்ப முக்கியம்! இவங்களை வச்சு வெற்றி அடையலாம்னு எனக்கு நம்பிக்கை வந்தாச்சு!"

"தேங்க்யு ஸார்!"

"ஸ்கிரிப்ட் கிட்டத்தட்ட ரெடி! பாட்டி கூடவே இருக்கறதாலே எனக்குக் கவலையில்லை!"

"சரி சார்!"

"நான் நாளைக்கு வர்றேன் மணி!"

அவர் போய் விட்டார்.

மணி உள்ளே வந்தான்.

"டைரக்டர் சந்தோஷமா இருக்கார் பாட்டி!"

"அப்படியா?"

"ஆமாம்! உன்னை ரொம்பப் பிடிச்சிருக்கு. அவருக்கு உன்னை நடிக்க வச்சிரலாம்னு நம்பிக்கை இருக்கு!"

பாட்டி சிரித்தாள்.

"என்ன நீ, நடிக்க வர்றதுக்குள்ளே நிபந்தனைக்கு மேல் நிபந்தனை! பயங்கர 'பந்தா' பாட்டியா இருக்கியே!"

"இது பந்தா இல்லைடா கண்ணா! நம்ம நிலைமையை எடுத்துச் சொல்லிடணும். அவா பணம் தர்றா. நடிச்சுக் குடுக்கப் போறேன். இது வியாபாரக் கலை! ஒரு புது முயற்சி. வெற்றி அடையத்தான் உன்னோட டைரக்டர் பாடுபடறார். நான் நல்லபடியா நடிச்சாத்தான் இந்த வெற்றி நிச்சயம். நானும் இந்த வயசுல அதுவும் மொட்டைப் பாட்டியான நான் ஏன் நடிக்க வந்திருக்கேன்? உனக்காக! அப்படி இருக்க, வாழ்க்கையிலே இத்தனை நாள் கடைப்பிடிச்சிண்டு வந்த கொள்கைகளை, அன்றாடப் பழக்கங்களை சினிமாக்காரனுக்காக தாரை வார்க்க முடியுமா? சொல்லு பார்க்கலாம்!"

"நீ கொள்கை பாட்டி தான்!"

"நான் வருஷத்துக்கு நாலு படம் நடிக்கவா வந்திருக்கேன்? எல்லாரும் மொட்டைப் பாட்டியை வச்சு எடுத்தா, மொட்டை அடிச்சிண்டு போக வேண்டியது தான். இது ஒரு படம் தான் நான் நடிக்கப் போறேன். இதன் மூலம் உனக்கொரு நல்ல ஆரம்பம் கிடைக்கணும்! அது கிடைச்சிட்டா எனக்கு போதும். சினிமால வந்துட்டதால நீ உருப்படப் போறதில்லைனு முடிவு கட்டின உன் அப்பா, அம்மாவுக்கு ஒரு பாடம் புகட்டணும்!"

மணி நெகிழ்ந்து விட்டான்.

"பாட்டி! என்னை முழுமையா புரிஞ்சிண்டவ நீதான்!"

"உங்கம்மா எப்பவுமே பொண்ணுகளைத்தான் தாங்குவா! உங்கப்பா ஓர் ஆம்பளையே இல்லையே!"

"பாட்டி, நாங்கள்லாம் எப்படி பொறந்தோம்?"

"படவா? கிண்டலா? இருக்க வேண்டியது இருந்துட்டா, ஆம்பளை தான் எல்லாரும். அதுக்காக மனசுல வேணும்டா புருஷத்தனம்! விளக்கை அணைச்சிட்டு வித்தை காட்டறவன் எல்லாம் புருஷனோட சேர்த்தி இல்லை!"

"சபாஷ் பாட்டி! வசனம் எழுதக் கூட வரலாம் நீ!"

"போடா அசடு! சரிசரி! நான் குளிச்சிட்டு பூஜை தொடங்கணும். உன்கிட்ட பேச நாழியில்லை நேக்கு!"

பாட்டி செயல்படத் தொடங்கி விட்டாள். மணிக்கு சந்தோஷமாக இருந்தது.

இதை அவன் எதிர்பார்க்கவில்லை! தன் பாட்டி நடிக்க வருவாள் என்று கனவில் கூட அவன் கருதவில்லை!

'பாட்டி இளம் பெண்ணல்ல!'

'எல்லாம் துறந்து வாழ்வின் இறுதிக் கட்டத்தில் இருப்பவள்!'

'அதனாலே பாட்டிக்கு வேறு எந்த வித இழப்பும் சினிமாவில் வராது! அது நிச்சயம்!'

'அதனால் விமர்சனம் கிளம்பும். சர்ச்சைகள் உருவாகும். ஒரு மொட்டைப் பாட்டி நிஜமான மொட்டைப் பாட்டி சினிமாவில் பிரதான வேஷம் என்று நடிக்க வருவது சமூகத்தில் பெரிய புயலை உருவாக்கும்.'

'பாட்டி அதை எப்படி சமாளிக்கப் போகிறாள்?'

'நான் பக்கத்தில் தானே இருக்கப் போகிறேன்!'

மறுநாள் காலை யூனிட் வண்டி வந்து இறங்கியது. மேக்கப்மேன், லைட்ஸ், காமிரா என யூனிட் உள்ளே நுழைந்து விட்டது. ஆர்ட் அசிஸ்டென்டுகள் பரபரப்பாக செயல்படத் தொடங்கி விட்டார்கள்.

மேக்கப்மேன் வந்தார்.

"பாட்டியம்மா! வாங்க மேக்கப் போட்டுக்கலாம்!"

"இப்படியே இயல்பா விடேன்டா! எனக்கெதுக்கு மேக்கப்?"

"இல்லை! கொஞ்சம் போடணும்! அப்பத்தான் ஸ்கிரீன்லே எடுப்பா இருக்கும்!"

அலமுப்பாட்டி வந்து உட்கார்ந்து கொண்டாள்.

நல்ல நிறம் - ரெட்டை நாடி உடம்பு! ரவிக்கை போடா விட்டாலும் உடலைச் சுற்றிய நாட்டுப்புறச் சேலை!

"கழுத்துல எல்லாம் பான்கேக் பூசணும்! முந்தானையை எடுங்க!"

"வேண்டாம்! நான் ரவிக்கை போடலை!"

"பரவாயில்லை பாட்டிம்மா! வயசாச்சே! உங்களை நான் என்ன பண்ணப்போறேன்?"

அவனே சுவாதீனமாக முந்தானையில் கை வைக்க, அடுத்த நொடியே

பாட்டி பளாரென அவனை அறைந்தாள்.

❋❋❋

அத்தியாயம் 8

அந்த அளவு பலமாக, மிக பலமாக விழ மேக்கப்மேன் தள்ளாடி ஏறத்தாழ தூரப் போய் ஒரு மேஜையைப் பிடித்துக் கொண்டான்.

அப்படியே நின்று விட்டான்.

அவன் சமீபகாலத்தில் சினிமாவில் பிரபலமான ஒரு மேக்கப்மேன்! இதே டைரக்டர் படத்தில் மாநில விருது பெற்றவன்.

அவன் முகம் ஆத்திரம், அவமானத்தால் சிவந்து விட்டது.

வாசலில் கார் வந்து நின்றது.

அவன் வேகமாக ஓடினான். டைரக்டர் இறங்கினார். அவன் அடி வாங்கியதால் யூனிட் மொத்தமும் ஸ்தம்பித்திருந்தது.

மணி கவலையின் உச்சத்தில் இருந்தான்.

"என்ன சந்துரு?"

"அந்த மொட்டைச்சிக்கு மேக்கப் போட நான் போனப்ப, என்னை அவ அடிச்சிட்டா!"

"சந்துரு! வார்த்தைல கண்ணியம் இருக்கட்டும். யார் மூலமாவது பாட்டி காதுல விழ வேண்டாம்!"

"விழட்டுமே சார்! இவ இல்லைன்னா, ஊர்ல மொட்டைப் பாட்டிகளே கிடைக்காதா நமக்கு?"

"ஷ்! பேசாம இரு!" நேராக வந்தார் டைரக்டர்.

"வணக்கம் பாட்டிம்மா!"

"வணக்கம்!"

"என்ன பிரச்சினை?"

"ஏதோ ஒரு மேக்கப் சாதனமாம். கழுத்துல பூசணுமாம். முந்தானையை எடுன்னான். நான் ரவிக்கை போடலை! அதனாலே முடியாதுன்னேன். அவனே முந்தானைல கை வச்சிட்டான். அறைந்தேன்!"

"நீ என்ன பருவக் குமரியா? உன் மேல் ஆசைப்பட்டா, முந்தானைலே கை வைச்சேன்? மேக்கப் போடறது என் தொழில்! அதைச் செய்ய வந்தேன்!"

"டைரக்டர்! இது பத்து பேர் இருக்கற இடம். அவனைக் கொஞ்சம் கண்யமா பேசச் சொல்லுங்கோ! நான் ஒருத்தி தான் இந்த இடத்துல பொம்மனாட்டி!"

"இதப்பாரு பாட்டியம்மா! சினிமாவில் நடிக்க வந்தாச்சு! வெக்கப்பட்டா முடியுமா? எல்லாத்தையும் மூட்டை கட்டி வச்சிட்டு, மரக்கட்டையா ஒரு பொம்பளை வந்தாத்தான் தேற முடியும் சினிமாலே!"

கேமராமேன் வக்காலத்து!

பாட்டி டைரக்டரைப் பார்த்தார்.

"கொஞ்சம் தனியா வர முடியுமா!"

அவர் பாட்டியுடன் நடந்தார்.

"என்னை மன்னிச்சிடுங்கோ! நான் நடிக்க வரலை! கண்யம் இல்லாதவா இருக்கற இடத்துல வாழ எனக்கு பிடிக்கலை! எனக்கும் சினிமா உலகம் பற்றித் தெரியும். அதுல உள்ள நெளிவு சுளிவுகள் புரியும். எனக்கு வயசு அறுபத்தெட்டு! நான் கிழவிதான்! ஒப்புக்கறேன். ஆனாலும் பொம்மனாட்டி பொம்மனாட்டி தான்! அது இல்லைன்னு போகாது! மேக்கப்

போடணும்னு இவன்கிட்ட என் உடம்பை திறந்து காட்ட முடியுமா நான்? அப்படி சினிமா எனக்கு அவசியமில்லை?''

''ஸாரி பாட்டி! நான் வர்றதுக்குள்ளே இத்தனை ரசாபாசம் நடக்கும்னு நானே எதிர்பாக்கலை! அவங்க எல்லார் சார்பிலேயும் நான் உங்ககிட்ட மன்னிப்பு கேட்டுக்கறேன். மணி... இங்கே வா!''

குரல் கொடுத்தார்.

மணி ஓடி வந்தான்.

''நீ ஏன் பேசாம இருந்தே?''

''நான் என்ன சார் செய்ய முடியும்?''

''நீ என் அசோசியேட்! எனக்கு அடுத்த ஸ்தானம் இங்கே நீ தான். மறந்துட்டியா?''

''மறக்கலை சார்! அவர் பிரபல மேக்கப்மேன்! நாளைக்கு நான் பேசி, உங்களுக்கே அது பிடிக்காம போச்சதுனா?''

''அவன் பிரபலமானதே என்னால! இவன் என்ன ஹாலிவுட் மேக்கப்மேன்னா? அலட்டல் பார்ட்டி. அவன் வேண்டாம் நம்ம படத்துக்கு! பிருந்தாவை கொண்டு வா! ஒரு பெண் ஒப்பனையாளர் பாட்டிக்கும் சங்கடம் இல்லை!''

''சரி சார்!''

''அப்புறம் கேமராமேனும் கொஞ்சம் துள்ளறார். எனக்கும் அவருக்கும் அடிக்கடி மோதல் வருது! ஆளை மாத்தணும்!''

''யாரை சார் பிக்ஸ் பண்றது?''

''சொல்றேன். இன்னிக்கு இவர் செய்யட்டும். பாட்டி பளிச்னுதான் இருக்காங்க! வீடியோ டெஸ்ட்டுக்கு மேக்கப் வேண்டாம்!''

''சரி சார்!''

''ஸாரி பாட்டிம்மா! நான் உங்ககிட்ட மறுபடியும் மன்னிப்புக் கேட்டுக்கறேன்!''

“சேச்சே! நீங்க பெரிய டைரக்டர்! அதெல்லாம் வேண்டாம்!” டைரக்டர் வெளியே வந்தார். மேக்கப்மேன் அருகில் வந்தான்.

“வீடியோ டெஸ்ட்டுக்கு மேக்கப் வேண்டாம். நீ புறப்படு!”

“சார்! என்னை அடிச்சதுக்கு அந்தப் பாட்டி எங்கிட்ட மன்னிப்பு கேக்கணும்!”

“எதுக்கு? நீ பேசினது, செஞ்சது எதுவுமே தப்பில்லையா? நீ பாட்டிகிட்ட மன்னிப்பு கேளு!”

“என்னா சார் பேசறீங்க? நான் சினிமாமல பெரிய ஆள்!”

“எங்கிட்ட கை நீட்டிப் பேசறியா? 24 மணி நேரத்துல உன்னை இல்லாம பண்ணட்டுமா இண்டஸ்ட்ரீல?”

“சங்கம் மூலமா நடவடிக்கை எடுப்பேன்!”

“முடிஞ்சா செய்! போ... போ!”

அவன் சற்று தள்ளிப் போய் ஒரு பிரபலமான மெட்ராஸ் கெட்ட வார்த்தையைச் சொல்லிட்டு வெளியேறினான்.

ஒளிப்பதிவாளர் வந்தார்.

“சார்! அவரை நீங்க விரட்டியிருக்க வேண்டாம்!”

“ஏன்?”

“சினிமால தொடர் வெற்றியை ஒரு டைரக்டர் அடையறார்னா, அதுக்கு யூனிட்டும் ஒரு காரணம்!”

“ஒப்புக்கறேன் சார். ஆனா, யாரு மேக்கப் போட்டாலும் என் படம் ஓடும். இப்ப நீங்க கேமராமேன் பண்ணலைன்னா நான் படமெடுக்காம போயிருவேனா? இல்லை, என் டைரக்ஷன் இல்லைன்னா, உங்களுக்குத் தான் படம் கிடைக்காதா? யாரும் யாரையும் நம்பி இல்லை சார். எதிலும் ஒரு கண்ணியம் வேணும். இந்தக் காரெக்டருக்கு அந்தப் பாட்டியம்மா பிரமாதமா பொருந்திட்டாங்க. அவங்களை கன்வின்ஸ் பண்ண நான் பட்டபாடு எனக்குத்தான் தெரியும். அதனால

அவங்க இந்தப் படத்துக்கு முக்கியம். அது புடிக்காதவங்க யாரா இருந்தாலும் ஒதுங்கிக்கலாம்!''

கேமராமேன் சடாரென வெளிப்பட்டார்.

''சார்! நீங்க என்னையும் அவமானப்படுத்தறீங்க!''

''நிச்சயமா இல்லை! அந்த மேக்கப்மேன் ஒரு பொறுக்கி, ஒப்பனை மட்டும் அவன் தொழில் இல்லை! 'மாமா' வேலை பாக்கறான். வெள்ளையும், சள்ளையுமா இருந்தா, பாட்டியம்மா மேல கூட கை போடுவான். அவனை இந்தம்மா அடிச்சது ரொம்ப நியாயம்! நீங்க அவனுக்கு வக்காலத்து வாங்கறது தப்பு!''

''விடுங்க! தொடர் வெற்றிக்கு நம்ம ரெண்டு பேரோட இணைப்பு தான் காரணம்! அதை நீங்க மறக்கக் கூடாது!''

''அப்படீன்னா? சரி ஒண்ணு செய்வோம். இந்தப் படத்துல நம்ம ஜோடி பிரியட்டும். ஜஸ்ட், ஒரு சேஞ்சுக்குத் தான். மறுபடியும் அடுத்த படத்துல சேருவோம். ஓக்கே! நீங்க புறப்படுங்க!''

காமிராமேன் இதை சற்றும் எதிர்பார்க்கவில்லை.

''டைரக்டர் சார்! ஒரு பாட்டிக்காக நீங்க இந்த அளவு சண்டை போடணுமா?''

''இது சண்டை இல்லை! தன்னம்பிக்கை! நான் எப்பவுமே என் ஸ்கிரிப்ட், டைரக்ஷனையே நம்பறவன்! அது ஜெயிச்சாலும், தோத்தாலும பேரு எனக்குத்தான். ஒரு யூனிட்டு முக்கியம் தான். ஆனா, கலைய நேர்ந்தா, அடுத்த யூனிட்டை உருவாக்கிக்கலாம். டைரக்டர் தான் யூனிட்டை உருவாக்கறான். ஒரு யூனிட் டைரக்டரை நிச்சயமா உருவாக்க முடியாது!''

அவன் சடாரென வெளியேற,

மணி அருகில் வந்தான்.

"சார்! இப்ப எப்படி...?"

"என்னடா எப்படி? நான் எல்லா ஏரியாக்களிலும் வேலை பார்த்துத்தான் இன்னைக்கு டைரக்டர் ஆகியிருக்கேன்! இப்ப இந்த வீடியோ டெஸ்ட்டுக்கு நான் தான் கேமிராமேன்! வா ராஜா! வேலைய ஆரம்பிக்கலாம்!"

லைட்டிங் முடிந்து விட,

"பாட்டிம்மா தயாரா?"

"நான் ரெடி!"

பாட்டியை நிற்க வைத்து முதலில் சாதாரண க்ளோசப்புகள் எடுத்துக் கொண்டார்.

அதன் பிறகு,

"நான் கேக்கற ரியாக்ஷன்களை தர முடியுமா?"

"கேளுங்கோ!"

"லேசா அழுங்கோ பாக்கலாம்!"

பாட்டி உடனே அழுதாள்.

"பாட்டி குட்... ஒரு மானிட்டர் பாத்துக்கலாம். அப்புறம் டேக் போகலாம். ஸ்டார்ட் காமிரா!"

காமிரா உதவியாளன் இயக்கத் தொடங்கினான்.

"ரோலிங் ஸார்!"

"ஆக்ஷன்!"

பாட்டி அழத் தொடங்கினாள்.

"குட்! டேக் போகலாம்!"

அடுத்தடுத்து கொஞ்சம் சிரிப்பு, கோபம், வெறுப்பு, ஆவேசம், கவலை என மாறி மாறி ரியாக்ஷன் கேட்டு வாங்கத் தொடங்க ஸ்விட்ச் போட்டதைப் போல பாட்டி தந்து கொண்டே இருந்தாள்.

டைரக்டர் அசந்து போனார்.

ஒரு நீளமான வசனம் தந்தார்.

"உங்களாலே மனப்பாடம் பண்ண முடியலைன்னா, மணி ப்ராம்ட் பண்ணுவான்! ஒரு மானிட்டர் போயிட்டம்னா புரிஞ்சிடும் உங்களுக்கு!"

மணி வசனத்தை ஏற்ற இறக்கத்துடன் சொல்ல,

"ப்ராம்டிங் வேண்டாம்! நான் மனப்பாடம் பண்ணியே சொல்றேன். வசனத்துல மனசு போயிட்டா, ரியாக்ஷன் அடிபடும்!"

பாட்டி ரெண்டு முறை தான் கேட்டாள்.

"ரெடி சார்!"

அந்த நீளமான வசனத்தை ஏற்ற இறக்கங்களுடன் ரியாக்ஷன் கலந்து அழகாக உச்சரித்தாள்.

"கட் இட்!"

"போட்டுப் பாக்கணுமா சார்?" மணி கேட்டான்.

"பாத்துடலாமே!"

ரீவைண்ட் செய்து போட்டார்கள்.

பாட்டியின் ரியாக்ஷனை, நடிப்பை, வசனத்தை, பாட்டியே ரசித்தாள்.

க்ளோசப்பில் பாட்டி அபாரமாக இருந்தாள்.

இன்னும் ஒரு மணி நேரம் வேலை தொடர்ந்தது.

"பேக்கம்!"

டைரக்டர் பாட்டியிடம் வந்தார்.

சட்டென பாட்டியின் இரு கைகளையும் சேர்த்துப் பிடித்துத் தன் கண்களில் ஒற்றிக் கொண்டார்.

"நான் இந்த அளவுக்கு உங்ககிட்ட எதிர்பாக்கலை! அசந்து போய் நிக்கறேன். இதுக்கு முன்னால தொடர்ந்து நடிச்சுட்டு

வர்ற ஓர் அனுபவம் மிக்க நடிகையோட ஸ்ட்ரோக்குகள் அனாயாசமா வருது உங்களுக்கு! பிரமாதம்! நான் ரொம்ப திருப்தியா இருக்கேன். உங்களை வச்சிட்டு நான் கஷ்டப்பட வேண்டாம். உங்க நடிப்புக்கு தகுந்த தீனி போடணுமேன்னு இப்ப நான் கவலைப்படறேன்!''

பாட்டி சிரித்தாள்.

''எப்படி... எப்படி உங்களாலே இத்தனை பிரமாதமா ரியாக்ஷன் தர முடியுது!''

''காரணம் அனுபவம்!''

''புரியலை!''

''குடும்பத்துல பத்து வயசுலேருந்தே அடிபட்டவள் நான். எல்லாம் பார்த்தாச்சு! அதையெல்லாம் மனசுல நெனச்சிண்டா, தன்னால வர்றது பாவங்கள்!''

''ஆச்சர்யம்!''

அவர் புறப்பட்டார்.

மணியைக் கட்டித் தழுவிக் கொண்டார்.

''மணி! இந்தப் படம் நிச்சயம் ஜெயிக்கும்! இதோட வெற்றிக்கு விதை போட்டவன் நீ! அதை நான் மறக்கவே மாட்டேன்!''

மணி நெகிழ்ந்து நின்றான்.

❋❋❋

அத்தியாயம் 9

அந்தப் பிரபல நாளிதழின் கடைசிப் பக்கத்தில் வண்ணத்தில் முழுப் பக்க விளம்பரம்!

புதுமை இயக்குநர் இளையநிலவு படைக்கும் மற்றொரு புரட்சிப் படைப்பு முற்றிலும் புது முகங்களை வைத்து இயக்கும் காதல் பாட்டி!

அலமுப் பாட்டியின் முழு உருவ வண்ணப்படம்.

நார்மடி, மொட்டைத் தலையில் முட்டாக்கு... லேசான புன்னகையுடன் கூடிய தோற்றம்!

நாணா அதைப் பார்த்துவிட்டு, "சீதா" என்று அலற, சீதா மாமி ஓடி வந்தாள்.

"பார்த்தியாடி இதை?"

"நேக்கு பேப்பர் பார்க்க நேரமில்லை! உங்கம்மாவும் காலை வீசி இந்தாத்தை விட்டு இறங்கிப் போன பின்னாலே, மூச்சு விட நாழியில்லை! நேக்கு பிராணன் போறது!"

"அம்மாவைப் பத்தின சேதி தாண்டி!"

"பேப்பர்ல வந்திருக்கா? போயிட்டாரா? இப்ப செலவுக்கு என்ன பண்ணுவோம்?"

"சீதா! நீ நிறுத்த மாட்டியா?"

சீதா வந்து அவரிடமிருந்து பத்திரிகையை அலட்சியமாக வாங்கிக் கொண்டாள்.

"உங்கம்மா என்ன முன்னாள் மந்திரியா? அமலாக்கப் பிரிவு அவரைப் பிடிச்ச மாதிரி அவர் செய்தி வர."

பார்த்தவள் துள்ளி விட்டாள்.

"அவர் மாதிரியே இருக்கே!"

"மாதிரியில்லை! அம்மாவே தாண்டி!"

சீதா அவரது கண்ணாடியைப் பறித்து அவசரமாகத் தான் அணிந்து கொண்டாள்.

"என்னது இது? ரெண்டு படம் போட்டிருக்கா? உங்கம்மா டபுள் ஆக்ட் பண்றாளா?"

"என் கண்ணாடி அப்படித்தாண்டி காட்டும்!"

அதைக் கழட்டிவிட்டு, கண்களை சுருக்கிக் கொண்டு பார்த்தாள்.

"காதல் பாட்டியா? இதென்ன அனாச்சாரம்? உங்கம்மா சினிமாலே நடிக்கிறாளா?"

"அம்மாவுக்கு நடிக்கத் தெரியுமா?"

"அந்தக் கவலையை டைரக்டர் படட்டும். இப்ப அதுவா பிரச்சினை? பிராமணக் குடும்பத்துல ஆசார அனுஷ்டாங்களோட வாழ்ந்துட்டு, அறுபத்தி எட்டு வயதுல இந்த மொட்டைப் பாட்டிக்கு சினிமா ஆசை ஏன்?"

"என்னைக் கேட்டா?"

"உங்களுக்குத் துப்பில்லை! ஒவ்வோர் ஆத்துல பிள்ளைகளைக் கண்டா, அம்மாக்கள் நடுங்கறா!"

"இந்தாத்துல ஒன்னப் பார்த்து நான் நடுங்கறது போதாதா? யாராவது ஒருத்தர் நடுங்கணும்! அது யாரைப் பார்த்து நடுங்கினா என்ன?"

"ஏன்? உனக்கென்ன?"

"எதிராத்து ஹேமா ஒரு சினிமா விடமாட்டா. சினிமாச் செய்திகளையும் படிக்காம விடமாட்டா. அவ வந்து கேட்டா, நான் மூஞ்சியைக் கொண்டு போய் எங்கே வெச்சுப்பேன்?"

"இரு யோசிச்சுச் சொல்றேன்!"

"நான் பெத்த பீடை ஒண்ணு இருக்கே மணி! அது தான் இந்தக் கூத்தை அடிச்சிருக்கு!"

"அம்மா எப்படி நடிக்கறான்னு ஒரு நாள் ஷீட்டிங் போய்ப் பார்க்கணும்..." அப்பா வழிய,

"பிரமாதம்! புத்தி போறதே! இதப் பாருங்க! இது நம்ம கௌரவப் பிரச்சினை! உங்கம்மா நடிச்சு படம் ரிலிஸ் ஆயிட்டா, நீங்களும நானும் நாக்கைப் புடுங்கிண்டு சாக வேண்டி வரும்."

"ஏன் அவ நடிச்சா, நீ நாக்கைப் புடுங்கிப்பானேன்?"

"குறுக்கே பேசாதீங்கோ! என்னைப் பேச விடுங்கோ!"

"சரி சொல்லு!"

"உங்கம்மா அநேகமா மணியோடதான் இருப்பா! அவரைத் தேடிப் புடிச்சு நடிக்க விடாதீங்கோ!"

"இந்தாத்துல இருந்தா, கண்டிஷன் போடலாம். ஆத்தை விட்டு வெளியே அனுப்பியாச்சு!"

"அதனால நீங்க பிள்ளை இல்லைன்னு ஆயிடுமோ? போங்கோ, அவரைக் கையோட கூட்டிண்டு வந்துடுங்கோ!"

"எனக்குப் புரியறது!"

"உன்னால் ஆத்து வேலைகளைச் செய்ய முடியலை! எந்த நேரமும் மூக்கு முட்டச் சாப்பிட்டுட்டு, அக்கம் பக்கத்துல அம்மாவைக் குத்தம் சொல்லிண்டு அலைவே நீ! இப்ப இடுப்பு விட்டுப் போறது! அதனாலே தான் அம்மாவை அழைச்சிண்டு வரச் சொல்றே!"

"போதும்! உங்க பேச்சை கேக்கப் பிடிக்கலை நேக்கு!"

"பேசலை!"

"போங்கோ! போய் அவரைக் கூட்டிண்டு வந்துடுங்கோ! அவமானம் உங்களுக்குத்தான். இன்னார் பிள்ளைன்னு உங்களைத்தான் விரல் நீட்டி நீட்டிப் பேசுவா!"

கதவு தட்டப்பட்டது.

சீதா போய் திறக்க,

எதிர் வீட்டு ஹேமா உள்ளே நுழைந்தாள்.

"சீதா மாமி... பார்த்தேளா பேப்பரை?"

"ம்... ம்!"

"அட்டகாசம்! நார்மடியும், சிரிப்புமா கலக்கறா பாட்டி! அதுவும் இளையநிலவு டைரக்ஷன்ல நடிக்கறதுன்னா சும்மாவா? சில்வர் ஜீப்ளி டைரக்டர் ஆச்சே!"

சீதாவுக்கு அவமானம் பிடுங்கித் தின்றது.

"நிச்சயம் பெரிய ஹிட் ஆகும் இவர் படம். இதுவரைக்கும தமிழ்ல மொட்டைப் பாட்டியை மெயினா வச்சு யாரும் படம் பண்ணினதில்லை! ஓர் ஒரிஜினல் மொட்டைப் பாட்டி ஹீரோயினா பண்றாள்னா, நிச்சயம் படம் கலக்கும்!"

"போதும் ஹேமா! நேக்குப் பிடிக்கலை!"

"உங்களுக்கு எல்லாம் தெரிஞ்சிருக்கு. தெரியாத மாதிரி நடிக்கறேள்!"

"இல்லைடி! உன்னை மாதிரி இன்னிக்கு பேப்பர் பார்த்துத்தான் தெரிஞ்சிண்டேன் நானும்! பிராமண சமூகத்துக்கே எங்க மாமியார் ஓர் அவமானச் சின்னம்! அவரை நடிக்க விட மாட்டோம் நாங்க!"

"ஏன்?"

"எங்களுக்கும் மதிப்பும், மரியாதையும் இருக்கே! வெளியே நடமாட வேண்டாமா நாங்க?"

"பாட்டி நடிச்சதாலே என்ன கெட்டுப் போச்சு? நிறையப் பணம் கிடைக்கும். உங்க குடும்பமே பாப்புலர் ஆகும். நீங்க கார், பங்களான்னு எந்த ஜென்மத்துல பாக்கப் போறேள்?"

"அம்மாவுக்கு ஆயுள் எழுபத்திரெண்டுன்னு ஜோசியன் சொன்னான். அதுவும் பாலக்காட்டு ஜோசியன். அந்தக்

கணக்கு பிரகாரம் பார்த்தாலும் இப்ப அறுபத்தி எட்டு. நாலு வருஷம்தான் அம்மா நடிக்க முடியும். நாலு வருஷத்துல எத்தனை படம் தான் பண்ணுவா?"

நாணா கவலைப்பட,

"போதுமே! நேக்குப் பத்திண்டு வர்றது!"

ஹேமா வாயை மூடிக் கொண்டு சிரித்தாள்.

"நான் வர்றேன் மாமி."

"அவள் வெளியேற, பார்த்தேளா அவளை? எத்தனை எளக்காரம் அந்தப் பேச்சுல! இனிமே அவ என்னைப் பாக்கற பார்வையே படு கேவலமா இருக்கும். இப்படிப் பண்ணிட்டாளே உங்கம்மா!"

"சரிடி! புலம்பாதே! சாயங்காலம் நான் போய்ப் பாக்கறேன்!"

"ஏன்? இப்ப என்ன வெட்டி முறிக்கிறேள்? இன்னிக்கு ஞாயிற்றுக்கிழமை தானே?"

அவர் புலம்பிக் கொண்டே எழுந்தார்

"போறேன்! நீ சொன்னா, உடனே கேக்கணுமே! சம்பளத்தை அப்படியே தரணும்! ஒரு ரூபாய் குறைஞ்சா உனக்குக் கணக்குச் சொல்லணும்! அம்மா சம்பாதிக்கத் தொடங்கினா நல்லதுதான். செலவுக்கு பணம் கேக்கலாம்!"

"என்ன முணகறேள்?"

"இடுப்பு வலி எனக்கு. அதான் முணகறேன்! போடீ!"

அவர் புறப்பட்டுப் போனார்.

"அம்மா! பேப்பர் பார்த்தியா?"

"அதைப் பார்த்துட்டுத்தான் நான் ஓடி வர்றேன்!"

"இப்ப நீ ஓடி வருவானேன்?"

"என்னம்மா இத்தனை சுலபமா கேக்கற? எங்க மாமனார் பார்த்துட்டு எங்கிட்டத் தந்தார்!"

“மாமனார் - மாமியார் வந்திருக்காளா? அந்தக் கிழங்களுக்கு அந்தப் பிள்ளைகிட்ட இருப்பு கொள்ளளையாக்கும்?”

“இரும்மா! இப்ப அதுவா பிரச்சினை?”

“வேறென்னடீ பிரச்சினை?”

“பாட்டியோட முழுப்பக்க விளம்பரம். டைட்டில் வேற காதல் பாட்டி! எங்க மாமியார் என்னைப் பார்த்த பார்வைல என் உயிரே போயிடுத்து.

இவர் வேற கேக்கறார். உங்க பாட்டி எப்ப சினிமாலே சேர்ந்தானு! என்னாலே அங்க இருக்க முடியலை! கற்பகாம்பா கோயிலுக்குப் போறேன்னு சொல்லிட்டு வந்திட்டேன்!”

சீதா மாமி பேசவில்லை!

“எங்காத்துல பாட்டி நம்மாத்தை விட்டுப் போன விவரத்தை நான் சொல்லவே இல்லை! எல்லாம் இந்த மணி பண்ணின வேலை!”

“மணியை மட்டும் ஏண்டீ சொல்றே? இந்த மொட்டச்சிக்கு புத்தி எங்கே போச்சு? காதல் பாட்டியாம்? அப்பாஸ் கூட லவ் சீன்ல நடிக்கப் போறாளா?”

“அப்பா எங்கேம்மா?”

“அனுப்பியிருக்கேன். அவ நடிக்கப் படாதுன்னு சொல்லி, அவளை ஆத்துக்கு கூட்டிண்டு வரச் சொல்லியிருக்கேன்!”

“அப்பா ஓர் ஏடாகூடம். போன வேலையை முடிக்காம சினிமாக்காரனைப் பார்த்து பல்லைக் காட்டிண்டு நிற்பார். நீ அவசரப்பட்டுட்டேம்மா!”

“என்னையாடி சொல்ற?”

“ஆமாம்! பாட்டியை வெளியே அனுப்பியிருக்கப்படாது!”

“நார்மடியும், பத்தும் பசையுமா அடுக்களைல அடங்கிக் கிடந்தாள். இப்படி விசுவரூபமெடுப்பானு நான் கண்டேனா? யாராவது ஆத்துக்கு வந்தா, வெளில கூட வரமாட்டா! இப்ப

பல லட்சம் ஜனங்கள் பார்க்க, வெட்ட வெளில கூத்தடிக்கப் போறாளா? என்னடி இது கிரகச்சாரம்?''

வீட்டில் தொலைபேசி ஒலித்தது.

மைதிலி போய் எடுத்தாள்.

''கோயம்புத்தூர்லேருந்து நான் வித்யா பேசறேன்!''

''சொல்லுக்கா!''

''நீ எப்ப வந்தே மைதிலி? அம்மா இல்லையா?''

''இருக்கா! என்ன திடீர்னு போன்?''

''பேப்பர் பார்த்தியா?''

''ஓ... பாட்டி மேட்டரா? அதைக் கேக்கத்தான் நானும் வந்தேன். நீ போனே பண்ணிட்டியா?''

''மானம் போறதுடி மைதிலி!''

''போகட்டும். எங்க மானமெல்லாம் போகும்போது, உனக்கு மட்டும் அது இருக்கலாமா? போகட்டும்?''

அம்மா வாங்கிக் கொண்டாள்.

''அம்மா! பாட்டியை நடிக்க விடாம தடுத்து நிறுத்து! இல்லைன்னா நம்ம குடும்பத்துக்கு மட்டுமில்லை குலத்துக்கே அவமானம். பில் ஏறும். நான் வச்சிடறேன். முடிஞ்சா அடுத்த மாசம் வர்றேன்!'' வைத்து விட்டாள்.

''நானும் புறப்படறேன்மா! நேரமாச்சுனா, அவர் இங்கே வந்திருப்பேன்னு சந்தேகப்படுவார்! வர்றேன்!''

மைதிலியும் போய்விட்டாள்.

சீதா மாமி தலையில் கை வைத்துக் கொண்டு உட்கார்ந்தாள்.

மறுபடியும் அந்தப் பேப்பரை எடுத்துப் பிரித்தாள். வரிவரியாக அந்த முழுப்பக்க விளம்பரத்தைப் படித்தாள்.

கண்ணாடி அணிந்த அலமுப் பாட்டி கம்பீரமாக.

"சீதா! கண்ணு மங்கிண்டே வர்றது! நேக்கொரு கண்ணாடி வேணும்!"

"எதுக்கு? மூணு வேளை சோறு கிடைச்சா போறாதா? அநாதைப் பொணங்களுக்கு கண்ணாடி வேற கேக்கறதோ?"

அலைந்தாள் சீதா!

பாட்டியின் கம்பீர உருவம் நொடிக்கு நொடி விசுவரூபமெடுத்து சீதா மாமியை மிரள வைத்தது.

❀❀❀

அத்தியாயம் 10

முழுப்பக்க விளம்பரம் வந்த பின்னால் ஏகப்பட்ட தொலைபேசி அழைப்புகள்.

டைரக்டர் இளையநிலவு திணறி விட்டார்.

பத்திரிகைக்காரர்களின் அழைப்பு. ஒரு சில பிரபல பத்திரிக்கைக்காரர்கள் அனுமதியில்லாமல் அவரை சந்திக்கவே வந்துவிட்டார்கள்.

“சார்! அந்தப் பாட்டியோட பேட்டி வேணுமே!”

“படம் முடியட்டும்! இப்ப எதுவும் வேண்டாம்!”

“அவங்க எங்கே இருக்காங்க?”

“ஸாரி! யாரையும் சந்திக்க பாட்டி இப்ப விரும்பலை!”

“சார்! அது நிஜமா பாட்டிதானா? இல்லை இளம் வயசுக்காரங்க யாராவது மொட்டை அடிச்சிட்டு பாட்டி வேஷம் போடறாங்களா?”

டைரக்டர் அதற்கும் பேசவில்லை!

“கமல் தான் மொட்டைப் பாட்டி வேஷம் போடறார்னு சொல்றாங்களே!”

“இல்லை!”

அதற்குள் வெளியே போன கேமராமேன் மூலம் கொஞ்சம் விவரம் வெளியே கசிந்துவிட,

நிஜமான பாட்டி தான் நடிக்கிறார் என்பது தெரிந்து விட்டது.

பூஜை எப்போது என்று சகலரும் காத்திருக்க,

டைரக்டர் படப்பிடிப்புக்குத் தேதி குறித்து விட்டார்.

"மணி! முதல் ஷெட்யூலைக் கூட மெட்ராஸ்ல வச்சுக்க வேண்டாம். பொள்ளாச்சி போயிடலாம்!"

"ஏன் சார்?"

"இங்கே தொந்தரவு அதிகமா இருக்கும்னு தோணுது!"

"ஏன் சார்? ஒரு யோசனை?"

"சொல்லு!"

"ஒரு பிரஸ் மீட் வச்சு பாட்டியை அறிமுகப்படுத்திட்டா?"

"இப்ப வேண்டாம்னு பாக்கறேன். சில சமயம் அதிக விளம்பரம். ஏகப்பட்ட எதிர்பார்ப்பை உண்டாக்கி, அதுவே தோல்விக்குக் காரணமா அமைஞ்சிட்டா?"

"நிச்சயமா உங்களுக்கு அது நேராது சார்!"

"இல்லை மணி! ஓவர் கான்ஃபிடன்ஸ் நல்லதில்லை! கொஞ்சம் ரகசியமா வச்சிருந்து, எதிர்பார்ப்பை அதிகமா உண்டாக்கினா நல்லதில்லையா?"

"சரி சார்!"

"நீ அவுட்டோர் ஏற்பாடுகளுக்கு யூனிட்டைத் தயார் பண்ணிடு! பாட்டியை நான் பார்த்து ரெண்டு நாளாச்சு! எப்படி இருக்காங்க?"

"சாதாரணமா இருக்காங்க சார்!"

"இன்ஸ்டிடியூட் காமிராமேன் ஒருத்தனை பிடிச்சாச்சு! என் படத்துல வொர்க் பண்ண ஆசைப்படறான். மற்ற ஆர்ட்டிஸ்ட் எல்லாம் தயார் தானே?"

"எல்லாம் ரெடி சார்!"

"ஒரு மணி நேரத்துல வர்றேன்!"

அவர் வெளியில் போய் விட்டார். மணி மற்ற வேலைகளைத் துரிதமாகக் கவனிக்க,

"மணி சார்! உங்களைப் பார்க்க ஒருத்தர் வந்திருக்கார்!"

"வரச் சொல்லு!"

நாணா உள்ளே வந்தார்.

"அப்பா நீங்களா?"

"என்னை நீ எதிர்பார்க்கலையா மணி?"

"இல்லைப்பா! என்ன வேணும் உங்களுக்கு?"

"இப்ப உன்கிட்ட நான் கொஞ்சம் தனியாப் பேசணும்!"

"சொல்லுப்பா!"

"அம்மா எங்கேடா மணி?"

"பத்திரமா என் பராமரிப்புல இருக்கா!"

"என்னடா அம்மா இப்படி பண்ணிட்டா? வெளிலே தலைகாட்ட முடியலைடா மணி!"

"ஏன்? உனக்கென்ன அவமானம்?"

"ஒரு மொட்டைப் பாட்டி சினிமாலே நடிச்சா நன்னாருக்குமா?"

"ஏன் தமிழ் சினிமாலே மொட்டைப் பாட்டி காரெக்டர்களே வரலியா?"

"வந்திருக்குடா! ஏற்கனவே நடிச்சிண்டு இருக்கறவா, அந்த வேஷத்தைப் போட்டிருக்கா! ஆனா நிஜமாவே நார்மடி கட்டின ஆசாரப் பாட்டி அரிதாரம் பூசிண்டு நின்னா அசிங்கமில்லையா?"

மணி பார்த்தான் உற்று.

"ஏண்டா மணி அப்படி பாக்கறே?"

"இதை நீ பேசலை! அம்மா எழுதித் தந்தாளா? இல்லை ஆத்துல வச்சே மனப்பாடம் பண்ணிண்டு வந்தியா?"

"என்னை அத்தனை கேவலமா நெனச்சியாடா?"

"நிச்சயமா! பொண்டாட்டி பேச்சைக் கேட்டு, பெத்தவளை ஆத்தை விட்டு விரட்டற பிள்ளை கேவலம் தான்பா!"

"மணி!"

"பாட்டி பொல்லாதவளா இருந்தாத் தேவலை! வாயில்லாப் பூச்சி!"

இந்த வயசுலேயும் மாடாட்டம் நம்மாத்துல அவ பட்ட பாட்டை நீ பார்த்ததில்லையா? அம்மாவும், பொண்ணுகளும் எட்டு மணி வரைக்கும் வழிச்சிண்டு தூங்கறச்சே, இவதானே எழுந்து எந்திரமாட்டம் உழைப்பா! வயசானவளை வேலை வாங்கும்போது மனசு சங்கடப்படலையா? அவளை வார்த்தைக்கு வார்த்தை அவமானப்படுத்தும் போது உறுத்தலையா? அவளை ஆத்தை விட்டு வெளிலே விரட்டறச்சே குத்தலையா? இப்ப மட்டும் எது உன்னை இங்கே கொண்டு வந்திருக்கு? சொல்லுப்பா!"

நாணா தலை குனிந்து நின்றார்.

"நீ ஆரம்பம் தொட்டே கோழை!"

பாட்டிக்கு ஒரு நாளும் மதிப்பு தந்ததில்லை. அவா பக்கத்துல ஒக்காந்து பாந்தமா நாலு வார்த்தை பேசினதில்லை! அத்தைகள் யாருக்கும் அஞ்சு ரூபா பணம் உன் கையாலே அனுப்பினதில்லை! அம்மா பேச்சைக் கேட்டுண்டு, உன் வீட்டு மனுஷாலை நீ உதாசீனப் படுத்தினது கொஞ்சமா? அப்பல்லாம் பாட்டியோட கண்ணுல இரத்தம் வடிஞ்சுதே! அப்ப ஏன்னு கேக்க துப்பில்லையா உனக்கு?

"மணி!"

"உன்னை நிக்க வெச்சு நான் பேசறதே, என் பாட்டிக்கு செய்யற துரோகம்! நீ போகலாம்!"

"அம்மா எங்கே இருக்கானு சொல்ல மாட்டியா மணி?"

"எனக்குத் தெரியாது!"

"மணி! பொய் சொல்லாதே! அவ என்னைப் பெத்தவ! அவளை நான் பாக்கறதைத் தடுக்க நீ யாரு?"

"என்னது? பெத்தவளா? அது இப்பத்தான் ஞாபகம் வர்றதா? அவ பெத்தவள் இல்லை! உன்னைப் பொறுத்த வரைக்கும் செத்தவள். நீ போகலாம்!"

நாணாவின் உடம்பு அவமானத்தால் நடுங்கியது.

"நான் சங்கத்துக்கு புகார் பண்ணப் போறேன்!"

"என்னான்னு?"

"பிராமண கலாசாரத்தைக் கேவலப்படுத்தறா எங்கம்மானு! மொட்டை அடிச்சிண்டு, நார்மடி கட்டினவ எல்லாத்தையும் விட்டுட்டு கேமரா முன்னால் நின்னா, ஜாதியே அவளைத் தள்ளி வைக்கும்!"

"ரொம்ப நல்லதாப் போச்சு! வயசான பெத்தவாளை பல வீடுகள்லே பிள்ளைகளும், மாட்டுப் பெண்களும் கொடுமைப்படுத்தறாளே! அதுக்கு உங்க மனுஷா யாரும் ஆக்ஷன் எடுக்கலையா? அவாளைத் தட்டிக் கேக்க நாலு பேரா சேர்ந்து ஏன் வரலை?"

"அது குடும்ப பிரச்சினை!"

"இது தனி மனுஷ உரிமை! அவ நடிக்க வந்தது அவ இஷ்டம். யாராலேயும் கட்டுப்படுத்த முடியாது. நீங்க போகலாம்!"

அவருக்கு அதற்குமேல் பேசத் தெரியவில்லை.

அவர் நாலடி நடக்க, மணி உரக்கச் சொன்னான்.

"வெக்கம் கெட்ட குடும்பம்! நாளைக்கு பாட்டி கை நிறைய சம்பாதிக்கும் போது இந்த நாய்கள் எல்லாம் எலும்புத் துண்டுக்கு அலையும்," நாணா நின்றார், ஒரு நிமிடம் போல.

வேகமாகப் போய்விட்டார்.

மணி தன் வேலைகளைப் பெருமளவு முடித்துக் கொண்டு வீட்டுக்கு வந்து விட்டான்.

"உனக்காகத்தான் சாப்பிடாம காத்துண்டு இருக்கேன் மணி!"

"கை காலை அலம்பிண்டு வந்துடறேன் பாட்டி!"

"பாட்டி! நெத்தில வெள்ளையும், நெஞ்சுல கறுப்புமா வாழப் பிடிக்கலை எனக்கு!"

"ஏண்டா உங்கப்பாவைக் கேவலமாப் பேசறே?"

"வந்தார் என்னைப் பார்க்க!"

"நாணா வந்தானா? என்ன சொன்னான்? என்னைப் பத்தி விசாரிச்சானா?"

பாட்டி பறந்தாள்.

"உனக்கு வெக்கமால்லை?"

"ஏண்டா கண்ணா?"

"பின்னே? உன்னை வீட்டை விட்டுத் துரத்தின அப்பா மேல் இன்னமும் உனக்கு வெறுப்பு வரலையா? அப்படி என்ன பாட்டி பிள்ளைப் பாசம்?"

"அதுதாண்டா அம்மா! உனக்குப் புரியாது. பதினாறு வயசுல அவனை நான் பெத்தெடுத்தேன்!"

"சரிசரி! தொடங்காதே! எனக்குத் தெரிஞ்ச கதைதானே! எதுக்கு வந்தார்னு நீ கேக்கலையே?"

"நேக்குத் தெரியுமே!"

"என்ன பாட்டி தெரியும்?"

"முழுப்பக்க விளம்பரம் பார்த்திருப்பா காத்தால. சீதா புலம்பிக் கொட்டியிருப்பா! எதிராத்து ஹேமா வந்து அவ பங்குக்குக் கொஞ்சம் ஊதியிருப்பா! போறாக் குறைக்கு உன் தங்கைகள் கேக்கணுமா! எல்லாருமா உசுப்பி, நாணா இங்கே வந்திருக்கான்!"

"அதான் எதுக்கு?"

"என்னை நடிக்க வேண்டாம்னு சொல்ல!"

மணி அசந்து போனான்.

"பாட்டி! நீ கில்லாடி! எங்கியோ இருக்கிற அவா மனசுக்குள்ள ஓடற சங்கதிகளை ஸ்கேன் பண்ணின மாதிரி எப்படி பாட்டி நீ...?"

"அனுபவம்டா கண்ணா! இத்தனை நாள் வாழ்க்கைலே பட்ட அடிகள், அவமானங்கள்! எனக்கு சினிமா பத்தி என்ன தெரியும்? ஆனா உங்க டைரக்டர் கேட்டப்ப, எப்படி பாவங்களைத் தர முடிஞ்சுது? உள்ளே உள்ள குமுறல்கள், உடைச்சிண்டு வெளிய வர்றது!"

"ஏன் பாட்டி இத்தனை இருந்தும், அப்பா மேல் உனக்கு வெறுப்பு வரலையா?"

"அப்பா மட்டுமில்லை. உங்கம்மா மேலேயும் எனக்கு வெறுப்பு இப்பவும் இல்லை!"

"உனக்கு எருமைத் தோலா?"

சிரித்தாள் பாட்டி!

"பந்த பாசங்கள் வேணும்னு நினைக்கறவா, பகை பாராட்ட முடியாதுடா மணி! சண்டை போட்டுண்டு என்னத்த கொண்டு போகப் போறோம்? உலகம் உருண்டை! எங்கியாவது ஒரு நாள் பார்க்கமலா இருப்போம்? சொல்லு!"

"அப்படீன்னா அப்பா உன்னைத் தேடிப் புடிச்சு வந்து அழைச்சா, நீ போயிடுவியா?"

"மாட்டேன்! என்னை நம்பி பணம் போடற ஒருத்தர், சினிமா தொடங்கியாச்சு! அவரைப் பாதிலே விடமாட்டேன்! மணி! பாசம் இருக்கற நெஞ்சுக்குள்ளே சவாலும் இருக்குடா!"

"பாட்டி! உனக்கு சவாலா?"

“ஆமாம்! உங்க தாத்தா செத்தப்போ கையில் உன் அப்பா, ரெண்டு அத்தைகளோட அநாதையா நின்னேன்டா. புக்காத்துக்காரர் எல்லாருமாச் சேர்ந்து மொட்டை அடிச்சு, நார்மடி கட்டிக் கழுத்தைப் புடிச்சு வெளிலே தள்ளினா! பொறந்தாத்துல கொஞ்ச காலம் இருந்தேன். யாருக்கும் பிடிக்கலை என்னை. உங்க தாத்தா சல்லிக்காசு வைக்கலே! மூணு குழந்தைகள். அநாதைப் பொணம் நான்! அப்ப படத் தொடங்கின அவமானம்’டா நேத்தி வரைக்கும் ஓயலை!”

“பாட்டி!”

“அறுபத்தெட்டு வயசுல பேரனாலே என் வாழ்க்கைல திருப்பம் வரும்னு நான் நினைக்கலைடா! எனக்கு ஆயுசு 72 வயசுன்னு ஜோசியன் சொன்னான். நிஜமா, பொய்யானு தெரியாது. நிஜமா இருந்தா, இந்த நாலே வருஷத்துல, நாடே போற்றணும் இந்த மொட்டைப் பாட்டியை!”

“சபாஷ் பாட்டி!”

கைத்தட்டல்கள் புறப்பட, பாட்டியும் மணியும் திரும்ப, டைரக்டர் இளையநிலவு!

பாட்டி எழுந்து நின்றாள்.

“இது சவால்! உங்களுக்கு மட்டுமில்லை பாட்டி! எனக்கும்தான்.”

“நாடே உங்களைப் போற்றும். போற்றும். போற்ற வைக்கிறேன்!”

பாட்டிக்கு உணர்ச்சிவசப்பட்டு கண்கள் ததும்பியது. மணியின் கைகளை இறுகப் பிடித்துக் கொண்டாள்.

❋❋❋

அத்தியாயம் 11

மணி வெளிப்புற படப்பிடிப்புக்கான சகல ஏற்பாடுகளையும் செய்து விட்டான்.

நாளை பொள்ளாச்சிக்குப் புறப்பட வேண்டும். முதல் நாள் இயக்குநர் இளையநிலவு வந்தார்.

"பாட்டி! ரெடியா இருக்கீங்களா?"

"நான் எப்பவோ தயார்" சிரித்தபடி சொன்னாள்.

"மணி! அங்கே போனா, பாட்டிக்கு எந்தக் குறையும் இருக்கக் கூடாது. அவங்களுக்கான பொருட்கள் எல்லாம் சேகரிச்சாச்சா?"

மணி மெலிதாகச் சிரித்தான்.

"அவங்களோட பூஜைப் பொருட்கள், அவங்க கையில் எப்பவும் இருக்கும். சமையல் செய்ய ஏழெட்டு பாத்திரங்கள் வேணும். அதுக்கு ஏற்பாடு செஞ்சாச்சு! மத்தபடி ஒண்ணுமில்லை சார்!"

"சரி! அது உனக்குத்தான் தெரியும். எந்த வசதிக் குறைவும் இல்லாம பார்த்துக்கோ. பாட்டி மேக்கப்புக்கு பிருந்தான்னு ஒரு பொண்ணு வருது! ஒளிப்பதிவுக்கு ஃபிலிம் இன்ஸ்டிடியூட்லே படிச்ச ஜான்சின்னு ஒரு பொண்ணைப் போட்டிருக்கேன்."

வாசலில் ஆட்டோ வந்து நின்றது.

அந்த ஜான்சி இறங்கினாள். ஜீன்ஸ், டீ ஷர்ட் போட்டபடி ஓர் ஆண்பிள்ளை போல் இருந்தாள்.

தலைமுடி பாப்போல வெட்டி விடப்பட்டு, சர்வ நிச்சயமாக ஆண் தோற்றம்.

பார்க்க வசீகரமாக இருந்தாள்.

"ஹலே சார்... ஹாய் பாட்டி!"

"என்ன ஜான்சி! பார்க்க ஆம்பிளை மாதிரி இருக்கே நீ" இளையநிலவு சிரிக்க,

"தோற்றத்துல எப்படி இருந்தா என்ன சார்? தொழில்லே சுத்தமா இருக்கணும்."

"பாட்டிக்காகத்தான் என் பழைய கேமராமேனை மாத்திட்டேன். என் கூடச் சேர்ந்து வெள்ளி விழாப் படங்களைத் தந்தவர் அவர். உன்கிட்ட நிறைய எதிர்பார்ப்பேன் நான்."

"என்னால் முடிஞ்ச வரைக்கும் தர்றேன் நான்!"

"உனக்குத்தான் மணியைத் தெரியுமே! டிஸ்கஸ் பண்ணிக்கோ!"

"ஹலோ மணி!"

மணி நட்புடன் சிரித்தான்.

அதன் பிறகு டைரக்டர், ஜான்சி, மணி மூவருமாக எடுக்கப் போகும் ஷாட்ஸ் பற்றிக் கொஞ்சம் டெக்னிக்கலாக அலசினார்கள்.

பாட்டி மௌனமாக உட்கார்ந்திருந்தாள்.

"நிறைய அனுபவங்கள் ஏற்பட்டிருக்கும். அதையெல்லாம் நிதானமாக உங்ககிட்ட டிஸ்கஸ் பண்றேன் நான். படத்துல சிலதைச் சேர்க்கலாம். எடுபடும்!"

டைரக்டர் சொல்ல,

"நிச்சயமா!"

மூன்று மணி நேரம் அங்கே இருந்தார்கள்.

"சரி மணி! பாட்டி ரெஸ்ட் எடுக்கட்டும். நீ மற்ற ஏற்பாடுகளையும் முடிச்சிடு! நாங்க புறப்படறோம்!"

அவரும், ஜான்சியும் போய்க் காரில் ஏறிக்கொள்ள, கார் புறப்பட்டுச் சென்றது.

"உன்னைப் படத்துல புக் பண்ணினப்புறம் டைரக்டருக்கு புதுசா குஷி வந்திருக்கு. ஏற்கனவே புதுசு, புதுசா ஏதாவது செஞ்சு பாப்புலர் ஆனவர். இந்தப் படம் பிரமாதமா ஹிட் ஆகும் பாட்டி!"

"என்னமோ கண்ணா! நான் இஷ்டப்பட்டு நடிக்க வரலை. நீ என்னை இழுத்து விட்டாச்சு. உன் மேல் உள்ள பாசம் காரணமாத்தான் நான் செய்யறேன். நீ நல்ல நிலைமைக்கு வரணும். இந்த இளையநிலவு மாதிரி நீயும் ஒரு டைரக்டர் ஆகணும்!"

"மெதுவா பாட்டி! அவர் காதுல விழுந்தா வம்பு!"

"ஏன் ஒரு தொழில்னு வரும் போது, எல்லாரும் நல்ல இடத்துக்கு வரணும்னு நினைச்சா, அதுல என்ன தப்பு? இப்ப சகல ஏற்பாடுகளையும் நீ செய்யப் போற! மாடு மாதிரி உழைக்கிறே! டைரக்டர் ஆகற தகுதி உனக்கில்லையா?"

"பாட்டி! நிக்கறவங்களைத்தான் அவருக்குப் பிடிக்கும்!"

பாட்டி சிரித்தாள்.

மறுநாள் காலை ஒரு தனி யூனிட் கார் வந்து விட்டது.

அதில் பாட்டி, மணி, ஜான்சி, பிருந்தா நாலு பேரும்!

"மணி! பொம்பளைங்க கூட்டத்துல நீ பரிதாபமா மாட்டிக்கிட்டே!" ஜான்சி ஜோக்கடித்தாள்.

"பாட்டியும் பிருந்தாவும் பொம்பளைங்க. வேற யாரு லேடீஸ் இங்கே?"

"ஏன் என்னைப் பார்த்தா பொம்பளையாத் தெரியலியா உனக்கு?"

"ஓ... நீ பொம்பளையா?"

"அடி செருப்பால! பாட்டி! உங்க பேரன் பொல்லாத ஆள்!"

"அப்படி இல்லைன்னா, சமாளிக்க முடியுமா நம்ம வர்கத்துகிட்ட!"

காரில் பயணம் ஜாலியாக இருந்தது.

பாட்டி வழிப் பயணத்தில் வெறும் பழங்களை மட்டும் சாப்பிட்டாள்.

"ஏன் பாட்டி! நீங்க சமைச்சாத்தான் நீங்க சாப்பிடுவீங்கன்னு சொன்னாங்க! இது ஏன் பாட்டி? மத்தவங்களை நீங்க நம்பலியா?"

ஜான்சி கேட்டாள்.

"அப்படியில்லைம்மா! அது பழகிப் போச்சு. இந்த மடி, ஆசாரத்துக்கெல்லாம் சில சமயம் அர்த்தமில்லையோன்னு எனக்கும் தோணும். ஆனா இரத்தத்துல ஊறிப் போச்சு. அதை இனிமே மாத்திக்க முடியாது. மாத்திக்க நான் விரும்பவும் இல்லை!"

"சினிமாலே அது கஷ்டமாச்சே பாட்டி!"

"என்ன கஷ்டம்?"

"அவுட்டோர் போனா, சில சமயம் ராத்திரி பத்து மணி தாண்டியும் போகும். அப்புறமா வந்து படுத்துட்டு காலைலே எழுந்து நீங்க சமைக்க முடியுமா?"

"வீட்லயே எனக்கு இதெல்லாம் பழக்கம் தானே?"

"பாட்டி! என்ன சொல்றீங்க?"

"சொந்தபந்தங்கள், நண்பர்கள்னு ஆத்துக்கு லேட்டா வருவா. அவாளுக்கு சாப்பாடோ, டிபனோ பண்ணிப் போட்டு, நான் அடுக்களையை சரி பண்ணிட்டுப் படுக்கும்

போது பதினொரு மணி ஆயிடும். கார்த்தாலே நாலு மணிக்கு அலாரம் அடிக்கும்!''

''உங்க வயசுக்குத் தாங்குமா பாட்டி?''

''தாங்கித்தானே ஆகணும்!''

''ஏன்? மணியோட அம்மா செய்ய மாட்டாங்களா?''

''அவளைச் சொல்லியும் தப்பில்லை! ஆபரேஷன் ஆன உடம்பு! முடியாது!''

''நீங்க ஜாதி, மத பேதம் ரொம்பப் பாக்கறதுண்டா பாட்டி?''

''இல்லையம்மா! மனுஷாளை நேசிக்கறவோ நான்!''

''நான் ஒரு கிறிஸ்தவ பெண்! எனக்குன்னு சில பழக்கங்கள் உண்டு. முப்பது நாளைக்கும் மேல அவுட்டோர்லே உங்க கூட இருக்கப் போறேன். அதுக்காகக் கேட்டேன்!''

''மகராசியா இரு! நீ ஆம்பளை மாதிரி தானே இருக்கே! அதனால் உனக்கு எந்தப் பிரச்சினையும் வராது!''

''இது தொழில் ட்ரஸ் பாட்டி! லொகேஷன் வந்து ஓய்வு நேரத்துல பாருங்க! வேற மாதிரி இருப்பேன்!''

''உனக்குக் குடும்பம்?''

''அப்பா இருக்கார். உடம்பு முடியாதவர். முடக்குவாதம் வந்து நாப்பத்தி எட்டு வயசுல ரிடையர் ஆனவர். அண்ணன், அண்ணி பராமரிப்புலே இருக்கார். அண்ணி ஓரளவு நல்லா பாத்துக்கறாங்க! அவங்க நல்லவங்க! அண்ணன்தான் முரடன். நான் சினிமாலே காமிரா உமனா வர்றது அண்ணனுக்கு இஷ்டமில்லை! பலத்த எதிர்ப்புக்கு மத்தியில் தான் இன்ஸ்டிடியூட்லே சேர்ந்து படிச்சேன்!''

''இது உன் முதல் படமா?''

''இல்லை பாட்டி! ஏற்கனவே ரெண்டு படம் பண்ணியிருக்கேன். சரியாப் போகலை! இப்ப இவர் படம்! இது ஒரு நல்ல ஆரம்பமா இருக்கும்னு நினைக்கிறேன்!''

"பல பேருக்கு இது தொடக்கம்!"

"நீங்க நடிக்க வந்தது நிச்சயமா புரட்சி தான் பாட்டி!"

"நான் சினிமா ஆசைலே வரலை! என் மணி தான் காரணம்! பிறந்த முதலே மார்ல போட்டு வளர்த்தேன் என் பேரக்குழந்தைகளை! பேத்திகள் ரெண்டுக்கும் ஆரம்பம் முதலே எங்கிட்டப் பாசமில்லை! ஆனா மணி அப்படி இல்லை! என் மேலே உயிரையே வச்சிருக்கான். பெத்த தாயாரை விட என்மேல உயிர்."

மணியைப் பெருமையுடன் பார்த்தாள் ஜான்சி.

பொள்ளாச்சிக்கு வந்து சேர்ந்து விட்டார்கள்.

ஒரு கிராமத்தில் வீடுகளை ஏற்பாடு செய்திருந்தார்கள் தங்கிக் கொள்ள.

பாட்டிக்கு, ஜான்சி, பிருந்தாவுக்கு என தனியாக ஒரு வீடு ஏற்பாடு செய்யப்பட்டிருந்தது.

"மணி! காலைலே ஆறரைக்கே ஆரம்பிச்சிடலாம். எல்லாரையும் அலர்ட் பண்ணிடு!"

பெரும்பாலான நடிக, நடிகைகள் புதுமுகம்!

பாட்டி கொஞ்சம் பாலை மட்டும் பருகிவிட்டுப் படுக்கப் போனாள்.

"குட் நைட் பாட்டி!"

ஜான்சி படுக்கப் போக,

உதவி இயக்குநர் அனுமதி பெற்று உள்ளே வர,

"மேடம்! நாளை படிப்பிடிப்பு சம்பந்தமா விவாதம் இருக்காம். டைரக்டர் உங்களை வரச்சொல்றார்!"

ஜான்சியை அழைத்தான்.

"மணி பத்தாச்சே! இப்ப டிஸ்கஷன் உட்கார்ந்தா, எப்ப முடியும்? காலை சீக்கிரமா எழுந்து வொர்க் பண்ண வேண்டாமா?"

"தெரியலை!"

"சரி வர்றேன்!"

ஜான்சி புறப்பட்டாள்.

விவாதத்துக்காக அவளை டைரக்டர் அழைக்கவில்லை என்பதை ஜான்சி உணரவில்லை.

❋❋❋

அத்தியாயம் 12

நைட்டியில் இருந்தாள் ஜான்சி.

தன் உடையை அவசரமாக மாற்றி ஜீன்ஸ், டீ ஷர்ட்டுக்கு வந்தாள். கேசத்தை ஒழுங்குபடுத்திக் கொண்டாள்.

“நான் வர்றேன் பாட்டி! நீங்க தூங்குங்க!”

“டைரக்டர் எங்கே தங்கியிருக்கார்?”

“நாலு வீடு தள்ளி, பக்கத்துலே தான் பாட்டி!” உதவியாளன் சொன்னான்.

ஜான்சி புறப்பட்டு, உதவி இயக்குநருடன் வந்தாள். டைரக்டர் இருந்த வீட்டுக்குள் நுழைந்தாள். டைரக்டர் அயல்நாட்டு சரக்குகளுடன் வறுத்த கடலை, ஊறுகாய் சகிதம் உட்கார்ந்திருந்தார். மணி எதிரே நின்றான்.

அவனைத் தாறுமாறாகக் கெட்ட வார்த்தையில் திட்டிக் கொண்டிருந்தார்.

அவன் தலைகுனிந்து நின்றான்.

“போடா! போய் பீயைத் தின்னு! வந்துட்டீங்க சினிமாலே! போ... போ!”

ஜான்சி ஓர் ஓரமாக நின்று கொண்டாள்.

“எல்லாரும் போங்க! காலைலே என்னை எழுப்புடா மணி!”

“சரி சார்”

ஜான்சியைத் தவிர சகலரும் கலைந்து போக, "கதவைச் சாத்திட்டு வா ஜான்சி!"

ஜான்சிக்கு அது பிடிக்கவில்லை.

ஆனாலும் அவர் பேச்சை மதித்து, கதவைச் சாத்திவிட்டு வந்தாள்.

"நீ குடிப்பியா ஜான்சி?"

"ஸாரி சார்! பழக்கமில்லை!"

"சினிமான்னு வந்துட்டா ஆண், பெண் பேதம் கிடையாது! இப்பல்லாம் லேடீஸ் குடிக்கத் தொடங்கிட்டாங்க! ஆம்பிளைகளைவிட தாக்குப் பிடிக்கறாங்கன்னு தெரியுமா உனக்கு?"

ஜான்சி பேசவில்லை!

"நீ சினிமாவுக்கு வந்து எத்தனை வருஷமாச்சு ஜான்சி?"

"ரெண்டு வருஷம்!"

"இது உன்னோட மூணாவது படம்னு கேள்விப்பட்டேன். ஏன் முதல் ரெண்டு படம் பெயிலியர் ஆச்சு?"

"சப்ஜெக்ட் சரியில்லை சார்!"

"அதான். டைரக்டர் சரியில்லைன்னா, படத்தை சரியா எடுக்கலேன்னா, மத்தவங்க என்னதான் உழைச்சாலும் எடுபடாது! எங்கிட்ட நீ வந்தாச்சு! இனிமே பாரு உன் வளர்ச்சியை!"

ஜான்சி எதுவும் பேசவில்லை.

"நீ ஆம்பிளைப் பையன் மாதிரி இருந்தாலும், துறுதுறுன்னு அம்சமாத்தான் இருக்கே!"

"சார்! நாளைய லைட்டிங் பத்திப் பேசுப் போறோமா?"

"அப்படி நான் சொல்லலியே!"

"பின்ன எதுக்கு என்னை வரவழைச்சீங்க?"

இளையநிலவு தள்ளாடியபடி எழுந்து வந்தார்.

"சினிமான்னு வந்துட்ட! இது கூட உனக்குப் புரியலையா? இல்லை. புரிஞ்சும் என்னை ஆழம் பார்க்கறியா?" அவள் தோளில் கை போட்டார்.

ஜான்சி மெல்ல அதை எடுத்து விட்டாள்.

"டீ ஷர்ட்ல உன் அபார அழகுகள் அசத்துது! நீ சேலை கட்டினா, அள்ளிட்டுப் போகும்!"

மறுபடியும் அணைக்க முயற்சித்தார்.

ஜான்சி தள்ளி நின்று கொண்டாள்.

"என்ன நீ? இடக்கு பண்ணலாமா? சினிமாவுக்கு வந்து ரெண்டு வருஷமாச்சுனு சொல்றே? எவனும், உன்னை எதுவும் பண்ணலையா?"

ஜான்சி பேசவில்லை.

"இல்லைன்னா, கொஞ்சம் ஊடல் காட்டி உசுப்பேத்திறியா?"

"......!"

"பேசு கண்ணு! நீ ஊமையா?"

"இல்லை! நீங்க இருக்கற போதைல, நான் என்ன பேசினாலும் உங்க மண்டைல ஏறாது!"

"ஏறும்! நீ என்ன சொன்னாலும் புரியும். கன்னா, பின்னானு தண்ணி போட்டாலும் கண்ட்ரோல்ல இருப்பேன் நான். நாளைக்கு சன்ரைஸ் கால்ஷீட்! சீக்கிரம் வா!"

"மிஸ்டர் டைரக்டர்! நீங்க நினைக்கிற மாதிரி பெண் நானில்லை!"

"பின்ன? சினிமாவுக்கு வந்தாச்சு! அப்புறம் சிலுப்பிகிட்டா எப்படி?"

"லோக்கல் பாஷை வேண்டாம். நல்ல ஒரு படம் பண்ண வந்திருக்கோம். அதை சரியாச் செய்வோம்! நாளைக்கு காலைலே பார்க்கலாம். குட்நைட்!"

ஜான்சி கதவை நோக்கி நடக்கிறாள்.

''நில்லு!''

நின்றாள். திரும்பினாள். இளையநிலவு மெல்ல அவளை நெருங்கி,

''சினிமால என்னோட இடம் என்னான்னு உனக்குத் தெரிஞ்சிருக்கும்!''

''ம்!''

''என்னைப் பகைச்சிட்டு நீ ஓர் அங்குலம் கூட மேலே வர முடியாது!''

''அப்படியா?''

''நாளைக்கு உன்னை நீக்கிட்டு நானே காமிரா பண்ண முடியும். சினிமாட்டோகிராபி தெரிஞ்சவன் நான்!''

''அப்படியா?''

''சினிமாலே ஏதாவது சாதிக்கணும்னு நெனச்சு நீ வந்திருந்தா, குடும்பப் பெண்கள் மாதிரி கற்பு கிற்புனு பேசிட்டு அலையாதே! குடும்பப் பெண்களே இப்பல்லாம் அதைப்பத்திக் கவலைப்படறதில்லை அதிகமா. புரியுதா?''

ஜான்சி பேசவில்லை.

நீ கொஞ்சம் அனுசரிச்சா, எனக்கு நிரந்தர காமிரா உமனா இருக்கலாம். நேஷனல் அவார்ட் வாங்கித் தர்றேன் உனக்கு!''

''அதென்ன கடைலே விக்குதா, நீங்க எனக்கு வாங்கித்தர?''

''உன் கிண்டலை நான் ரசிப்பேன். மற்ற அயிட்டங்களையும் என்னை நீ ரசிக்க விடணும்!''

''ஸாரி டைரக்டர்! அதுக்கான ஆள் நானில்லை! அப்படியும் ஆளை வச்சாவது என்னை அடைய நீங்க முயற்சி செஞ்சா, என் அனுதாபங்கள். காரணம் கராத்தேல நான் ப்ளாக் பெல்ட்! வரட்டுமா?''

"லுக் ஜான்சி! நீ பேக் பண்ணிக்கலாம். என் படத்துல நீ இல்லை!"

"தேங்க்யூ!"

சரலென வெளியே வந்து விட்டாள். தன் இருப்பிடத்தில் நுழைந்தாள். பாட்டி உட்கார்ந்திருந்தாள்.

"நீங்க படுக்கலையா பாட்டி?"

"இல்லைம்மா! இந்த நேரத்துல நீ அங்கே போவது கொஞ்சம் கவலையா இருந்தது எனக்கு!"

ஜான்சி பாட்டியின் அருகில் வந்து உட்கார்ந்து கொண்டாள்.

"உங்க கவலை நியாயமானதுதான் பாட்டி!"

"பேசணும்னு என்னைக் கூப்பிடலை. வேற சங்கதிக்குக் கூப்பிட்டிருக்கார் டைரக்டர். அதுக்கான பெண் நானில்லைன்னு சொல்லிட்டேன். அதனால் நான் நீக்கப்பட்டாச்சு. நாளைக்குக் காலைலே பேக்கப்! எனக்கு மட்டும்தான்!"

பாட்டி பேசவில்லை.

"எனக்கு வருத்தம் இல்லை பாட்டி! இவர் பெரிய டைரக்டர்தான். இவர் படத்துல வொர்க் பண்ண முடியலைன்னு நான் வருத்தப்படலை! ஆனா உங்க கூட வொர்க் பண்ண எனக்குக் குடுத்து வைக்கலை!"

"....."

"சினிமாலே மின்னணும்னா, இருட்டுல வாழப் பழகணும் பாட்டி. இதை அப்பட்டமா சொல்லும்போது பல சினிமாக்காரங்களுக்குக் கோபம் வருது! ஆனா உச்சிக்கு வந்தவங்க அத்தனை பேரும் அங்கே உச்சம் தொட்டவங்கதான்! நான் மாட்டேன். அப்படிப்பட்ட உயரம் எனக்கு வேண்டாம்."

"நீ போயிட்டா யாரு கேமிராவுக்கு?"

"அவரே பண்ணிப்பார். அவருக்கு ஓரளவு தெரியும். உதவியாளர்களை வச்சு சமாளிப்பார்!"

"இவரை விடு! வேற யாருக்குப் படம் பண்ணப் போனாலும் உனக்கு இந்தப் பிரச்சினை வருமே!"

"முதல் ரெண்டு படங்கள்ல வழிஞ்சாங்க! ஆனா பிரச்சினை இல்லை! இவர் பெரிய டைரக்டர் ஆச்சே! தொடர்ந்து என்னைத் தலைதூக்க விடாம நிறைய தொல்லைகள் தருவார். உங்க பேரன் மணியை நிக்கவச்சு எத்தனை கேவலமா பேசறார் தெரியுமா? முன்னேறத் துடிக்கறதால் மணி பொறுத்துக்கறார், பாவம்!"

"அப்படியா?"

"நான் பேக் பண்ணிக்கறேன் பாட்டி! நீங்க படுங்க! காலைலே எழுந்து நடிக்கணுமே! டயடாயிடும் உங்களுக்கு! நல்ல காலம்! உங்களுக்கு வயது அறுபத்தி எட்டு. இல்லைன்னா உங்க நிலைமையும் மோசம் தான்!"

சொல்லிவிட்டு ஜான்சி சிரித்தாள்.

இரவு பாட்டி சரியாக உறங்கவில்லை!

காலையில் சீக்கிரம் எழுந்து பச்சைத் தண்ணீரில் குளித்து விட்டு, சமையலைத் தொடங்கினாள்.

ஆறு மணிக்குள் முடித்து விட்டு, பதினைந்து நிமிடங்கள் போல பூஜை செய்தாள்.

ஜான்சி புறப்படத் தயாராகி விட்டாள்.

மணி உள்ளே வந்தான்.

"பாட்டி! நீ ரெடியா?"

"தயாராயிட்டு இருக்காங்க! பிருந்தா வந்து டச்சப் பண்ணினா ஆச்சு. நான் பேக் பண்ணியாச்சு மணி!"

"தெரியும்."

"சொன்னாரா டைரக்டர்?"

"டிஸ்கஷன்லே நீ சரியில்லையாம்! உனக்கு நாலட்ஜ் பத்தலைன்னு சொல்லிட்டார்!"

"எதுலேன்னு நீ கேக்கலையா மணி?"

"ஸாரி ஜான்சி! எனக்கு எல்லாமே தெரியும். பேச வழியில்லை! பேசற தகுதி இந்த யூனிட்லே எனக்கில்லை!"

பாட்டி வெளியே வந்தாள்.

"போலாமா பாட்டி? ஜான்சி! உனக்கு வண்டி ரெடியா இருக்கு! கோயம்புத்தூர்ல உன்னை டிராப் பண்ணச் சொல்லியிருக்கேன். அங்கிருந்து ரயிலைப் புடிச்சு நீ போயிடு!"

"இரு மணி! அவ போக வேண்டாம்!"

"பாட்டி?"

"அவ தான் இந்தப் படத்துக்கு காமிரா பண்ணப் போறா!"

"பாட்டி! நீ என்ன சொல்றே?"

"டைரக்டர்கிட்ட நான் பேசப்போறேன்!"

"நீ பேசினா அவருக்குக் கோபம் வரும். பர்சனல் மேட்டர்ல யாரும் தலையிடறதை அவர் விரும்ப மாட்டார்!"

"இன்னொரு பெண்ணை அவர் பலவந்தமா தப்பு செய்ய அழைக்கிறார். இது எப்படி அவரோட பர்சனல் மேட்டராக முடியும்? நீயும் வா என்னோட!"

மணி நடுக்கத்துடன் பின்பற்றினான்.

டைரக்டரின் இருப்பிடத்தில் பாட்டி நுழைந்தாள்.

"வாங்க பாட்டி! ரெடியா?"

"ஜான்சி ஊருக்குப் புறப்படறாளே!"

"ஆமாம்! நாலட்ஜ் பத்தலை பாட்டி! அவ வேண்டாம் நானே பார்த்துக்கறேன்!"

"நடந்ததை அவ சொன்னாள்."

"பாட்டி!"

"ஒரு மேக்கப்மேன் முந்தானையை எடுங்க பாட்டின்னு சொன்னதுக்கு நான் அறைஞ்சேன். அவனை நீங்க நீக்கினேள். எனக்கு மதிப்பு தந்தேள். விரும்பி ஒரு பெண் வந்துட்டா, நானே இதுல தலையிட மாட்டேன். ஜான்சி விரும்பலை. அதுக்காக அவளை பலவந்தப் படுத்தறதோ, பழி வாங்கறதோ சரியில்லை!"

"பாட்டி இதுல நீங்க தலையிட வேண்டாம். உங்களுக்கு எந்த மரியாதையும் என் யூனிட்ல குறையல."

"மன்னிக்கணும்! அவ என் இனம். பெண் இனத்துல ஒருத்தி அவமானப்பட்டா, அது எல்லாருக்கும் தான்! நீங்க பெண்களை மையமா வச்சு, அவங்க பிரச்சினைகளைப் படமெடுத்துப் பேர் வாங்கின டைரக்டர். நீங்களே ஒரு பெண்ணை நோகடிக்கக் கூடாது. அவளுக்கு உடம்புல இருக்கற எல்லாம் எனக்கும் இருக்கும். ஆனா நான் இச்சைகளுக்குப் பயன்பட மாட்டேன். அதனால் எனக்குப் பாதுகாப்பும், மரியாதையும் இல்லையா? ஜான்சி வேண்டாம்னா, நானும் வேண்டாமே உங்க படத்துக்கு. ஏன்னா நீங்க கல்லையும் நடிக்க வைக்கற டைரக்டர். இந்த அலமுப்பாட்டி இல்லைன்னா, தோத்தா போயிடுவேள்?" சொல்லிவிட்டு பாட்டி தன் இருப்பிடத்துக்கு வந்து விட்டாள்.

அங்கே டைரக்டர் இளையநிலவு கொதி நிலையில் இருந்தார். கெட்ட வார்த்தைகள் ஏவுகணையாக வாயிலிருந்து சீறிக் கொண்டு கிளம்பின!

உதவியாளர்கள் அத்தனை பேரும் மணி உட்பட பீதியுடன் அவரைப் பார்த்தபடி நின்றார்கள்.

அவர் சற்று நேரம் கத்தித் தீர்த்து விட்டு,

ஆவேசமாக வெளிப்பட்டார்.

❋❋❋

அத்தியாயம் 13

பாட்டி தன் இருப்பிடம் திரும்பினாள்.

"மணி! என் பொட்டியை பேக் பண்ணு! நானும் அவளோட சென்னைக்குப் புறப்படறேன்!"

ஜான்சி அருகில் வந்தாள்.

"வேண்டாம் பாட்டி! எனக்காக நீங்க போராட வேண்டாம். உங்க வாய்ப்பை ஏன் இழக்கறீங்க?"

"இல்லடீம்மா! பொண்ணுக்குப் பொண் நியாயம் கேக்கலைன்னா, இந்த பூமிலே என்ன இருக்கு?"

மணி துணிகளை எடுத்து பெட்டியில் வைக்கிறான்.

"பாட்டி! நீங்க முன்பணம் வாங்கியிருக்கீங்களா?" ஜான்சி மெல்லிய குரலில் கேட்டாள்.

"வாங்கியிருக்கேன்! அதனால் என்ன? நான் அவரை ஏமாத்தப் போறதில்லையே! திருப்பிக் குடுப்பேன். நிச்சயமா. நம்பிக்கையில்லைன்னா, என்மேல் வழக்கு தொடரட்டும். நான் எந்த ஒப்பந்தமும் கையெழுத்துப் போடலை!"

மணி ஆச்சர்யப்பட்டான்.

பாட்டிக்கு அசாத்திய தைரியம்.

அடுப்படியில் இருந்த பாட்டிக்கு என்ன தெரியும் என்று நினைத்தது எத்தனை பெரிய தப்பு?

"பாட்டிக்கு எல்லாம் தெரிந்திருக்கிறது!"

ஜான்சியும் ஆச்சர்யப்பட்டாள்.

வேவு பார்க்க வந்த டைரக்டரின் ஆள், மறைந்து நின்று கவனித்து விட்டு ஓட்டமாக ஓடி வந்தான்.

மூச்சு வாங்க டைரக்டரிடம் சகலமும் ஒப்பித்தான்.

அவரது ஜால்ராக்கள் பக்கத்தில் இருந்தார்கள்.

"விடுங்க சார்! இந்த மொட்டைப் பாட்டி இல்லைன்னா, நீங்க தோத்தா போயிடுவீங்க? நடமாட விடாம பண்ணிடலாமா?"

அவர் பேசவில்லை!

"நம்ம டைரக்டர்கிட்ட மோதி ஜெயிக்க முடியுமா? பெரிய நடிகர்களே மண்ணைக் கவ்விட்டாங்க! இந்த அலமுக் கிழவியாலே என்ன செய்ய முடியும்?"

கண்கள் மூடி மல்லாந்து படுத்திருந்தார் டைரக்டர்.

படப்பிடிப்பு தொடங்கி நடந்து ஷாட்டுகள் முடிந்திருக்கும்.

அத்தனையும் ஸ்தம்பித்திருந்தது.

எடிட்டர் வந்திருந்தான்.

அவன் ஒரு நல்ல ஆலோசகன்.

அவனை பார்த்தார் டைரக்டர்.

"சார்! நான் ஒண்ணு சொன்னா கோபப்பட மாட்டீங்களே?"

"சொல்லு!"

"உங்களாலே எதையும் சாதிக்க முடியும்! அகில இந்திய செல்வாக்கு பெற்றவர் நீங்க! ஆனா தற்சமயம் பாட்டிக்கு எங்கே போறது? அது மட்டுமில்லாமே ஏகப்பட்ட பப்ளிசிட்டி ஆயாச்சு! இந்தப் பாட்டியை நீக்கிட்டு இன்னோர் ஆர்ட்டிஸ்ட்டைப் பிடிக்கணும்! ஷூட்டிங் தள்ளிப் போயிடும்! அனாவசிய நஷ்டம்!"

"அதுக்காக? அந்தக் கிழவியோட காலை நான் பிடிக்கணுமா?"

"அப்படி இல்லை சார். கூப்பிட்டு பேசிப் பார்க்கறதுல தப்புண்டா?"

டைரக்டருக்கும் அந்த எண்ணம் இருந்தது. தானாகச் சொன்னால் மலிவாகிவிடும் என்று பேசாமல் இருந்தார்.

"சரி! நீ போய் கிழவியைக் கூட்டிட்டுவா!"

"தேங்க்யூ ஸார்!"

எடிட்டர் இங்கு வரும்போது பாட்டி தயாராக இருந்தாள்.

"மணி! நீயும் என்னோட வந்துரு! இனிமே இந்த டைரக்டர்கிட்ட உனக்கு மரியாதை இருக்காது!"

"சரி பாட்டி!"

மணிக்கு வேதனையாக இருந்தது.

ஒரு நல்ல ஆரம்பம் தொடங்கிவிட்டது என்று சந்தோஷத்தில் இருந்தான்.

இது கனவாகி விட்டது.

எடிட்டர் உள்ளே நுழைந்தார்.

"பாட்டி! உங்களை டைரக்டர் வரச்சொல்றார்!"

"எதுக்கு?"

"வாங்க பாட்டி!"

"மணி! நீயும் வா!"

இருவரும் டைரக்டரின் இருப்பிடத்தை அடைய,

"மணி வெளியே இருக்கட்டும். பாட்டியை மட்டும் வரச்சொல்லு!"

பாட்டி உள்ளே வந்தாள்.

டைரக்டர் அங்குமிங்குமாக நடந்து கொண்டிருந்தார். எடிட்டரும் உடனிருந்தார்.

"என்னை நீங்க வரச் சொல்லி நாழியாச்சு!"

திரும்பினார்.

"நீங்க இல்லைன்னா, என் படம் நின்னு போயிடும்னு நினைப்பா உங்களுக்கு?"

"நிச்சயமா அந்த அளவுக்கு நான் முட்டாள் இல்லை! ஊர்ல ஆயிரம் மொட்டைப் பாட்டிகள் உண்டு! கிடைக்கலைன்னாலும் ஏதாவதொரு நடிகை மொட்டையடிச்சுப்பா! நீங்க சொன்னா, இந்த நாடே மொட்டையடிச்சுக்காதா?"

"கிண்டலா பாட்டி!"

"எனக்கேன் கிண்டல்? அதுவும் இந்த வயசுல? உங்களை மாதிரி பலம் பொருந்தினவாளை ஆஃப்ட்ரால், இந்த மொட்டைப் பாட்டியாலே எதிர்த்து நின்னு ஜெயிக்க முடியுமா?"

"தெரியுதுல்லே?"

"தெரிஞ்ச காரணமாத்தான் கிளம்பிட்டேன்!"

டைரக்டர் அருகில் வந்தார்.

அவர் கோபம் குறைந்து முகத்தில் இருந்தது.

"விடுங்க! அடுப்படில கிடந்த உங்களுக்கு உலகமே புரிய நியாயமில்லை! அதுலேயும் சினிமா உலகம் வேற! இங்கே பல மாதிரியாவும் நடக்கும். நாம கண்டுக்கக் கூடாது! உங்களை உறுத்தாம எல்லாம் நடக்கும். போதுமா?"

"ஒரு பொண்ணை நாசப்படுத்த நீங்க நெனைச்சா, அது என்னை உறுத்தும். ஏன்னா நானும் ஒரு பெண்!"

"சரி! அவளைத்தான் விட்டுட்டமே! அவ வேலை பார்க்க வேண்டாம். போகட்டும்!"

"இல்லை! அவ காமிரா பண்ணினாத்தான் என்னால் உங்ககிட்ட நடிக்க முடியும். இல்லைன்னா என்னையும் அனுப்பிடுங்கோ!"

"பாட்டி! இந்தப் பிடிவாதம் அதிகம்!"

டைரக்டருக்கு முகம் சிவந்தது.

"சார்! செல்லுலர்ல மெட்ராஸ் கால்!"

வாங்கிக் கொண்டார்.

முக்கிய விநியோகஸ்தர் ஒருவர் பேசினார்.

"சார்! விளம்பரம் பார்த்தேன். புதுசா அசத்தப் போறீங்கன்னு தெரிஞ்சு போச்சு! அந்தப் பாட்டிக்கு உணர்ச்சி பூர்வமான முகம். ஏரியாக்களை நல்ல விலைக்கு வாங்கிக்க நான் இப்பவே தயாரா இருக்கேன்! மத்த விநியோகஸ்தர்களும் ஆர்வமா இருக்காங்க! உங்களுக்கு தகவல் வரும்!"

"நன்றி!" ரிசீவரை வைத்தார்.

பாட்டியை நிமிர்ந்து பார்த்தார்.

பூஜை போட்டதும் ஓரளவுத்தான் விற்பனை ஆகும்.

இதற்குப் பகிரங்கமா பூஜை போடவில்லை! சின்னதாகத்தான் செய்தார்.

விளம்பரம் கண்டு இத்தனை எதிர்பார்ப்பா?

எடிட்டர் தனியாக அழைத்தான்.

"சார்! ஒரு ஜான்சிக்காக இந்த பாட்டியை விட்றக் கூடாது! ஜான்சியை படம் முடிஞ்ச பின்னால் கூட கவனிச்சுக்கலாம்! சமாளிங்க!"

இளையநிலவு பாட்டியை நெருங்கினார்.

"பாட்டி! எனக்கு உங்க உழைப்பு வேணும்! அதனால் நடந்ததை நீங்க பெரிசு படுத்திக்க வேண்டாம்! நீங்க போகக் கூடாது!"

"....."

"ஜான்சியை நான் நீக்கலை! அவதான் காமிரா பண்ணப் போறா!"

"அவளுக்கு உங்களால ஒரு தொல்லையும் வராதில்லையா?"

"நிச்சயமா வராது! என்னை நீங்க நம்பலாம் பாட்டி!"

பாட்டி சிரித்தாள்.

"உங்களுக்கு என் நன்றி!" கை கூப்பினாள்.

எடிட்டர் வெளியே ஓடினான்.

"மணியை வரச் சொல்லுப்பா! ஷூட்டிங் தொடங்கப் போகுது உடனடியா!"

யூனிட் மொத்தமும் பரபரத்தது.

பாட்டி தன் இருப்பிடத்தில் நுழைந்தாள்.

"ஜான்சி! நீதான் காமிரா! போய் டைரக்டரைப் பார்!"

"எப்படி பாட்டி டைரக்டர் ஒப்புக்கிட்டார்?"

"அதெல்லாம் எதுக்கு! அவனுக்கு என் நடிப்பு வேணும்! எனக்கு நீ வேணும்! அதனால் அவர் ஒப்புக்கிட்டுத்தானே ஆகணும்!"

"ஆனாலும் எங்கிட்ட அவருக்கு விரோதம் இருக்கும் பாட்டி!"

"இதப்பாரம்மா! அப்படியெல்லாம் உள்ளோட நீ பார்க்கத் தொடங்கினா, இந்த உலகத்துல வாழவே முடியாது! நீ உன் தொழிலைச் செய்! அதுக்கான சம்பளத்தை வாங்கிக்கோ! என் கூட இரு! நான் பக்கத்துல இருக்கற வரைக்கும் என்னால் முடிஞ்ச பாதுகாப்பை நோக்குத் தர்றேன். அப்புறம் உன்னை நீ பாத்துக்கோ!"

"சரி பாட்டி!"

முதல் நாள் முதல் காட்சியை டைரக்டர் தேர்ந்தெடுத்தார். பாட்டியை மருமகள் கொடுமைப்படுத்தும் காட்சி! பாட்டி அவமானங்களைத் தாங்கிக் கொண்டு பூஜையறையில் போய் உட்காரும் காட்சி.

டைரக்டர் அருகில் வந்தார்.

"பாட்டி! இது பெரிய சீன்! பெரிய பெரிய ஷாட்டுகளா வைக்கப் போறேன். உங்களுக்கு வசனமே இல்லை! மருமகள்

சொற்களாலே சாடற சீன். அத்தனைக்கும் உங்க ரியாக்ஷன் மட்டும் எனக்கு வேணும்! பெரும்பாலும் க்ளோஸப்தான்!''

''எப்படி வேணும்னு சொல்லிக் குடுங்கோ! அப்படி செய்யறேன்!''

'புது நடிகை! நடிகை கூட அல்ல! ஆசாரமுள்ள அசல் பாட்டி! நினைத்தபடி செய்வாளா?'

''ஜான்சி லைட்டிங் முடிஞ்சுதா?''

''ஆச்சு சார்!''

ஷாட் என்னவென்பதை விளக்கிவிட்டு க்ளோஸப் வைத்தார் டைரக்டர்.

''ஸ்டார்ட் காமிரா!''

''ரோலிங் சார்''

''ட்ராலி க்ளோஸப் ஜான்சி அப்படியே ஜூம் வாங்கு! ஆக்சன்!''

பாட்டி நடிக்கத் தொடங்கினாள். முகம் சிவந்து இறுகி, வேதனைகளை உள்வாங்கி, மளமளவென கண்ணீர் பெருகத் தொடங்க கட் சொல்லத் தோன்றாமலே, தன்னை மறந்து நின்றார் டைரக்டர்.

✽✽✽

அத்தியாயம் 14

அன்றைய படப்பிடிப்பு பிரமாதமாக அமைந்தது.

புதுமுகங்களால் சற்றே தாமதமானது. ஆனால் பாட்டி வெளுத்துக் கட்டிக் கொண்டிருந்தாள்.

பல வருட அனுபவம் உள்ள ஒரு தேர்ந்த நடிகையைப் போல ஸ்விட்ச் போட்ட தினுசில் முக பாவங்கள். பளிச் பளிச்சென ரியாக்ஷன்... அசத்தி விட்டாள் அசத்தி.

இரவு ஒன்பது மணி வரை படப்பிடிப்பு நீடித்தது.

பேக்கப் செய்து விட்டு, பாட்டியிடம் வந்தார் டைரக்டர்.

"நான் உங்ககிட்ட இத்தனை எதிர்பாக்கலை! வீட்டை விட்டே வெளியுலகம் காணாத நீங்க, எப்படி இத்தனை பிரமாதமாக பண்றீங்க. நீங்க நடிக்கலை! வாழறீங்க."

பாட்டி மெல்லச் சிரித்தாள்.

"வாழ்ந்த வாழ்க்கைதானே சினிமாலே வருது! நடந்ததையே நெனச்சுப் பாக்கறேன்!"

"சரி பாட்டி! நீங்க போய் ஓய்வெடுங்க!"

தன் இருப்பிடம் திரும்பினாள் பாட்டி.

"மணி! நான் குளிச்சிட்டு ஜபம் பண்ணனும்!"

"வென்னீர் வைக்கட்டுமா பாட்டி?"

"நான் என்னிக்குடா வென்னீர்ல குளிச்சிருக்கேன்? பச்சத்தண்ணீ போதும்!"

"ஒடம்புக்கு சேருமா பாட்டி?"

ஜான்சி கேட்டாள்.

"இந்தக் கட்டைக்கு எல்லாம் பழகியாச்சு! பேரனுக்காக இப்ப புது அவதாரம் எடுத்திருக்கேன். இதுல என்னெல்லாம் நடக்கப் போறதோ?" பாட்டி குளித்து விட்டு வந்தாள்.

மடியாகக் காயப் போட்டிருந்த நார்மடிச் சேலையைக் கட்டிக் கொண்டாள்.

மணிக்கு, ஜான்சிக்கு காரியரில் சாப்பாடு வந்தது.

"பாட்டிக்கு?"

"காலைலேயே பழங்கள் வாங்கி வச்சிருக்கேன்!"

பாட்டி ஒரே ஒரு பச்சைப்பழம் சாப்பிட்டாள். கொஞ்சம் தண்ணீர் குடித்தாள்.

ஜபம் முடிந்தது. அதைச் சாப்பிடவே பாட்டிக்கு பதினொரு மணி ஆகிவிட்டது.

ஜான்சி அருகில் வந்தாள்.

"பாட்டி! நான் உங்களை இப்பத் தொடலாமா?"

"ம்! ஜபம் முடிஞ்சாச்சு! தொட்டுக்கோ!"

ஜான்சி பாட்டியின் கால்களை மெல்ல அமுக்கி விட்டாள்.

"உங்களைப் பார்த்து நானெல்லாம் நிறையக் கத்துக்கணும் பாட்டி! நாக்கை அடக்க முடியலை எங்களாலே! வெறும் பழத்தை சாப்பிட்டு எப்படி பாட்டி உங்களாலே இருக்க முடியுது?"

"நானென்ன அதிசயம்? தெய்வமா இருந்தாளே... பரமாச்சாரியார் அவாள்லாம் வெறும் துளசி தீர்த்தத்தை

குடிச்சிட்டு வாழ்ந்தவா! நானே முழுமையா இன்னும் பக்குவப்படலை!"

"ஏன் பாட்டி மற்ற ஜாதிக்காரங்க வேற்று மதக்காரங்க தொட்ட தோஷமா?"

"அப்படி யார் சொன்னது? என் வீட்லே, என் மாட்டுப் பொண் செஞ்சாலே நான் சாப்பிடமாட்டேன்!"

"அவங்களும் குளிச்சு மடியா இருந்தா உங்களைப் போல செய்ய முடியாதா பாட்டி?"

"முடியும்! என் ஆசாரம் கடுமை! அந்தக் கடுமைக்கு யாரும் வரத் தயாரா இல்லை! தன்னை வருத்திக்க அதுவும் எனக்காக... செய்ய அவ ஒருநாளும் முன் வந்ததில்லை!"

"பாட்டி! நான் ஒண்ணு சொல்லலாமா?"

"சொல்லுமா!"

"உங்க சமையல், மடி ஆசாரம் எல்லாம் எனக்குக் கத்துக்குடுங்க! நான் உங்களுக்கு உதவியா இருக்கேன்!"

மணி குபீரெனச் சிரித்தான்.

"ஏன் மணி சிரிக்கறே?"

"ஸாரி ஜான்சி! நீ ஒரு கிறிஸ்தவப் பெண்! நீ போய் பாட்டிக்கு உதவறதா?"

"ஏன் பாட்டி? மனசுல தூய்மையும் செயல்ல பக்தியும் இருந்தா, நான் உதவக் கூடாதா?"

பாட்டி மெல்லச் சிரித்தாள்.

"எனக்கு சமைச்சுப் போடவா நீ இங்கே வந்திருக்கே? நீ ஒரு காமிரா உமன்! உன் தொழில்லே கவனம் செலுத்தி, முன்னுக்கு வரப் பாரு! நேரமாச்சு! படுத்துத் தூங்குங்கோ! மணி நீ உன் இடத்துக்குப் போ!"

மணி வெளியேறினான்.

12 மணிக்குப் படுத்த பாட்டி, நாலு மணிக்கே எழுந்து விட்டாள். குளித்து மடியாக தனக்கு வேண்டியதைத் தயாரித்துக் கொண்ட பின், வழக்கம் போல பூஜை செய்தாள்.

அது முடிய ஆறு மணியானது.

யூனிட் ஹாட்பேக் வழங்கியிருந்தது. முதல் நாளே அதை சுத்தம் செய்து வைத்திருந்த பாட்டி, தன் உணவுப் பொருட்களை அதில் போட்டு வைத்தாள்.

மணி குளித்து விட்டு வந்து விட்டான்.

"ரெடிடா மணி!"

"டைரக்டர் இன்னும் எழுந்திருக்கவே இல்லை பாட்டி!"

"தண்ணி போட்டிருப்பான் பாஸ்டர்ட்!" ஜான்சி பல்லைக் கடிக்க,

"சினிமாலே மட்டும் நெனச்சபடி எதுவுமே ஒழுங்கா நடக்காது!"

"சீன்கள் தெரியுமா மணி?" ஜான்சி கேட்டாள்.

"எல்லாம் ரெடியா இருக்கு. ஆர்டர், லொகேஷன் எல்லாம் பிரிச்சாச்சு!"

"நாம் போய் தொடங்கிடலாமா?"

"வேண்டாம் ஜான்சி! அப்புறம் அவருக்குக் கோபம் வரும்!"

"அட்லீஸ்ட் லைட்டிங் முடிச்சிடலாமே! அவர் வந்ததும் பார்த்துட்டு, ஏதாவது சேஞ்ச் இருந்தா சொல்லட்டும்!"

"எனக்கு பயமா இருக்கு!"

உதவியாளன் ஓடி வந்தான்.

"மணி! டைரக்டர் எழுந்திட்டார். உன்னை வரச் சொல்றார்!" மணி ஓடினான்.

டைரக்டரைச் சுத்தி நாலு பேர் வழக்கம் போல இருந்தார்கள்.

"எனக்கு முடியலை மணி! இன்னிக்கு கேன்சல் பண்ணிடு!"

"சரி சார்! ஆனா...!"

"சொல்லுடா!"

"நீங்க கைட் பண்ணினா, நாங்க வேணும்னா போய் செய்யட்டுமா சார்? அவுட்டோர் வந்துட்டு ஒரு நாளை ஏன் வீணாக்கணும்?"

"நீயாடா பணம் போடறே? எனக்குத் தெரியாதா?"

"சரி சார்! உங்க இஷ்டம்!"

அவன் திரும்பி நடக்க, "எங்கடா போற...த்தா... இங்கே வாடா!" அவன் வந்தான்.

"என்ன சீன் எடுப்பே? எப்படி எடுப்பே?"

மணி ஸ்கிரிப்டைப் பார்க்காமலே அழகாகச் சொல்ல துவங்கினான்.

"சரி செய்! சரியா வரலைன்னா ரீஷூட் பண்ணிக்கலாம்! பணம் போனா போகட்டும்!"

அவன் வெளியேற,

"நம்ம பயிற்சில தேறின பையன் இவன் ஒருத்தன் தான். ஆனாலும் போதாது! சரி, ஷாட்டெல்லாம் சஜஷன்ல வைக்கச் சொன்னா, தடவுவான்! லோ ஆங்கிள் கொடூரமா இருக்கும். சொதப்பட்டும்! நான் சரி பண்ணிக்கிறேன்!"

யூனிட் முடுக்கி விடப்பட்டது.

அடுத்த உதவி இயக்குநரிடம் வசனங்களைத் தந்து விட்டு மணி பம்பரமாகச் சுழலத் தொடங்கினான்.

ஜான்சியிடம் ஷாட் சொல்ல, சடுதியில் லைட்டிங் முடிந்தது. பாட்டி தயாராக இருந்தாள்.

காட்சியமைப்பை பாட்டியிடம் விளக்க,

"மணி ஒரு நிமிஷம்! இந்த இடத்துல வசனம் வேண்டாம்னு தோணுது! அடுத்த ஷாட்ல இன்னும் நாலு வார்த்தை சேர்த்துக்கோ! கொஞ்சம் இயல்பா வார்த்தைகளைப் போடு!"

"பாட்டி! எதையும் மாத்தாதே! அவருக்குக் கோபம் வரும்!"

"அவர்கிட்ட நான் சொல்லலையே! நீ இப்ப டைரக்ட் பண்றதாலே சொல்றேன்!"

பாட்டியின் ஆலோசனைகள், ஷாட் வைப்பதில் தன் கற்பனை வளம். ஜான்சியின் வேகமான ஒத்துழைப்பு மூன்றும் சேர, காட்சிகளை எடுத்துத் தள்ளிக் கொண்டிருந்தான் மணி!

இரவு எட்டரைக்கு பேக் செய்து விட்டான். வழக்கத்தை விட அதிகமான காட்சிகளை எடுத்திருந்தான். யூனிட்டே அவன் சுறுசுறுப்பு கண்டு அசந்து போனது!

கூடாரம் திரும்பினார்கள்.

எடிட்டர், டைரக்டரிடம் வந்தார்.

"வாய்யா! முடிஞ்சுதா? பய தடவினானா?" எடிட்டர் குரலை இறக்கிக் கொண்டான்.

"அசத்தறான் சார். நான் சொல்றேன்னு நீங்க ஆத்திரப் படக்கூடாது. உங்களை விட அசுர வேகம். அபாரமான ஷாட்டுகள்! கிரேன் போட்டு கலக்கறான்!"

டைரக்டரிடம் முகம் சிவந்தது.

"என்னய்யா? அவனுக்கு ஜால்ரா தட்டறே?"

"இல்லை சார். நிஜமான நடப்பைச் சொன்னேன்!"

"வளரவிடக் கூடாது இவனை! அமுக்கிறணும்!"

"அதை நீங்க செய்யணும்னுதான் சார் சொன்னேன். தலை தூக்கிட்டா, உங்க மார்க்கெட் காலி!"

"நாளைக்கே பேக் பண்ணிடலாமா?"

"அது முடியாது சார். அந்தப் பாட்டி சனியனுக்கு இவன் பேரனாச்சே! அவளும் மூட்டையைக் கட்டிட்டா?"

"சண்டை போட்டு அனுப்பினாத்தானே பாட்டி மூட்டை கட்டும்! எடிட் பண்ண அனுப்பறோம்னு வேலை தந்து அனுப்பினா,"

"சரி சார்! இங்கே உங்களுக்கு யார் உதவறது?"

"ஓ... அது ஒரு பிரச்சினை இருக்கோ?"

"எனக்கொரு யோசனை தோணுது சார், சொல்லலாமா?"

"சொல்லு!"

"அவன்கிட்டே புது ஐடியாக்கள் நிறைய இருக்கும்னு தோன்றது. நீங்களா கேட்டா கௌரவக் குறைச்சல்! பாட்டியும் அவன் டைரக்ஷன்லே நல்லாவே ஒத்துழைக்குது!"

"அதனாலே?"

"பேசாம விட்ருங்க! அப்பப்ப அவனை விரட்டிட்டு அவனையே டைரக்ட் பண்ண விடுங்க! பிரமாதமா வரும்! இது உங்க லட்சிய ப்ராஜெக்ட்! அபாரமா வரணும்! டைட்டில்லே உங்க பேர் தானே வரப் போகுது?" "என்ன சொல்றீங்க?"

"எனக்கு நாலட்ஜ் பூஜ்யம்னு சொல்றியா?"

"இல்லை சார்! உங்களை நீங்க நிரூபிச்சுக் கிட்டாச்சு! இவனை வெளியே விட்டா, புது ஐடியாக்கள் அத்தனையும் ஒரு நாள் அரங்கேறும். அதை இப்ப கறந்துடுங்கன்னு சொல்றேன். பாட்டி வசதியா மாட்டியிருக்கு பயன்படுத்திக்குங்க!"

"அப்படியா சொல்றே?"

"ஆமாம்! கிராமத்துல கட்டுமஸ்தான சங்கதிகள் நிறைய இருக்கு. நான் ஏற்பாடு பண்றேன். அவங்க உழைக்கட்டும். நீங்க அனுபவியுங்க. எப்படி சார்?"

"சரிய்யா! அப்படியே செய்! காலைலே சீக்கிரம் மணியை வரச் சொல்லு!"

புதிய திருப்பம் ஒன்று உதயமாவதை அவர் அறியவில்லை!

❋❋❋

அத்தியாயம் 15

"உங்க பொண்ணை எங்களுக்கு ரொம்பப் பிடிச்சிருக்கு!"

சற்றே தள்ளி கதவோரம் நின்ற பாட்டியின் முகம் மலர்ந்தது.

"மற்ற விஷயங்களைப் பேசலாமா?"

நாணா கேட்க,

"எதுவும் கட்டாயமில்லை! உங்களால் முடிஞ்சதைச் செய்ங்கோ! கல்யாணத்துக்கு வரக் கூடிய எங்க மனுஷாளை மட்டும் மரியாதையா கவனிச்சி அனுப்பணும்!"

நாணா தலையாட்ட, வந்தவர்கள் எழுந்தார்கள்.

"தேதிகுறிச்சு, சொல்லி அனுப்புங்கோ!"

"ஆகட்டும்!"

அவர்கள் புறப்பட்டுப் போனார்கள். நாணா உள்ளே வந்தார்.

அம்மா மெதுவாக அருகில் வந்தாள்.

"நல்ல மனுஷாடா நாணா! எதையும் கட்டாயப்படுத்தி, கவுக்க நினைக்கிற பார்ட்டி இல்லை!"

"இஷ்டப்பட்டதை செய்யுங்கோனு சொல்றா. என்னம்மா செய்யணும்!"

"கழுத்துக்கு மூணு பவுன்ல தாலிக் கொடியும், கைக்கு ஒரு ஜோடி வளையலும் நிச்சயமா போடணும். தவிர மாப்பிள்ளைக்கு அரை சவரன்ல மோதிரம், பட்டு வேஷ்டி!

இவளுக்கு மூணு புடவைகள்... வெள்ளில ஒரு பஞ்ச பாத்திரம், சந்தனக் கிண்ணம், குங்குமச் சிமிழ்..."

"எல்லாம் ஆச்சா இன்னும் ஏதாவது பாக்கி இருக்கா?"

சீதா ஆவேசமாக வெளிப்பட்டாள்!

நாணாவின் பார்வையில் பீதி வந்து உட்கார்ந்து கொண்டது.

சீதா ஆவேசமாக வெளிப்பட்டாள்!

நாணாவின் பார்வையில் பீதி வந்து உட்கார்ந்து கொண்டது.

"செய்யணும்னா என்ன வேணும்னாலும் செய்யலாம்! நம்ம சக்திக்குத் தக்க இது தானே முடியும்?"

"இதுவே முடியாது! இதைச் செஞ்சாலே இந்த எண்பத்தி ஒண்ணாம் வருஷம் முப்பதாயிரம் செலவாகும். யார்கிட்ட இருக்கு பணம்?"

"அதுக்காக இவருக்குக் குறைச்சு செய்ய முடியுமா சீதா?"

"நீங்க என்ன மஞ்சக்காணி சொத்தா வச்சிருக்கேள்! உங்க பிள்ளைதான் சாகணும்! ஊர் முழுக்கக் கடன் வாங்கினா, நாங்க ரெண்டு வேளை சாப்பிட வேண்டாமா?"

"சீதா உன்னை உங்காத்துல கல்யாணம் பண்ணித் தரலையா?"

"எங்கப்பாகிட்ட வக்கு இருந்தது?"

"இங்கே எம் பொண்ணுக்கு அப்பா இல்லை! அண்ணா, மன்னி நீங்க தானே செய்யணும்?"

"எங்களுக்கு காச்சுத் தொங்கறதா பணம்?"

"சீத்தா!"

"இந்தப் பாருங்கோ! நீங்க உங்க தங்கை கல்யாணத்தை தாராளமா நடத்துங்கோ! நான் அதைத் தடுக்கலே! ஆனா எனக்கும், என் குழந்தைகளுக்கும் எதுவும் குறையப்படாது!"

உள்ளே போய் விட்டாள்.

அம்மா அருகில் வந்தாள்.

"நாணா!"

"என்னம்மா நீ? என்னைப் போட்டுச் சும்மா புடுங்கினா நான் என்ன செய்வேன். உன்னாலே என் நிம்மதியே தொலைஞ்சாச்சு!"

"நாணா நில்லுடா!"

பாட்டியின் குரல் உயர்ந்தது.

அவர் நிற்க.

"உங்கப்பாவும் செத்து நீங்க மூணுபேரும் நாலும், எட்டும் தெரியாம மலங்க மலங்க முழிச்சிண்டு நிக்கிற குழந்தைகளா இருக்கறச்சே, நான் உங்களை வளர்க்க பட்டபாடு கொஞ்சமில்லைடா! நீங்க பாரம்னு நெனச்சிருந்தா, இன்னிக்கு நீ இல்லை! அவ உன் தங்கை! அவளைக் கரையேத்தறது உன் கடமை! உனக்கும், உன் குடும்பத்துக்காகவும் உடம்பை நான் செருப்பா தெச்சுப் போட்டிருக்கறேன். உம் பொண்டாட்டி இந்தாத்துல விலகின துரும்பை எடுக்கறதில்லை! யாருடா உழைக்கறது?"

நாணா நடுங்கிப் போனார்.

"அம்மா! நீ பேசாம இரு! அவ காதுல விழப் போறது!"

"விழட்டும்டா! ஏன் இப்படி பயந்து சாகறே?"

"உனக்கு பயமில்லைம்மா! நான் படற அவஸ்தை எனக்குத்தானே தெரியும்!"

"நீயெல்லாம் ஓர் ஆம்பளை! உனக்கு அம்மான்னு சொல்லிக்க எனக்கு வெக்கமா இருக்கு!"

அவர் விலகிப் போக,

பாட்டியின் மகள் அருகில் வந்தாள்.

"அம்மா!"

"என்னடி?"

"எனக்கு இப்படி ஒரு கல்யாணம் அவசியம்தானா? மன்னிகிட்ட நீ படற அவமானம் நாளுக்கு நாள் அதிகமாயிண்டே போறதே!"

"போகட்டும்மா! உங்கப்பா தலையை சாச்சு, காரியங்கள் முடியறதுக்குள்ளே தலையை மழிச்சு என்னை அலங்கோலப்படுத்தினாளே... அன்னிக்குத் தொடங்கின அவமானம் இன்னும் ஓயாதும்மா! இது அவமானப்படவே பிறந்த ஜென்மம்! இப்ப மாட்டுப் பொண்ணோட நேரம்! எப்படியோ உன் கழுத்துல தாலி ஏறினா சரி!"

பாட்டி அழத் தொடங்க,

பாட்டியின் முகத்துக்கு சார்ஜ்!

"கட் இட்!"

மணி கத்தினான்! பாட்டி கட் செய்த பிறகும் அழுது கொண்டிருந்தாள்.

"லைட்ஸ் ஆஃப்!"

மணி அருகில் வந்தான்.

"பாட்டி! சீன் முடிஞ்சாச்சு! நம்மாத்துக் கதை உனக்கு பெரிசா கை கொடுத்திருக்கு இல்லையா!"

அலமு பாட்டி கண்களைத் துடைத்துக் கொண்டாள்.

மெல்லச் சிரித்தாள்.

அந்தப் பெரிய காட்சி முழுமையாக படமாக ஒரு மணி நேரம் தான் ஆனது.

பத்திரிகைக்காரர்கள் வந்திருந்தார்கள்.

பிரபல பத்திரிகையாளர்கள்.

"நீங்க தான் டைரக்ட் பண்றீங்களா?"

மணி பதறிப் போனான்.

"இல்லையில்லை! எங்க டைரக்டர் பயிற்சிக்காக செஞ்சு பார்க்கச் சொன்னார். அவர் சொல்லித் தந்ததை நான் அப்படியே செய்யறேன்."

"அவர் ஸ்பாட்டுக்கு வரலையா?"

"இது சின்ன சீன்! பெரிசை கன்சிவ் பண்ணிக்கிட்டு இருக்கார் டைரக்டர்!"

"நீங்க இயக்குநராகப் போறது எப்போ?"

"அதையெல்லாம் எங்க டைரக்டர் தான் தீர்மானிக்கணும்!"

"இதுல பிரதான பாட்டி வேஷம் பண்றது உங்க சொந்தப் பாட்டியா?"

"ஆமாம்!"

பாட்டியிடம் வந்தார்கள்.

பாட்டி கேள்விகளுக்கு அழகாகப் பதில் தந்தாள்.

"உங்க பேரன் டைரக்ஷன்லே நடிப்பீங்களா?"

"தெரியாது. இந்தப்படம் வெளி வரட்டும்! வெற்றியடையட்டும்? பகவான் என்ன செய்யறாரோ அதன் படி நடப்போம்!"

பத்திரிகையாளர்கள் வெளியேறினார்கள்.

அன்றைக்கு டைரக்டர் இளையநிலவு பொள்ளாச்சியில் இல்லை!

கோவை சென்றிருந்தார் சொந்த வேலைக்காக.

பாதிக்கு மேல் படம் முடிந்து விட்டது.

மணி பிரமாதமாக இயக்குவதால், டைரக்டர் கவலைப்படவில்லை! அடுத்த படத்தை மடக்க, அதன் தயாரிப்பாளரைப் பார்க்க கோவைக்குச் சென்று விட்டார்.

இரவு எட்டு மணிக்குப் படப்பிடிப்பு முடிந்து இருப்பிடம் திரும்ப,

டைரக்டர் வந்து விட்டார்.

"சார்! பிரஸ்காரங்க வந்துட்டாங்க!"

"எப்பய்யா?"

"காலைலே பேட்டி எடுத்தாங்க மணியை!"

"ஊதிட்டானா?"

"இல்லை! ரொம்ப பக்குவமா பதில் தந்துட்டான்!"

"இவன் என்ன பக்குவமா பதில் தந்தாலும், அவன் திரிச்சு தாறுமாறாலே எழுதுவான்யா!"

"அவங்க வர்றது நமக்குத் தெரியாதே சார்!"

"எங்கிட்ட சொல்லாம வர மாட்டாங்களே! சொந்தப் படமா இருந்தாலும் அதிகமான விளம்பரம் வேண்டாம்னு நான் சொல்லறேன்! ஏன் இப்படி கழுத்தை அறுக்கறாங்க! மணியை வரச் சொல்லு!"

பத்து நிமிடங்களில் மணி வந்தான்.

"பத்திரிகைகாரங்க வந்தாங்களா?"

"ஆமாம் சார்!"

"பேட்டி குடுத்தியாக்கும்?"

"தப்பா எதுவும் குடுக்கலை சார். எங்க டைரக்டர் எனக்குப் பயிற்சி தர்றார்னு சொன்னேன்!"

"நீ எப்ப படம் பண்ணப் போறேன்னு கேக்கலியா?"

"கேட்டாங்க! அதையும் எங்க டைரக்டர் தான் தீர்மானிக்கணும்னு சொல்லிட்டேன்!"

இளையநிலவு அருகில் வந்தார்.

பளாரென அவனை அறைந்தார்.

"இப்படி ஓர் ஆசை இருக்குதா உனக்கு?"

"சார் அவங்க கேட்டதுக்கு நான் பதில் சொல்ல வேண்டாமா?"

"உன்னை நான் டைரக்ட் பண்ணவிட்டா, பெரிய புடுங்கினு நெனப்பா உனக்கு? பத்திரிகைக்காரங்க வந்ததும் என்ன சொல்லியிருக்கணும் நீ? எங்க டைரக்டர்கிட்ட பேசுங்கன்னு

அனுப்பியிருக்கணும்! செஞ்சியா? என் பணத்துல, என் சொந்தப் படத்துல நீ குளிர் காயறியா?... என்ன நெனச்சுக்கிட்டு இருக்கே உம்மனசுல?''

மணி தலைகுனிந்து நின்றான்.

''மவனே! இந்தப் படம் முடியட்டும்! இண்டஸ்ட்ரிலே உன்னை நிக்க விடாம பண்றேன்! சோத்தையும் போட்டு, செலவுக்குக் காசும் குடுத்தா ஒடம்பு துள்ளுதா?''

''.....!''

''முழிக்கிறான் பாரு! எதிர்லே நின்னா வெட்டிடுவேன்! போடா!''

மணி வெளியே வந்தான்.

நெஞ்சுக்குள் அலை வீசியது!

'இதை விட ஒரு மனிதனால் அவமானப்பட முடியுமா? இப்படி இவனிடம் வேலை செய்யாவிட்டால் தான் என்ன?'

'இதை விட பிச்சை எடுத்துப் பிழைக்கலாம்!'

'பாட்டியிடம் சொல்லிவிட்டு இன்றைக்கே ஊரைப் பார்க்க கிளம்ப வேண்டியதுதான்!'

'பத்திரிகைகாரர்களை நானா வரச் சொன்னேன்! அவர்களாக வந்து விட்டால், அது என் தப்பா?'

கேள்வி மேல் கேள்வி வந்தது.

பாட்டியின் இருப்பிடத்தில் நுழைய, பாட்டி பூஜையில் இருந்தாள்.

மணி தன் பெட்டியை எடுத்து வைத்தான். துணிகளை அடுக்கத் தொடங்கினான்.

''மணி எங்கே புறப்படறே?''

திரும்பினான். ஜான்சி நின்று கொண்டிருந்தாள்.

❋❋❋

அத்தியாயம் 16

அவள் கேட்டும் மணி பேசாமல் துணிகளை அடுக்கத் தொடங்க, அருகில் வருகிறாள் ஜான்சி!

"மணி! உன்னைத்தான் கேக்கறேன்!"

அவன் கண்கள் ததும்பிக் கிடக்கிறது.

"மணி! ஏன் அழறே? உன் முகமே பார்க்க சகிக்கலை! என்னப்பா நடந்தது?"

மணி அங்கிருந்து விலகி வந்தான்.

ஜான்சியிடம் சின்னக் குரலில் சகலமும் சொன்னான்.

"எனக்கு அவரை ஓவர்லுக் பண்ற ஆசையே இல்லை. ஜான்சி! நான் என்ன தப்பா பேசினேன்? இதுக்கும் மேல் ஓர் ஆம்பிளை அவமானப்பட முடியுமா ஜான்சி? இனிமே என்னால சகிச்சுக்க முடியாது! நான் போறேன்!"

"அவசரப்படறியே மணி!"

"இல்லை ஜான்சி! என் நிலைமைலே இருந்தா, உனக்கந்த கஷ்டம் தெரியும்!"

"இது கஷ்டமில்லை மணி! சோதனையோட உச்சக் கட்டம். இந்த படம் முடியற வரைக்கும் பல்லைக் கடிச்சுகிட்டுப் பொறுத்துக்கோ!"

"நீ என்ன சொல்லு!"

"பத்திரிகைக்காரங்களை வரச் சொல்லித் தகவல் தந்தது யார் தெரியுமா?"

"யாரு?"

"நான்தான்!"

"ஜான்சி! நீ என்ன சொல்றே?"

"ஆமாம்! நீ டைரக்ட் பண்றதை அவங்க பாக்கணும். அந்தச் செய்தி பத்திரிகைலே வரணும். இந்தப் படம் ஜெயிக்கும். ஜெயிச்சா யாருக்குப் பேரு டைரக்டருக்குத் தான்! உன்னை அத்தனை சீக்கிரம் தலைதூக்க இவர் விடமாட்டார். ஆனா பத்திரிகைலே, சேதி வந்துட்டா, சினிமாக்காரங்க கவனம் உன் பக்கம் திரும்பும்!"

"நீ அவசரப்பட்டுட்டே ஜான்சி!"

"ஏன் மணி?"

"பத்திரிகைக்காரங்க வந்ததையே ஜீரணிக்க முடியாம என்னை அடிச்சிருக்கார். எனக்கு சாதகமா செய்தியும் வந்தா, என்னாகும் தெரியுமா?"

"எதுவும் ஆகாது! நீ பெரிய ஆளா வரணும்னு யோகமிருந்தா, யாரால் அதைத் தடுக்க முடியும்!"

"நீ இதுல ஏன் தலையிடற ஜான்சி?"

"நான் தலையிடாம? எனக்காகப் போராடி ஜெயிச்சாங்க பாட்டி! அவங்க பேரனுக்காக நான் ஏதாவது செஞ்சா தப்பா?"

மணி பேசவில்லை!

"அழகான ஒரு பொண்ணு நமக்காக ஏதோ செஞ்சிருக்காளே... அவளைப் பார்த்து இதமா சிரிப்போம்னு தோணுதா? ஜடம்?"

"என்ன நீ?"

"சரி! மேற்கொண்டு எப்படி கதை பண்ணியிருக்கார் டைரக்டர்?"

"அவர் என்ன பண்றது? நானும் பாட்டியுமா திரைக் கதையை மாத்தியாச்சு!"

"எப்படி?"

"தன் பிள்ளை, மாட்டுப் பொண்கிட்ட ஏகப்பட்ட அவமானங்களைப் பட்ட பாட்டி எதுக்காக வாழறா?"

"சொல்லு!"

"எனக்காக! ஐ மீன் தன் பேரனுக்காக வாழறா! பாட்டி மேல் உயிரையே வச்ச ஒரே ஜீவன் அவ பேரன் தான்!"

"சரி! பேரனுக்காக பாட்டி என்ன செய்யப் போறா?"

"பொறு! முழுக்கதையையும் இப்ப சொல்லிட்டா, ருசி போயிடும்! பொறுத்திருந்து பார்!"

"நான் காமிராமேன் மணி!"

"அதனாலே? கதை சொல்லணும்னு உண்டா? ஷாட் வைக்கும் போது தெரிஞ்சுக்கோ!"

பாட்டி வெளியே வந்தாள்.

"என்ன சொல்றான் மணி?"

"டைரக்டர் வழக்கம் போல கோபப்பட்டாராம். ஊருக்கு போறேன்னு பெட்டியைக் கையில் எடுத்திட்டார் பாட்டி!"

"பொறுத்துக்கோ மணி! அவசரப் படாதே! அவமானங்கள் எப்பவும் மனுஷனை ஆளறதில்லை. எல்லாம் சரியாகும்!"

மணி பேசவில்லை!

"பல்லைக் கடிச்சிண்டு இந்த படம் முடியற வரைக்கும் காத்துண்டு இரு! பகவான் இருக்கார்."

அதே நேரம் டைரக்டர் எதிரே எடிட்டர் இருந்தார்.

"என்னய்யா எழுதுவான் பத்திரிகைலே?"

"என்ன வேணும்னா எழுதட்டுமே சார்! உங்க புகழை அத்தனை சீக்கிரம் மங்க வைக்க முடியுமா?"

“அதில்லைய்யா! என் படத்தை அவுட்டோர்லே என் அசோசியேட் டைரக்ட் பண்றான்னு சேதி வந்தா, எனக்கது கேவலம்! அவனுக்கு ஏணி மாதிரி!”

“அப்ப ஒண்ணு செய்ங்க சார்! நாளைலேருந்து நீங்களே ஸ்பாட்டுக்கு வந்துடுங்க!”

“அது சரிய்யா! பத்திரிகைலே செய்தி வருமே! என்ன செய்யலாம்?”

“எடிட்டர் உங்க நண்பர் தானே? உடனடியா போன் பண்ணுங்க! அவர் மாத்தி எழுதிப்பார்!”

“அப்படீங்கறே?”

“ஆமாம் சார்! உங்களைத் தூக்கி வச்சுட்டு கொண்டாடற பத்திரிகையிலே உங்களுக்கு எதிரா நிச்சயமா சேதி வராது! ‘கவர்’ அனுப்புங்க!”

“ஒண்ணு பண்ணுய்யா! இதுக்கு நீதான் நம்பகமான ஆள்! வேண்டிய பணத்தை ப்ரொடக்ஷன் இன்சார்ஜ்கிட்ட வாங்கிக்கோ. நேரா போயிடு! என்ன சொல்றே!”

“உடனே புறப்படு! ஷூட்டிங் முடியற வரைக்கும் ஒரு பய இந்தப் பக்கம் வரக் கூடாது. புரியுதா?”

“ஆகட்டும் சார்!”

“அந்தப் பாட்டியோட பேட்டி கூட வராம தடுத்துடு! அது பேரனைப் பத்தி ஏதாவது உளறி வச்சிருக்கப் போகுது!”

“நான் பாத்துக்கறேன் சார்!”

எடிட்டர் போய்விட்டார்.

அந்த வாரக் கடைசியில் அந்த பத்திரிகை வெளி வந்தது. சேதிகள் அப்படியே இருட்டடிப்பு செய்யப்பட்டன.

‘காதல் பாட்டி’ படப்பிடிப்பு வெளியூரில் நடக்கிறது. அதன் தொடர்பான செய்திகள் எதையும் தர இயக்குநர் இளையநிலவு மறுத்து விட்டார்.

ஜான்சி பத்திரிகை பார்த்ததும் நொந்து போனாள்.

"பார்த்தியா மணி? 'கவர்' குடுத்து பத்திரிகையைப் பேச விடாம செஞ்சிட்டார் டைரக்டர்!"

"இப்பத்தான் எனக்கு மூச்சே வருது!"

"ஏன் மணி?"

"எனக்குத் திட்டு குறையும். நான் நிம்மதியா வேலை பாக்கலாம்!"

"உன்னை எதுல சேர்க்கறது?"

பாட்டி வெளியே வந்தாள்.

"நான் பட்ட பாடு வீணாப் போச்சு பாட்டி! பத்திரிகைக்காரங்க அரசியல் வாதிகளை விட மோசமா இருக்காங்க!"

"அவங்களைப் பத்தி பேசாதே! ஓர் ஆட்சியைக் கவிழ்த்த பெருமை பத்திரிகைகளுக்கு உண்டு!"

ஜான்சி சிரித்தபடி நகர்ந்தாள்.

தொடர்ந்து ஆனைமலை ஃபாரஸ்ட் பகுதியில் கொஞ்சம் டூயட், சண்டைக் காட்சிகள் என மசாலா அம்சங்களும் படமாக்கப்பட்டன.

மணி தான் செய்தான்.

பேரனின் காதலுக்காக பாட்டி போராடும் சம்பவங்கள் கதையின் பின் பாதி! படப்பிடிப்பு ஏறத்தாழ முடியும் கட்டத்தை நெருங்கிக் கொண்டிருந்தது.

இன்னும் நாலைந்து நாட்கள் ராத்திரி பகலாக வேலை செய்தால் படம் முடிந்துவிடும் நிலை!

அன்று இரவு மணியை அழைத்தார் டைரக்டர்.

"சார்! கூப்பிட்டிங்களா?"

"மணி! நாச்சிமுத்துக் கவுண்டர்னு ஒருத்தர் இங்கே இருந்தார். கோடீஸ்வரர்! அவர் என்னை வச்சு பெரிய பட்ஜெட்ல ஒரு படம் பண்ணலாம்னு இருக்கார்!"

"நல்லது சார்!"

"அது தொடர்பா பட்ஜெட் குடுக்கணும். தயார் பண்ணு!"

"எவ்ளோ ரூபாய்க்கு சார்?"

"நாலஞ்சு கோடி செலவழிக்கத் தயாரா இருக்கார்!"

"சரி சார்! பெரிய ஆர்ட்டிஸ்டா?"

"வேணும்னு கேக்கறார். கமல், ரஜினிக்கு சான்ஸ் இல்லை! விஜய் இல்லைன்னா பிரபு பாக்கணும்!"

"சரி சார்!"

"நாலு நாள்லே இங்கே முடிச்சிட்டுப் போனா, நீ எடிட்டிங்ல உட்கார்ந்துரு! நான் புதுப்பட விஷயமா டிஸ்கஷன்லே இருக்கேன்!"

"ஆகட்டும் சார்!"

அவன் விலக, எடிட்டர் வந்தார்.

"நல்ல ஓர் அசோசியேட் வேணும்யா!"

"மணி அடுத்தப் படத்திலே இல்லையா சார்?"

"நிச்சயமா இல்லை! இவனை விடத் திறமைசாலிகள் இங்கே இல்லையா? ஏற்பாடு பண்ணு! எங்கிட்ட அசோசியேட்டா சேர ஒரு கூட்டமே தவம் கிடக்கும்யா!"

"நான் சொல்றேன் சார்!"

வெளியே போன மணி, எதையோ எடுக்க வந்தவன் நின்று அதைக் கேட்டான்.

வெறுப்பாக இருந்தது.

இருப்பிடம் திரும்பினால் பாட்டி தனக்காக மடிச் சமையல் செய்து கொண்டிருந்தாள்.

ஜான்சி புத்தகம் படித்துக் கொண்டிருந்தாள்.

"மணி படம் முடியப் போகுதே! யாருக்குமே சம்பளம் வரலியே!"

"எங்களுக்கெல்லாம் அப்படி ஒண்ணு இதுவரைக்கும் இல்லை! உனக்கும் அவர் தந்தது தான்!"

"சரி! பாட்டிக்கு?"

"தெரியலை! தருவாரா மாட்டாரான்னு புரியலியே!"

பாட்டி வெளியே வந்தாள்.

"பாட்டி! உங்க சம்பளம் வரலை!"

"நாப்பதாயிரம் முன் பணம் தந்துட்டார்டீம்மா...!"

"பாட்டி! அது முன் பணம். முழுச்சம்பளம் இல்லை!"

"அதுதான் முழுச் சம்பளம்னு சொல்லிட்டா, மறுக்கவா முடியும்."

"இல்லை பாட்டி! அவர் பெரிய டைரக்டர்தான். மறுக்கலை! ஆனா இந்த வித்யாச சப்ஜெக்ட், உங்க உழைப்பு இது ரெண்டும் தான் படத்தோட முக்கியமான மூலதனம்! படம் பல ஏரியாக்கள்லே இப்பவே வித்தாச்சு. அவர் கோடிக்கணக்கா பாக்கப் போறார். மத்தவங்க வயித்துல ஈரத்துணியா? கேளுங்க பாட்டி!"

"நான் எப்படீம்மா கேக்கறது?"

"படம் இன்னும் முடியலை! கடிவாளம் உங்க கையில்! இப்ப விட்டா, பிடிக்க முடியாது பாட்டி! சினிமா உலகத்துல நன்றி உணர்ச்சிக்கெல்லாம் இடமில்லை! கையிலே காசு. வாயிலே தோசை!"

ஜான்சி உசுப்பிவிட, பாட்டி எழுந்தாள் மெல்ல!

வாசலை நோக்கி நடந்தாள் நிதானமாக.

***

அத்தியாயம் 17

டைரக்டர் ஜானிவாக்கரை கண்ணாடிக் கோப்பையில் கவிழ்த்து மெல்ல உறிஞ்சிக் கொண்டிருந்தார்.

உதவியாளன் உள்ளே வந்தான்.

"பாட்டி உங்களைப் பார்க்க வந்திருக்காங்க!"

"இப்ப எதுக்கு அந்தக் கிழவி வருது?"

"தெரியலை சார்! பார்க்க விரும்பலைன்னு சொல்லிடட்டுமா?"

"அட இருப்பா! அது பேஜார் புடிச்ச கிழவி! அதோட ஒத்துழைப்பு இன்னும் நாலஞ்சு நாளைக்கு வேணும். டப்பிங்லே கூட வேறு யாரையாவது போட்டுக்கலாம்! வரச் சொல்லு!"

சாதாரணமாக பாட்டிக்கு முன்னால் இதுவரை குடித்ததில்லை! ஒரு மரியாதை இருந்தது.

ஜான்சி சம்பவத்துக்குப் பின் பாட்டியின் மேல் ஒரு வெறுப்பு இருந்தது. அதனால் மரியாதை குறைந்து விட்டது.

பாட்டி உள்ளே நுழைந்தாள். வேண்டுமென்றே சிகரெட் புகையை வளையம், வளையமாக விட்டார்.

"வாங்க! என்ன வேணும்?"

தொனியில் அலட்சியம்!

"கொஞ்சம் உங்ககிட்டப் பேசணும்!"

"ம்! சொல்லுங்க!"

தன்னை உட்காரக் கூட அவர் சொல்லவில்லை என்பதைப் பாட்டி கவனித்தாள்.

"படம் இன்னும் நாலஞ்சு நாள்லே முடியப் போகுதுன்னு கேள்விப்பட்டேன்!"

"உங்க பேரன் சொன்னானா?"

"யாரும் சொல்ல வேண்டாம்! நடிக்கறேனே! எனக்கே தெரியாதா?"

"சரி! அதுக்கென்ன?"

"சம்பளப் பாக்கி இன்னும் வரலை!"

அவர் சடாரென எழுந்தார்.

"யாருக்கு சம்பளப் பாக்கி?"

"மத்தவாளைப் பத்தி நான் பேச முடியாது! என் சம்பளப் பாக்கியைச் சொன்னேன்!"

"உங்க சம்பளம் எவ்ளோன்னு உங்களுக்குத் தெரியுமா?"

"தெரியாது!"

"நீங்க புதுமுகம்! சும்மா வீட்ல கிடந்த உங்களைக் கூட்டிட்டு வந்து நடிக்க வச்சது நான்! என் படத்துல நடிக்க எனக்குப் பணம் தந்து வாய்ப்பு கேக்கறாங்க. தெரியுமா உங்களுக்கு?"

பாட்டி பேசவில்லை!

"என் படத்துல நடிச்சாலே கோடி ரூபாய்க்கு சமம்! ஒரு புதுமுகத்துக்கு அதுவும் பாட்டிக்கு நான் தந்த நாப்பதாயிரமே அதிகம். என்ன துணிச்சல் இருந்தா, என் எதிர்லே நின்னு சம்பளம் பேசற தைரியம் உங்களுக்கு வரும்?"

"இப்ப நான் பேசலாமா?"

"என்ன பேசப் போறீங்க?"

"நான் உங்ககிட்ட வந்து நடிக்க வாய்ப்பு கேக்கலை! நீங்க தான் என்னைத் தேடி வந்து ஒப்பந்தம் பண்ணினீங்க!"

"சரி இருக்கட்டும்! இவ்ளோ தர்றேன்னு சொன்னேனா?"

"இல்லை!"

"அப்புறம் என்ன?"

"நான்னு சினிமாலே மட்டும் யாரும் மார்தட்ட முடியாது. இது ஒரு டீம் வொர்க்! பல பேர் உழைச்சாத்தான் திரைலே சரியா வரும்! வெற்றி கிடைக்கும்! உங்க அசோசியேட் தான் உங்களை விட படத்துல உழைச்சிருக்கான். ஆனா அதை யாரும் கேக்க முடியாது! ஏன்னா, அசோசியேட்டுகளை டைரக்டர்கள் அவமானப் படுத்தறது சினிமாலே தவிர்க்க முடியாத நியதி! போகட்டும். அது எனக்கு சம்பந்தமில்லை! ஆனா உழைச்சவங்க பலர் இருக்க, லாபத்தை ஒருத்தர் மட்டுமே அனுபவிக்கறது தர்மமில்லை!"

இளையநிலவு விசுக்கென எழுந்தார்.

"லாபமா? என்ன சொல்றீங்க?"

"தெரியும் எனக்கு! என்.எஸ்.சி. ஏரியா என்ன விலைக்குப் போயிருக்குனு எனக்குத் தெரியும். மொத்தம் நூத்தி இருபது பிரிண்ட் போறதா தகவல். இது ஆரம்பக் கட்டம். இன்னும் மத்த ஏரியாக்களுக்கு எத்தனை பிரிண்ட்னு முடிவாகலை!"

டைரக்டருக்கு மூச்சை அடைத்தது.

'இதையெல்லாம் இந்தப் பாட்டிக்குச் சொன்னது யார்? மணியா?'

அவனுக்கு வியாபாரம் தெரியுமா?

"மன்னிக்கணும்! இது எனக்குத் தேவையில்லாத சங்கதி! ஆனாலும் பேச வேண்டிய கட்டாயம்!"

"சரி! இப்ப என்ன வேணும்?"

"பெரிய நடிகர், நடிகைகளைப் போட்டா கோடிக் கணக்குல உங்க சம்பள பட்ஜெட்டே போகும். நான் அதிகம் கேக்கலை! அஞ்சு லட்ச ரூபா என் சம்பளமா தந்துடுங்கோ!"

"அஞ்சு லட்சமா? ஏய் கிழவி! ஆசைக்கு அளவிருக்கு! உன்னை...!"

"மரியாதை இறங்குறது! சரி! தரலைன்னா வேண்டாம். மீதி ஷூட்டிங்கை டூப் போட்டு நடத்துங்கோ! ஆனா க்ளோஸப் பேலன்ஸ் நிறைய இருக்கு. அதுக்கு என்ன செய்யப் போறேள்?"

நிலை குலைந்தார் டைரக்டர்!

"க்ளைமாக்ஸ் இன்னும் ஷூட் பண்ணலை! பணம் ரொக்கமா என் கைக்கு வரட்டும்! நான் ஸ்பாட்டுக்கு வர்றேன்!"

நாலடி நடந்தாள். திரும்பினாள்.

"ஓர் எச்சரிக்கை! என் மேல் உள்ள கோபத்தை என் பேரன்கிட்டக் காட்டினா, சுத்தமா நான் நடிக்க மாட்டேன். அவன் மேல் காற்று கூட படக்கூடாது. சொல்லிட்டேன்!"

வெளியே வந்து விட்டாள்.

"எடிட்டரைக் கூப்பிடுய்யா!"

அலறினார் டைரக்டர். பத்தாவது நிமிடம் எடிட்டர் ஓடி வந்தான்.

"அந்தப் பொம்பளையை வெட்டிக் கொல்லுய்யா!"

"ஏன் சார்?"

எழுத முடியாத சில கெட்ட வார்த்தைகளைக் கொட்டினார் டைரக்டர்.

எடிட்டர் பேசவில்லை!

"அஞ்சு லட்சம் சம்பளமா வேணுமாம்! இத்தனை ஆசை இருக்குமாயா?"

"......!"

சகலமும் சொன்னார் டைரக்டர்.

"அவளும் அவ பேரனும் பொள்ளாச்சி தாண்டறாங்களா பாரு! நான் யாருன்னு காட்டறேன்!"

"சார் அவசரப்படாதீங்க! இதுவரைக்கும் நம்ம படத்துக்கு ஒண்ணே முக்கால் ரூபா செலவாயாச்சு! லவ் சீன்ல கிராஃபிக் வேலைகள் நிறைய இருக்கு. அதுக்கெல்லாம் செலவு கொஞ்சமில்லை!"

"அதனாலே?"

"பாட்டியை இப்ப நீங்க முறைச்சுக்கறது முக்கால் கிணறு தாண்டற நிலைதான்!"

"கேட்ட சம்பளத்தைக் குடுத்துடச் சொல்றியா?"

"வேற வழியில்லை! இனிமே கிழவி தலையெடுக்க மாட்டா இல்லையா?"

"நோ! அவகிட்ட நான் தோத்துப் போகத் தயாரா இல்லை! முடிக்காம போனா அவ மேலதான் வழக்கு தொடருவேன்!"

"சார்! என்னைக் கொஞ்சம் பேசவிடுங்க!"

"சொல்லு!"

"சினிமாவே முழு நேரத்தொழில்னு வந்தவங்களை நீங்க எப்படி வேணும்னாலும் பழி வாங்கலாம். அவங்க சுத்திச் சுத்தி இங்கே தான் வருவாங்க! இந்தக் கிழவி நடிக்கற ஆசைலே வரலை! உங்க கட்டாயத்துல வந்திருக்கு! மேலும் இன்னும் முப்பது வருஷம் இது வாழவும் போறதில்லை! எழுபது வயசாகப் போகுது! இது மேல் வழக்கு தொடர்ந்து நீங்க சாதிக்கப் போறது என்ன?"

"என்னை என்னய்யா செய்யச் சொல்றே?"

"அஞ்சு லட்சத்துக்காக கௌரவப் பிரச்சினை பார்த்து, ஒண்ணரைக் கோடிக்கு மேல் நஷ்டப்படுவீங்களா?"

“நான் யோசிக்கணும்!”

“நாளைக்கு நான் வர்றேன் சார்!”

டைரக்டர் மல்லாந்து படுத்தார்.

‘இவன் சொல்வது நியாயம் தான். இந்தக் கட்டத்தில் நடிக்க மாட்டேன் என்று மறுத்துவிட்டால்?’

‘கையைக் காலைக் கட்டி ஸ்பாட்டில் கொண்டு போய்ப் போடவா முடியும்?’

‘முதலில் மேக்கப்மேன் விலக.’

‘பிறகு காமிரா உமன் பிரச்சினை...’

‘இப்போது சம்பளத்தில் சர்ச்சை!’

‘ஆரம்பம் முதலே இந்த மொட்டைப் பாட்டி என்னை ஏன் ஆட்டி வைக்கிறாள்?’

‘இவளை இந்த வயதில் நான் ஒன்றும் செய்ய முடியாது!’

‘மணியைக் கிள்ளினால், இவளுக்கு வலிக்கும்!’

‘உன் பேரனை எப்படிப் பழி வாங்குகிறேன் பார்!’

பற்களை நறநறவென்று கடித்தார்.

நள்ளிரவு கடந்தும் உறங்கவில்லை!

மன உளைச்சல் காரணமாக மதுவின் போதை கூடத் தெளிந்து விட்டது.

மறுநாள் காலை சீக்கிரமே எழுந்து, குளித்து பாட்டியின் இருப்பிடம் வந்தார்.

“நான் வரலாமா?”

“வாங்கோ!”

“இந்தாங்க! உங்க சம்பளத்துக்கான செக்!”

பாட்டி அதை வாங்கவில்லை!

“நீங்க கேட்ட அஞ்சு லட்சத்தை இதுல எழுதியிருக்கேன்!”

"மன்னிக்கணும்! இந்தச் செக்கை ஊருக்குப் போய்த்தான் நான் போடணும். ஷூட்டிங் முடிச்சிட்டுத் தான் ஊருக்குப் போகணும்! ஷூட்டிங் முடிச்சிட்டு, நான் போனா, இந்த செக் ஹானர் ஆகாதுன்னு எனக்குத் தெரியாதா?"

"என்ன சொல்றீங்க?"

"செல்லுபடியாகாத செக்குகளை வச்சுக்க ஒரு ரூம் போறலையாம் பழைய நடிகர் ஒருவருக்கு. சினிமா புத்தி நேக்குத் தெரியாதா? கேஷ் குடுத்துடுங்கோ!"

"பாட்டி! இது அளவுக்கு மீறின படுத்தல். அத்தனை ரொக்கத்துக்கு இப்ப நான் எங்கே போவேன்?"

"ஏன்? படப்பிடிப்பு மொத்தமும் பணமில்லாமலா நடக்கறது? பிலிம் ரோல் பணமில்லாம வாங்க முடியுமா? காமிரா வாடகை இல்லாம கிடைக்குமா? உழைக்கற எங்களை மட்டும் ஏன் ஏமாத்த நினைக்கறேள். பெரிய நட்சத்திரமா இருந்தா இது முடியுமா?"

"சரி! பணம் வர ரெண்டு நாளாகுமே!"

"ஆகட்டும்! அது வந்த பின்னால் படப்பிடிப்பை வச்சுக்கலாம். நீங்க முப்பது நாள்லே முடிக்கற ஷெட்யூலை என் பேரன் இருபத்தி நாலு நாள்லே முடிச்சாச்சு. புரொடக்ஷன் செலவு எத்தனை மிச்சம்? அவனுக்கா தரப் போறேள்?"

அவரால் நிற்கக் கூட முடியவில்லை!

வேகமாக வெளியேறினார்.

"ஹாட்ஸ் ஆஃப் பாட்டி!" பாட்டியைக் கட்டிப் பிடித்து பளிச்சென முத்தமிட்டாள் ஜான்சி.

❋❋❋

அத்தியாயம் 18

"இவ்ளோ 'தில்' உனக்கு எப்படி பாட்டி வந்தது?"

"கண்ணா! பணத்துக்காக என்னிக்குமே நான் ஆசைப்பட்டதில்லை! உங்க தாத்தா செத்துப்போய் என் கையில உங்கப்பாவும், உன் ரெண்டு அத்தைகளும் இருந்தப்ப, எனக்கு வயசு இருபத்தி ஒண்ணு! இப்பல்லாம் அந்த வயசுல கல்யாணம் கூட நடக்கறதில்லை! எனக்கு எல்லாமே முடிஞ்சு, மொட்டையடிச்சு முட்டாக்கு போட்டாச்சு! நான் படிக்கலை! அடுப்படில வெந்தவ தான். ஆனா உலகம் தெரியும் நேக்கு. நான் பணத்தையே பார்க்காதவள்னு உங்கம்மா என்னை அவமானப் படுத்தினதை விடவா, இன்னொருத்தராலே முடியும்?"

"ஏன் பாட்டி? அப்பல்லாம் உனக்கு ஏன் துணிச்சல் வரலை? ஏன் டைரக்டரை எதிர்த்து இப்ப நீ நின்ன மாதிரி அப்ப ஏன் அம்மாவை எதிர்த்து நிக்கலை?"

"நின்னிருக்கலாம்! அப்படி நின்னிருந்தா, கழுத்தைப் புடிச்சு என்னைத் தள்ளியிருப்பா!"

"நல்லதுதானே! அங்கே அடிமையா இருக்கறதைவிட வெளிலே நீ சுதந்திரமா இருக்கலாமே!"

"நீ என்னைப் புரிஞ்சுக்கலைடா கண்ணா!"

"நீ என்ன பாட்டி சொல்றே?"

"நான் சொல்றேன் மணி! உங்க பாட்டிக்கு என்னிக்குமே தன்னம்பிக்கை உண்டு. ஆனா பாசம் விடலை! உங்கப்பா,

அம்மா பேச்சைக் கேட்டு நடந்தாலும், அவர் மேல் இவங்க வச்ச பாசம் காரணமா, அவரை விட்டுப் போக பிடிக்கலை! சரிதானா பாட்டி?''

''ஆமாம்மா! ஒரு கட்டத்துல அந்தப் பாசம் எதுக்குன்னு கூட நான் நினைச்சிருக்கேன். ஆனா இந்தக் குழந்தை மணி என் மேல் உயிரையே வச்சிருந்தான். எனக்கு எதுக்குடாப்பா இந்த சினிமா? உனக்காகத்தான் நான் இதுல நுழைஞ்சேன்! நிச்சயமா விரும்பி இதை நான் ஏத்துக்கலை!''

''பாட்டி இந்தப் படம் ஹிட் ஆனா, உன்னைச் சுற்றி ஒரு கூட்டமே நிக்குமே!''

''அதை அப்பப் பார்க்கலாம்! அந்தக் கூட்டத்தை உன் பக்கமா திசை திருப்பி விட்டுட்டா, என் வேலை முடிந்தது!''

அன்றைய படப்பிடிப்பு ரத்து செய்யப்பட்டது.

டைரக்டரின் உதவியாளர்கள் வேறு ஏதோ காரணங்களைச் சொல்லிக் கொண்டு அலைந்தாலும், பாட்டிக்கு சம்பளம் வரவில்லை! அதனால் தான் படப்பிடிப்பு ரத்து என்று எல்லாருக்கும் தெரிந்து விட்டது.

யூனிட் மொத்தமும் ரகசியமாகக் கூடிக் கூடிப் பேசியது.

''மொட்டைப் பாட்டி கில்லாடிப்பா! டைரக்டர் கண்ணுல விரலை விட்டு ஆட்டிட்டாளே!''

''அந்த ஆளுக்கு வேணும்யா! அடுத்தடுத்து வெற்றி கொடுத்தப்ப, கொஞ்சம் பேயாட்டம் ஆடறான். தலைகால் தெரியலை! அடக்க யாராவது ஒருத்தர் வேண்டாமா?''

''போயும் போயும் ஒரு மொட்டைப் பாட்டி கிட்டவா மாட்டிக்கணும்?'' அரசல் புரசலாக டைரக்டரிடன் காதிலும் மேற்படி பேச்சுக்கள் விழத்தான் செய்தன. ஆத்திரம் அதிகமானது. அதனால் நாலைந்து பாட்டில்கள் அவசரமாகக் காலி செய்யப்பட்டன.

இயலாமை காரணமாக வெறி வந்தது. மறுநாள் மாலை பணம் வந்து விட்டது. "அந்தக் கிழவியை வரச் சொல்லுடா!"

பத்து நிமிடங்களில் பாட்டி வந்தாள்.

"இந்தா! நீ கேட்ட அஞ்சு லட்சம்!"

கரன்சி கட்டுகளை வீசியடிக்க, அது பாட்டியின் காலடியில் வந்து விழுந்தது.

"எடுத்துக்கோ!"

பாட்டி மெல்லச் சிரித்தாள்.

"டைரக்டர் சார்... நான் பிச்சைக்காரி இல்லை, நீங்க தூக்கிப் போட்டதும் பொறுக்கிக்க. நீங்க இலவசமாயும் எனக்குத் தரலை! இதப்பாருங்க! நான் உழைச்சேன். அதுக்கான ஊதியம் இது!"

"அப்படியா? நீ யாரு? சினிமாலே உனக்கு என்ன அனுபவம்? எனக்கொரு பேனர் இருக்கு. இளையநிலவு படம்னா அலை மோதற ரசிகர் கூட்டம் இருக்கு. விநியோகஸ்தர்கள் படத்தை வாங்கறது எனக்காக! உனக்காக இல்லை! அதைப் புரிஞ்சுக்கோ!"

"எனக்கும் அது தெரியும் சார்! நீங்க சொல்ற பேனருக்காக படம் விக்குதுன்னா இந்த மொட்டைப் பாட்டி எதுக்கு? மீதிப்படத்தை உங்க முகத்தைத் திரைல காட்டி முடியுங்களேன். என் தயவு தேவையில்லைனா, இந்த அஞ்சு லட்சம் இப்ப இங்கே வருமா?"

"திமிரா உனக்கு?"

"இல்லை! தன்னம்பிக்கை! இல்லாதவனை, தேவைப்படாதவனை எட்டி உதைக்கறதும், பலம் பொருந்தினவன்கிட்ட சரணடையறதும் இந்த உலகத்துல மகா கேவலமான ஒண்ணு! அதுவும் சினிமாலே ரொம்ப அதிகம்! எதுக்கு தர்க்கம்? நாலு நாள் படப்பிடிப்பு! முடிஞ்சதும் நீங்க யாரோ... நான் யாரோ!"

"உன்னை எங்கே, எப்படி கவனிக்கறதுன்னு எனக்குத் தெரியும்!"

பாட்டி போய்விட்டாள்.

மணி தான் படப்பிடிப்பைத் தொடர்ந்து நடத்தினான். பாட்டி நன்றாகவே ஒத்துழைத்தாள்.

நாலாவது நாள் படப்பிடிப்பு ஐந்து மணிக்கே முடிந்து விட்டது.

டைரக்டர் அன்று காலையிலேயே புறப்பட்டுப் போய் விட்டார்.

படப்பிடிப்பு முடிந்ததும் யூனிட் மொத்தமும் புறப்படத் தயாராக இருந்தது.

"மணி! நீ இனிமே ஜாக்ரதையாக இருக்கணும்!"

"நீ ஏன் பாட்டி கவலைப்படறே? என்னை அவரால் ஒண்ணும் செய்ய முடியாது! அவர் தந்த வீட்டுக்குப் போக வேண்டாம். ஒரு வாரம் ஓட்டல்லே தங்கியிருந்துட்டு வேற வீடு பாத்துக்கலாம் பாட்டி!"

"நான் லேடீஸ் ஹாஸ்டல்லே தான் இருக்கேன் பாட்டி! நீங்க என் கூட வந்து தங்கிக்குங்க!"

ஜான்சி சொன்னாள்.

"நீ உன் வீட்டுக்குப் போறதில்லையா?"

"இல்லை! வீட்ல அண்ணனுக்கு நான் சினிமாலே இருக்கறது பிடிக்கலை! வீட்டுக்குப் போனா சச்சரவு ஆகும். அதனால் பணத்தை மட்டும் அனுப்பறது! இந்தப் படத்துக்கு எனக்கு நிச்சயமா சம்பளம் வராது!"

"நான் எதுக்கு அஞ்சு லட்சம் வாங்கினேன்? உன் சம்பளம், மணி சம்பளம் எல்லாம் இதுல இருக்கும்மா! நானும் மணியும் ஓட்டல்லே தங்கிக்கறோம். கூடிய சீக்கிரம் திருப்பம் வரும்! மணி நீ எடிட்டிங் முடி! டப்பிங் நானே வந்து பேசறேன்!"

"பாட்டி!"

"ஆமாம்! மத்தவா ஏன் எனக்காக குரல் கொடுக்கணும்? இரவலா எதுவுமே உன் பாட்டிக்கு வேண்டாம்!"

"சரி பாட்டி!"

டைரக்டர் சென்னை வந்து சேர்ந்த கையோடு மணியை ஸ்டூடியோவில் விட்டுவிட்டு, நாச்சிமுத்து கவுண்டரின் புதுப்பட விவாதத்தில் உட்கார்ந்து விட்டார்.

சம்பளமாக ஒரு கோடி ரூபாய் பேசியிருந்தார்.

யூனிட்டே புதிது! உதவி இணை இயக்குநர்கள் எல்லாம் புதிது!

புகழ்பெற்ற காமிராமேன்!

இங்கே மணி அசுர வேகத்தில் எடிட்டிங், டப்பிங் எல்லாம் முடித்துக் கொண்டிருந்தான்.

இசை சேர்க்கும் கட்டத்துக்கு வந்து விட்டது.

டைரக்டரை அழைத்தான்.

அவர் வந்தார். பார்த்தார். "நீயே அதையும் முடிச்சிட்டு என்னைக் கூப்பிடு!"

மணி தலையாட்டினான்.

படம் முழுமையாக முடிந்ததும், யூனிட்டைச் சேர்ந்த சகலரும் அதைப் பார்க்க வந்திருந்தார்கள்.

"பாட்டி ஜான்சி ரெண்டு பேரையும் வெளிலே அனுப்பு. மணி நீயும் போகலாம்!"

"சார்!"

"உனக்கு இனிமே எங்கிட்ட வேலை இல்லை! என்னை ஆட்டம் காட்டின உங்க மூணு பேருக்கும் நான் வச்சிருக்கேன். கெட் லாஸ்ட்!"

மணி முன்னால் வந்தான்.

"நன்றி சார்!"

"எதுக்கு?"

"டைட்டில்ல உங்க பேரு வந்தாலும், படத்தை டைரக்ட் பண்ணினது முழுக்க நான் தான். தொழில் கத்துக்கிட்டேன். அதை செஞ்சும் பார்த்துட்டேன்!"

"வெளியே போய் தனியா படம் பண்ணலாம்னு நெனப்பா? பண்ணிடுவியா என்னை மீறி?"

"தெரியலை சார். தெய்வம் என் பக்கம் தான் இருக்கு!" சொல்லும்போது பார்வை பாட்டியிடம் இருந்தது.

அவர் சரேலென உள்ளே போய் விட்டார்.

மூன்று பேரும் வெளியே வந்தார்கள்.

"படம் எப்படீடா மணி வந்திருக்கு?"

"தியேட்டர்லே ஜனங்களோட ஒக்காந்து பாரு பாட்டி! பிரமாதமா ரசிக்கலாம்!"

"நாளைக்கு ஒரு புது வார இதழ் மார்க்கெட்டுக்கு வருது!"

"அப்படியா ஜான்சி?"

"கவர் ஸ்டோரியே நம்மதுதான் மணி!"

"நீ என்ன சொல்றே?"

"நம்ம ஷூட்டிங் நேரத்துல பத்திரிகைக்காரங்க வந்தாங்க இல்லையா?"

"ஆமாம்! அந்த பிரபல பத்திரிகையைத்தான் 'கவர்' பண்ணிட்டாரே டைரக்டர்?"

"அதுலேருந்து வெளிலே வந்த உதவி ஆசிரியர், ஒரு முதலாளியைப் புடிச்சு பத்திரிகை தொடங்கியாச்சு. முதல் இதழ் நாளைக்கு மார்க்கெட்டுக்கு வருது!"

"அப்படியா? என்னல்லாம் எழுதியிருக்கும்?"

"பாரு பாட்டி! அது வந்தப்புறமா படிச்சுப்பாரு!" பத்திரிகைப் பேரு "விழித்தெழு!"

"தலைப்பு நன்னாத்தான் இருக்கு!"

"பிரபலங்கள் எப்பவும் பிரபலமா இருக்கலாம். மண்டைக்கனம் வராத வரைக்கும்! அது வந்துட்டா அம்பேல்!"

மூவரும் ஓட்டலுக்கு வந்தார்கள்.

"ஜான்சி! இந்த ஒரு லட்ச ரூபாயை நீ வச்சுக்கோ!"

"பாட்டி! எதுக்கு இவ்ளோ பணம்?"

"உன் உழைப்புக்கு! பிடி! எல்லாத்தையும் உங்காத்துலே தந்துராதே! உனக்குன்னு வச்சுக்கோ! நாளைக்கு வா!"

பாட்டி படுத்துவிட்டாள்.

"மணி! இங்க வாடாப்பா!"

"என்ன பாட்டி?"

"இந்தப் படம் வெளி வந்த பின்னால் உன் எதிர் காலம் எப்படி இருக்குன்னு பார்க்கணும். அப்புறம் நான் சில முடிவுகளுக்கு வரணும்!"

"என்ன முடிவு பாட்டி?"

"அதை இப்ப நான் சொல்லலை! எனக்குக் களைப்பா இருக்கு! நான் தூங்கறேன்!"

மணி கண்களை விழித்தபடி கனவுகளைக் கண்டு கொண்டிருந்தவன், மறுநாள் காலையில் ஆறு மணிக்கே கடைக்கு வந்து விட்டான்.

"விழித்தெழு!" வந்தாச்சா?

"பிடிங்க!" கையில் கொடுத்தார்கள்.

அட்டையில் மொட்டைப் பாட்டி... காமிராவுக்கு பின்னால் மணியும், ஜான்சியும்.

'இப்படை தோற்கின் எப்படை வெல்லும்?'

'சென்சேஷனல் கவர் ஸ்டோரி'

***

அத்தியாயம் 19

'விழித்தெழு' பத்திரிகை வெளியானதும் நகரில் பெரிய பரபரப்பு உண்டாகி விட்டது.

'ஜீவன்' தொடங்கிய பத்திரிகை. ஏற்கனவே பிரபல வார இதழில் இணையாசிரியராக இருந்த அனுபவம்.

கொஞ்ச நாட்களாகவே அந்தப் பிரபல பத்திரிகையில் சுதந்திரம் கட்டுப்படுத்தப்படுவதை ஜீவனால் தாங்க முடியவில்லை. விருப்பம் போல் எதையும் செய்ய முடியாது. இன்வஸ்டிகேட்டிங் ஜர்னலிசத்தில் இவன் புலி. பெரும் புள்ளிகளின் மறுபக்கத்தை ஆதாரத்துடன் பிரமாதமாக அலசிக் கொண்டிருந்தான்.

முதல் ஓரிரண்டு சங்கதிகள் வெளி வந்து விட, பெரும் பரபரப்பாகி விட்டது.

சம்பந்தப்பட்டவர்களிடமிருந்து எடிட்டருக்கு மிரட்டல்.

அவர் ஜீவனை அழைத்து விசாரித்தார்.

"பரவால்லை சார். இதுக்கெல்லாம் பயந்தா ஆகுமா? இன்னிக்கு நம்ம பத்திரிகை லட்சக்கணக்கான சர்க்குலேஷன், உலக அளவுல விற்பனை. யாரும் நம்மை அசைக்க முடியாது!"

"அதில்லைப்பா! அவர் ஆளும் கட்சி!"

"எத்தனை நாளைக்கு? அவனோட மந்திரிசபை ஆடத் தொடங்கியாச்சு."

"எந்த நேரமும் கவிழலாம். மந்திரிகள், நடிகர்கள் இவர்களுக்கெல்லாம் நிலையான இடம் எப்பவுமே இல்லை சார். ஒரு சிலர் விதிவிலக்கு. அதனால் பத்திரிகைன்னா எல்லாம் தான் எழுதணும். நாட்டோட முதுகெலும்பு சார் பத்திரிகை."

அவர் விட்டு விட்டார்.

அடுத்தடுத்து இவன் சுடச்சுட செய்திகளைத் தொடர்ந்து தரத்தொடங்க, எடிட்டரை 'கவர்' செய்து விட்டார்கள். ஜீவனின் எழுத்து சுதந்திரம் தடுக்கப்பட்டது. அவனுக்கு அங்கே இருக்கப் பிடிக்கவில்லை. ஒரு நல்ல முதலாளியைத் தேடிக் கொண்டிருந்தான். கணபதி சுந்தரம் அகப்பட்டு விட்டார்.

கோடிக் கணக்கான பணத்தில் புரளும் தொழிலதிபர்.

எதற்கும் அஞ்சாதவர்.

வித்யாசமான முயற்சிகளுக்கு வரவேற்பு தரும் மனிதர்.

ஜீவனின் எழுத்துக்களுக்கு ரசிகர்.

அவரை நேரில் சென்று சந்தித்தான் ஜீவன்.

"நான் இன்வெஸ்ட் பண்ணத் தயார். உனக்கு நல்ல பத்திரிகையா வெளிய கொண்டு வர தைரியம் இருக்கா!"

"நான் தயார் சார். ஆனா...!"

"சொல்லு! என்ன பிரச்சினை?"

"வீக்லி கொண்டு வர்றது அத்தனை சுலபமில்லை சார். நிறைய உழைப்பு, ஆள்பலம், பணம் எல்லாம் வேணும்!"

"பணம் நான் போடறேன். சொந்த பிரஸ் வச்சிடறேன். ஆட்களை நீ தேர்ந்தெடு."

"சொந்தமா ஆப்செட், வெப் எல்லாம் வாங்க முடியுமா சார்?"

"நவீன எந்திரங்கள் சகலத்தையும் மேற்கு ஜெர்மனிலேருந்து நான் கொண்டு வர்றேன். நீ கூட வா!"

ஜீவன் உற்சாகமாகிவிட்டான்.

"சார்! ஒரு வருஷ காலம் உங்க பணம் எவ்வளவு இருக்கணும்! பிக்கப் ஆனாத்தான் லாபம் பார்க்க முடியும். எதிர்ப்புகள் பல இடத்துல கிளம்பும். தாங்கிக்க முடியுமா?"

"அதுக்கு நானாச்சு! நீ சுடச்சுட உன் பாணில பண்ணு! பார்த்துக்கலாம்!"

ஜீவன் ஐம்பது நாட்கள் இடை விடாமல் உழைத்தான்.

ஆட்களைத் திரட்டினான்.

விவாதித்துப் பத்திரிகையின் வடிவத்தைப் புதிதாக அமைத்தான்.

லே அவுட்டை மாறுதலாக அமைத்தான்.

பாட்டியின் அட்டைப் படத்துடன் முதல் இதழ் "விழித்தெழு" வெளியாகி விட்டது.

'A sensational Cover Story'

உள்ளே படப்பிடிப்பு நடக்கும் இடத்தில் மணி, பாட்டியை இயக்கும் காட்சிகள்.

ஏராளமான வண்ணப்படங்கள்.

'இளையநிலவு' இயக்குநர் வேடம் போடுகிறார்.

'இந்தப் படத்தில் அவர் இயக்குநர் அல்ல!'

'தைரியமான மொட்டைப் பாட்டியால் இணை இயக்குநரும், ஒளிப்பதிவாளரும் தப்பிக்கிறார்கள்.'

'இந்தப்படம் ஒரு வெற்றிப்படம் என்பது உறுதி!'

'ஆனால் வெற்றிக்குக் காரணம் மேற்படிமூன்று பேரின் அசுர உழைப்புதான்!'

பத்திரிகை வெளியாகி, அன்று மாலைக்குள் விற்றுத் தீர்ந்துவிட்டது. ஒரு பிரதி கூடக் கிடைக்கவில்லை!

கலர் போஸ்டர்.

'அதிலும் மொட்டைப் பாட்டி!'

கணபதி சுந்தரத்துக்கு போனுக்கு மேல் போன்.

அவரது அலுவலகத்தை நோக்கி பாராட்டவே ஒரு கூட்டம் வந்து விட்டது.

பிரதி இல்லையெனக் கேட்டு ஏராளமான புகார்.

அவரே ஆடிப் போய் விட்டார்.

ஜீவனை அழைத்தார்.

"எல்லாம் வித்தாச்சா ஜீவன்?"

"ஒரு லட்சம் போட்டப்ப நானே பயந்தேன் சார். நீங்க தான் நஷ்டம் ஆனாலும் ஆகட்டும்னு போடச் சொன்னீங்க. ஒரே நாள்லே ஒரு லட்சம் பிரதியும் இதுவரைக்கும் எந்த ஒரு புதுப் பத்திரிகையும் விற்றதில்லை!" அவன் கைகளைப் பற்றிக் குலுக்கினார் கணபதி.

"கீப் இட் அப்! அடுத்த இஷ்யு எவ்ளோ போட்டிருக்கே?"

"முதல் நாலு இதழும் இந்த ஒரு லட்சம் தான் சார். போதும்! ஒரு சென்சேஷனை க்ரியேட் பண்ணி விட்டுட்டு, அப்புறமா பிரதிகளை ஏத்திக்கலாம்."

"ஜமாய்!"

தொலைபேசி அழைத்தது.

எடுத்தான் ஜீவன்.

"டைரக்டர் இளையநிலவு லைன்ல இருக்கார்!"

"குடுங்க!"

"நான் இளையநிலவு பேசறேன்!... த்தா! எவன்டா அது புதுப் பத்திரிகை நடத்தறான். நான் யாருன்னு தெரியுமா? அடுத்த இஷ்யு மார்க்கெட்ல வர விடாம செய்ய என்னால் முடியும். மரியாதையா மன்னிப்புக் கேட்டு மறுப்பும் எழுது!

இல்லைன்னா, நடக்கறதே வேற!'' ஜீவன் ரிசீவரை வைத்து விட்டான்.

''யாரு ஜீவன்?''

''இளையநிலவுதான்! கழுத்து வரைக்கும் குடிச்சிருக்கார். பேச்சுல தெரியுது விடுங்க! ஒண்ணும் செய்ய முடியாது. பாத்துக்கலாம்!''

அன்று இரவு எட்டு மணிக்கு ஜீவன் புறப்படும் நேரம், அந்த அமைச்சரின் பி.ஏ. உள்ளே நுழைந்தார். நாலைந்து ஆட்களுடன்.

''எடிட்டர் யாரு?''

''நான் தான்!''

''இந்தாங்க லெட்டர்!''

இவன் வாங்கிப் படித்தான்.

அமைச்சரே கைப்பட எழுதியிருந்தார்.

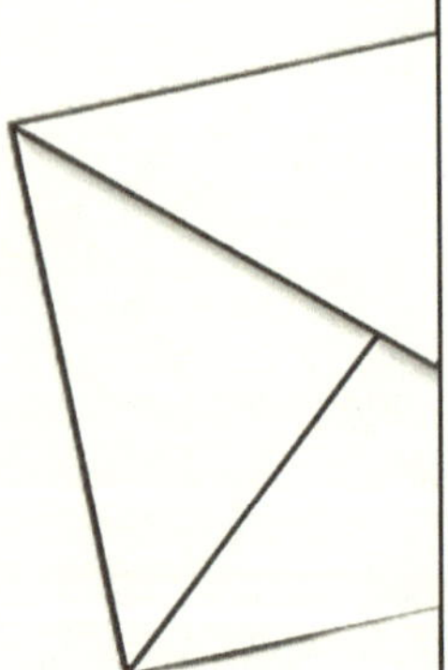

"இளையநிலவுபெரியஇயக்குநர்.
அவரதுசினிமாவாழ்க்கைக்குஉங்களது
பத்திரிகையால்பாதிப்புக்குஉள்ளாகும்
நிலைவந்தாகிவிட்டதுஅதனால்
மறுப்புஎழுதவும்அதுமட்டுமல்லாமல்
பர்சனாலிட்டிகளைப்பற்றிதயவு
செய்துஇனிமேல்பத்திரிகையில்அலச
வேண்டாம்அதுநல்லதல்ல!இது
அன்பானவேண்டுகோள்அல்லது
எச்சரிக்கை!"

"சரி! நீங்க போங்க! வேண்டியதை நாங்க செய்யறோம்!" பி.ஏ. போய் விட்டார்.

கணபதியிடம் கடிதத்தைக் காண்பித்தான் இவன்.

"என்ன செய்யப் போறே?"

"அதை நீங்க தான் சார் சொல்லணும்!"

"நீ பயப்படாம எழுது! பத்திரிகை தொடர்ந்து வரும்! அந்த அமைச்சரால் எதுவும் செய்ய முடியாது. இவரைப் பத்தின செய்திகள் இருக்கா?"

"நிறைய இருக்கு சார்."

"அடுத்த இஷ்யுல இந்த லெட்டரை பப்ளிஷ் பண்ணி அந்த ஆளைக் கிழி! என்ன செய்யறார்னு பாக்கலாம்!"

"தேங்க்யு ஸார்!"

ஜீவன் உற்சாகமாக வெளிப்பட்டான்.

அந்தக் குறிப்பிட்ட அமைச்சரின் ஓர் ஊழல் ஆதாரத்துடன் ஜீவன் கையில் ஏற்கனவே இருந்தது.

தனது நிருபர் படையை முடுக்கி விட்டான்.

அடுத்த இரண்டு நாட்களில் இன்னும் சூடான சில தகவல்கள் புகைப்படங்களுடன் கிடைக்க,

ஜீவன் குஷியானான்.

தகவல்களை கணபதியிடம் காண்பித்தான்.

"எங்கிட்ட ஏன் காட்டற? நீ எழுது! உன் மேல எனக்கு நம்பிக்கை இருக்கு!"

ஒரு வார காலம் ஓடிவிட,

'விழித்தெழு' வெளியாகிவிட்டது.

இயக்குநருக்கு வக்காலத்து வாங்கும் ஆளுங்கட்சி அமைச்சரின் அப்பட்டமான ஊழல்.

"Explosive"

"உள்ளே மக்களை அதிர்ச்சிக்குள்ளாக்கும் அந்த அமைச்சரின் சில நடவடிக்கைகள் ஆதாரபூர்வமாக."

அவர் புதுப் பத்திரிகையை மிரட்டிய கடிதத்தின் புகைப்படப் பிரதி!

அந்த இதழ் விற்பனையில் இருந்த போதே. ஒரு குண்டர் படை பத்திரிகை அலுவலகத்தை நெருங்கி விட்டது.

அமைச்சரால் அனுப்பப்பட்ட குண்டர் படை!

கணபதி சுந்தரம் இதை எதிர்பார்த்துக் காத்திருந்தார். தன்னிடம் கராத்தே பயிற்சி பெற்ற ஒரு குழுவைத் தயாராக வைத்திருந்தார். அமைச்சரின் கூலிப்படை சிதறி ஓடியது. அப்படியும் பத்திரிகை அலுவலகத்தில் சில சேதங்களைத் தடுக்க முடியவில்லை!

முக்கியமான ஓரிரு ரௌடிகளைப் பிடித்துக் கட்டி வைத்து விவரம் கேட்க, அவர்கள் அப்படியே அமைச்சரின் அராஜகத்தை ஒப்பித்தார்கள்.

அத்தனையும் புகைப்படமானது.

வீடியோ எடுக்கப்பட்டது. அமைச்சரவைக் கூட்டம் கூட்டப்பட்டது.

முதல்வர் கொந்தளிப்பில் இருந்தார்.

அவருக்கே தெரியாமல் நடந்த அமைச்சரின் லீலைகள் அம்பலத்துக்கு வந்துவிட,

தன் ஆட்சியைக் காப்பாற்றிக் கொள்ளும் அவசியம் முதல்வருக்கு. மறுநாளே பதவி மற்றும் கட்சி நீக்கம் செய்வதாக அந்த அமைச்சரைப் பற்றி அறிவித்தார் முதல்வர்.

பெரும் பரபரப்பான அரசியல் கூட்டம் மாநிலத்தில் உருவாகி விட்டது.

ஆளுங்கட்சிக்கு எதிரான ஒரு தனியார் டி.வி, பத்திரிகை அலுவலகத்தில் குண்டர் படை புகுந்து தாக்குவதை, அவர்களின் வாக்குமூலத்தைப் படமாக்கியிருந்தது.

மூன்றாம் நாள் மாலை ஏழரை மணிக்கு அந்தத் தனியார் டி.வி.யில் அது ஒளிபரப்பப்பட, இன்னும் பரபரப்பானது!

மூன்றாவது வாரத்தில் நுழைவதற்குள் 'விழித்தெழு' பத்திரிகை பெரும் பரபரப்பை உண்டாக்கி விட்டது.

ஜீவனே இந்த அளவுக்கு எதிர்பார்க்கவில்லை

திக்குமுக்காடிப் போயிருந்தான்.

❋❋❋

அத்தியாயம் 20

இளையநிலவு நொந்து போயிருந்தார்.

"சார்! குடிச்சுக்கிட்டே இருந்தா எப்படி?"

"நாளைக்குப் படம் ரீலிஸ்டா"

"நல்லதுதானே! பிரமாதமா வித்தாச்சு! நல்லாப் போகும்னு போன வாரமே பத்திரிகைலே எழுதிட்டாங்க! என்ன கவலை?"

"நீ புரியாம பேசற! 'விழித்தெழு' பிரச்சினையை வேற மாதிரியில்லே திசை திருப்பி விட்டிருக்கு. அவன்தான் டைரக்ட் பண்ணியிருக்கான்னு வெளியே பேச்சு கிளம்பியாச்சே!"

"விடுங்க சார்! சினிமா சர்ச்சை உங்களுக்குப் புரியாதா? ஒரு வெற்றிப் படம் வெளியானா, அதுக்கு எப்பவுமே பல விதத்திலே சர்ச்சைகள் கிளம்பத்தான் செய்யும்! அது தொடர்பான விவாதங்கள் இருக்கும்! நல்லதுதானே!"

"இல்லையா! உனக்குப் புரியலை! மக்கள் மனசு சடார்னு எப்ப மாறும்னு தெரியாது! நான் ரொம்ப கவலைப் படறேன். இந்த 'விழித்தெழு' பத்திரிகை வரலைன்னா, அந்த மணியை, மொட்டச்சியை ரெண்டு பேரையும் இல்லாம செஞ்சிருப்பேன்!"

"வேண்டாம் சார்! எதிர்க்கறது மூலமா அவங்களுக்குக் கூடுதல் மரியாதை தராதீங்க. அது பிரச்சினையாகும். அதை விடுங்க! கவுண்டர் அட்வான்ஸ் தந்து விட்டாரா?"

"அஞ்சு லட்சம் தந்தார். நாளை மறுநாள் முப்பது தருவார்."

"சார்! ஒரு நாள் டிஸ்கஷன்தான் போயிருக்கோம்!"

"மூட் இல்லைய்யா! ஏன்னா உடனே படத்தைத் தொடங்க முடியாது. இப்ப ஆளை விடு!"

எடிட்டர் புறப்பட்டான்.

புது யூனிட் பெப்பே என விழித்தபடி டைரக்டரின் அறை வாசலில் நின்றது.

அதே நேரம் ஓட்டல் அறையில் பாட்டியும், மணியும் இருந்தார்கள்.

"பாட்டி! நாளைக்குப் படம் ரீலிஸ்!"

"ஆமாம் மணி!"

"உனக்கு டென்ஷனா இருக்கா பாட்டி?"

"எதுக்கு?"

"நீ ஹீரோயினா நடிச்சு, வெளியாகப் போற முதல் படம்! டென்ஷன் இல்லையா?"

"நிச்சயமா இல்லை!"

"வாழ்க்கைல நிறைய டென்ஷன் பட்டாச்சு! அதனால் இப்ப இல்லை!"

"நான் கூட படத்தை சரியாப் பாக்கலை பாட்டி!"

"பார்க்கலாம்! வெளியே பரபரப்பா இருக்கே! இல்லைன்னா நீயும். நானும் தியேட்டர்லே போய்க் கூடப் பார்க்கலாம்!"

"அது கஷ்டம் பாட்டி!"

தொலைபேசி அழைத்தது. எடுத்தார்.

"விழித்தெழு பத்திரிகைலேர்ந்து எடிட்டர் ஜீவன் வந்திருக்கிறார்."

"வரச் சொல்லுங்க."

ஜீவன் அடுத்த சில நிமிடங்களில் நுழைந்தான். கூடவே புகைப்படக்காரர்.

"நமஸ்காரம் பாட்டி!"

"நன்னாரு! கலக்கறியே! பத்திரிகை ரெண்டு இஷ்யூவையும் படிச்சேன். பெரிய அரசியல் மாற்றத்தையே உண்டாக்குவே போலிருக்கே! வாழ்த்துக்கள். உன்னை மாதிரி சின்னஞ்சிறுசுகள் எதுக்கும் பயப்படப்படாது! மனசுல பட்டதை தைரியமா ஜனங்களுக்குச் சொன்னாத் தானே இந்தத் தேசம் முழிச்சுக்கும்!"

"தேங்க்யூ பாட்டி! அழகாப் பேசறீங்க!"

"வந்த விவரத்தைச் சொல்லு!"

"நாளைக்கு உங்க படம் வரப் போகுது! ஏற்கனவே ரிசல்ட் தெரிஞ்சாச்சு. ஆனாலும் பப்ளிக்கோட ரிசல்ட் நாளைக்கு இன்னும் அப்பட்டமாத் தெரியும். நாளை மறுநாள் நம்ம பத்திரிகையோட அடுத்த இதழ் வருது! அதுல உங்க பேட்டி, படங்கள் வரணும்!"

"என் பேட்டியா?"

"காதல் பாட்டின்னா சும்மாவா? பேட்டின்னா வழக்கமான சினிமா நட்சத்திரங்களோட உப்பு சப்பில்லாத பேட்டி எனக்கு வேண்டாம். Brain Storming ஆக இருக்கணும்! புரியுதா நான் சொல்றது?"

"பாட்டிக்குப் பேச வரலைன்னாலும் இங்கிலீஷ் புரியும் சார்!"

"குட்! இனி! நீங்களும் கூட இருங்க!"

"சரி சார்!"

கேள்விகளை ஆரம்பித்தான் ஜீவன். பாட்டி சரளமாகப் பதில்களைச் சொல்லிக் கொண்டு வந்தாள்.

ஆரம்ப நாட்களில் பாட்டி பட்ட கஷ்டங்கள்... மொட்டையடித்து தன்னை அலங்கோலப்படுத்திய அந்த ஆரம்ப நாட்களில் தொடங்கி உணர்ச்சிகரமாகப் பேட்டியை தொடங்கி வைத்தாள் பாட்டி. நடிப்புக்கு வந்த பிறகும் கொள்கைகளை விடாத தன் விருப்பத்தைச் சொன்னாள்.

மூன்று குழந்தைகளுடன் தான் அவலமாக நின்ற கதையைச் சொன்னாள்.

"ஒரு நிமிஷம் பாட்டி!"

"சொல்லுப்பா!"

"கொஞ்சம் சென்சேஷனலா, சுருக்கமா அந்த டைரக்டரோட அசிரத்தை, மணியோட உழைப்பை, உங்க முயற்சிகளை மட்டும் நான் எழுதினாலே பேட்டி ஆறு பக்கம் வரும்! இந்த பேட்டியை மூணு வாரமா உடைச்சு நான் போட்டுக்கறேன். ஆனா உங்க வாழ்க்கை ரொம்ப ருசிகரமா இருக்கு! தொடரா எழுதறீங்களா?"

"எனக்கு எழுதப் படிக்கத் தெரியாதே! படிக்க வரும் ஓரளவு. எழுத சரளமா வராது!"

"நீங்க வாரா வாரம் சொன்னாப் போதும்! நாங்க டேப் பண்ணி, அதை எழுத்து ரூபத்துல கொண்டு வந்துடலாம். எழுதறீங்களா? ஆனா பிரச்சினைகளை அலசும்போது குடும்ப நபர்களின் பகைக்கு ஆளாக வேண்டிவிடுமோ?"

"அதைப் பத்தி நான் கவலைப் படலை! எங்கிட்ட அன்பு காட்டற, இந்த பேரனுக்காகத்தான் நான் இப்ப வாழறேன்!"

பேட்டி ஒரு மணி நேரத்தில் முடிந்து விட்டது.

மணி காபி வரவழைத்தான்.

"ஜீவன்! நோக்கு யாரெல்லாம் இருக்கா?"

"ஓர் அம்மா மட்டும். அவங்களும் கிராமத்துல இருக்காங்க. இங்கே ஒரு மேன்ஷன்லே தங்கியிருக்கேன். பாதுகாப்பு பத்தலை! முதலாளி தனி ஃபிளாட் ஏற்பாடு பண்றேன்னு சொல்லியிருக்கார்!"

"எங்களுக்கும் வேணும்! எத்தனை நாள் ஓட்டல்லே இருக்க முடியும். வாங்கின சம்பளம் கரைஞ்சிராதோ?"

"படம் நாளைக்கு ரிலீஸ்! அப்புறம் மறுநாள் நம்ம பத்திரிகைலே உங்க பேட்டி. அப்புறம் பாருங்களேன்! தொடர்ந்து

வாய்ப்பு வந்தால் நடிப்பீங்களான்னு நான் கேட்டதுக்கு. நல்ல கேரக்டர் கிடைச்சா, செய்வேன்னு பதில் சொல்லிட்டீங்க. பாருங்களேன் வேடிக்கையை! நான் வரட்டுமா?''

''ஜாக்கிரதையா இருப்பா! நீயும் என் பேரன் தான்!''

''தேங்க்யூ பாட்டி!''

பாட்டி வழக்கமான தன் பூஜைகள். ஆசாரங்கள் என நேரத்தை செலவிட, மணி படு டென்ஷனில் இருந்தான்.

மறுநாள் விடிந்தது.

ஜான்சி காலையிலேயே வந்து விட்டாள்.

''மணி! படம் ரிலீஸ் இன்னிக்கு!''

''எனக்கு உயிரே இல்லை ஜான்சி! பார்க்கலாம்!''

முதல் காட்சி முடிந்து ரசிகர்கள் வெளிப்பட்டதுமே ஒரே ஆரவாரம்! உற்சாகம்.

சந்தோஷத்தின் உச்சத்தில் பாட்டியைக் கெட்ட வார்த்தையில் சிலர் திட்டிக் கொண்டிருந்தார்கள்.

மணிக்கு முக்கியமான சிலரின் தொலைபேசி வாழ்த்துக்கள் வந்து கொண்டிருந்தன.

மறு நாள் காலை வண்ணச் சுவரொட்டிகளுடன் 'விழித்தெழு' பத்திரிகை வெளியாகி விட்டது.

ஏற்கனவே 'காதல் பாட்டி' பட போஸ்டர். இப்போது பத்திரிகை போஸ்டர்கள்... தமிழகத்தில் திரும்பிய பக்கமெல்லாம் மொட்டைப் பாட்டிதான்.

பாட்டியின் பேட்டி வெளியாகி இருந்தது.

'பெற்ற பிள்ளையால் அவமானப் படுத்தப்பட்டு வெளியே வந்த பாட்டி!'

'பேரனுக்காக நடிக்க சம்மதம் சொன்ன பாட்டி!'

'சினிமாவுக்கு வந்தாலும், தன் ஆசாரங்களை, கொள்கைகளை விட்டுத் தராத பாட்டி!'

'இயக்குநர் இளையநிலாவின் தோலை உரித்த பாட்டி!'

தனித்தனி டைட்டில்கள் போட்டு, பாட்டியின் வண்ணப் படங்களுடன் பேட்டி வெளியாகி இருந்தது.

உணவு இடைவேளைக்குள் பத்திரிகை விற்று விட்டது.

பார்சல் இறங்குவதற்குள் அடி தடியுடன் பத்திரிகை விற்பனை ஆகிக் கொண்டிருந்தது.

அன்று மாலை பாட்டி அந்த ஓட்டலில் இருப்பதைத் தெரிந்து கொண்டு, ஏகப்பட்ட கூட்டம் அலை மோதியது.

அதைக் கட்டுப்படுத்த போலீஸ் தேவைப்பட்டது.

நம் தமிழகத்தில் ஒருவரை ஆதரிக்க நினைத்து விட்டால், இமாலய உயரத்துக்கு ஏற்றுவது வழக்கம் தானே!

பாட்டிக்கு அது இப்போது நடந்து கொண்டிருக்கிறது. இரண்டு பெரிய பேனர்களின் தயாரிப்பாளர்கள் ஒருவர் பின் ஒருவராக வந்து விட்டார்கள்.

"பாட்டி! நமக்கொரு படம் பண்ணித் தரணும் நீங்க. மணி சார் தான் டைரக்ஷன்!"

மணி மலர்ந்து சிரித்தான்.

"எங்க பேனரில் அவர் டைரக்டரா அறிமுகமாகட்டும்! எங்க பேனர் தான் பல இயக்குநர்களை அறிமுகம் செஞ்சிருக்கு. அத்தனை பேரும் இன்னிக்கு உச்சத்துல. நீங்க தான் கதாநாயகி!"

"வேண்டாம்! மறுபடியும் இன்னொரு 'காதல் பாட்டி' கதையை எடுத்தா தோல்வி அடையும். நான் நல்ல ஒரு கேரக்டர் பண்ணித் தரேன். கதை வேற வரட்டும். மற்றதை நீங்க டைரக்டர்கிட்ட விவாதிச்சு முடிவு செய்ங்க!"

மணியிடம் வந்தார் அந்தத் தயாரிப்பாளர்.

"சார்! ஒரு கதை ரெடி பண்ணிக்குங்க. ஸ்கிரிப்ட் பண்ண எத்தனை நாள் வேணும்?"

"முதல்ல உங்களுக்குச் சொல்ல வேண்டாமா?"

"சரி! எப்ப?"

"நான் நாளைக்கே கூட ரெடி!"

"மணி! நாளைக்கு நவமி! வேண்டாம். இந்த வாரத்துல நல்ல நாள் இல்லை!"

"சரி பாட்டி! நாள் குறிச்சு சொல்லுங்க! நாங்க வர்றோம். இந்த முன் பணத்தை நீங்களும் பாட்டியும் வாங்கிக்கணும்!" பெட்டி திறந்தார் அவர்.

"இதுல பத்து லட்சம் இருக்கு! இது ஜஸ்ட் முன் பணம் தான். உங்க ரெண்டு பேர் சம்பளத்தைச் சொன்னா, ரொக்கமா அடுத்த வாரமே கொண்டு வந்து தந்துடறேன்!"

"இன்னிக்கு அஷ்டமி! என் பேரன் டைரக்டர் ஆகப் போறான். அதுக்கான சம்பளத்தை முதன் முதலா இன்னிக்கு வாங்க வேண்டாம். நாளை மறு நாள் தசமி அப்ப வாங்கோ!"

"சரி பாட்டி! வர்றேன் டைரக்டர் சார்!"

அவர் போய்விட, கதவைச் சாத்தி விட்டு வந்த மணி, பாட்டியை அலேக்காக தூக்கி, ஒரு சுழற்று சுழற்றி விட்டான்.

"கடன்காரா, விட்றா! இடுப்பு போச்சு நேக்கு!"

"போகட்டும்! நீ லேசுபட்ட ஆளா!" காதல் பாட்டி இல்லை நீ! கரன்சி பாட்டி!"

சொல்லிவிட்டுக் கண்ணடித்தான் மணி.

* * *

அத்தியாயம் 21

எடிட்டர் உள்ளே அழைத்தார். டைரக்டர் வழக்கம் போல போதைக்கு ஆயத்தமாகிக் கொண்டிருந்தார்.

"வாய்யா! கம்பெனி குடு!"

"அட இருங்க தலைவரே! விஷயம் தெரியுமா?"

"என்னா?"

"மணிக்கு செட்டியார் பேனர் கிடைச்சாச்சு!"

"எந்த மணி? எந்தச் செட்டியார்?"

"தலைவரே! நீங்க கண்ட்ரோல்ல இல்லைன்னா, நான் அப்புறமா வந்து பேசறேன்!"

"இப்பத்தாண்டா தொடங்கியிருக்கேன்!"

"உங்களை அறிமுகப்படுத்தின அதே செட்டியார், மணிக்கு அட்வான்ஸ் தந்தாச்சு! சம்பளம் என்னா தெரியுமா?"

"சொல்லு!"

"முப்பது லட்சம்!"

"அடப் போய்யா! முதல் படத்துல எவனுக்கு முப்பது லட்சம் தருவாங்க? தயாரிப்பாளருக்குப் பைத்தியமா?"

"இல்லீங்க! மணிக்கு அந்த மொட்டைப் பாட்டி மூலமா ஒரு டாப்லெவல் கிடைச்சாச்சு! 'விழித்தெழு' பத்திரிக்கை மூலம் நல்ல விளம்பரம் கிடைக்குது ரெண்டு பேருக்கும்! பூஜை

அடுத்த வாரம் பெரிசா. படம் பூஜை போட்ட அன்னிக்கே விக்கும்னு பேச்சு அடிபடுது!''

இளையநிலவு எழுந்து உட்கார்ந்தார். முகத்தில் அலையடித்தது. மெட்ராஸ் கெட்ட வார்த்தையை நாலைந்து முறை ஆவேசமாக மணியின் மேல் ஏற்றினார்.

''செட்டியாருக்குப் போன் போடு!''

''எதுக்கு தலைவரே!''

''இந்தப் பயலைப் பற்றி சொல்லணும்.''

''ஏன்? செட்டியார் உங்ககிட்ட மணியைப் பற்றி அபிப்ராயம் கேட்டாரா?''

''அவனுக்குத் தொழில் கத்துக் கொடுத்தவன் நான்!''

''அதனால் என்ன தலைவரே!''

''மவனே! நீ அவன் ஆளா! என் ஆளா?'' கோப்பையை வீச, அது சுவரில் பட்டு சிதறியது பொடிப் பொடியாக.

''நான் அப்புறம் வர்றேன்!''

இளையநிலவு அவன் கைகளை கெட்டியாகப் பிடித்துக் கொண்டார். அழத் தொடங்கினார்.

''என்ன தலைவரே இது?''

''அந்த கிழவியை எத்தனை கஷ்டப்பட்டு நான் அறிமுகப்படுத்தினேன்? அவ என் பொழப்புல மண்ணை அள்ளிக் கொட்டிட்டாளேடா! என்னாலே தாங்க முடியலை!''

''இப்ப உங்களுக்குத் தேவை ஓய்வு! இது மாதிரி நீங்க குடிச்சிட்டே ஓட்டல் ரூம்ல கிடந்தா, எதுவும் உருப்படாது! செட்டியார்கிட்ட நீங்க பேசி எந்த உபயோகமும் இல்லை! நாளைலேருந்து நம்ம பட டிஸ்கஷனைத் தொடங்குங்க. கவுண்டரை போன்ல பிடிக்கட்டா?''

''இன்னிக்கு வர்றேன்னு சொன்னார்டா பணத்தை எடுத்துக்கிட்டு!''

"வரலியே!"

"போன் போடு!"

எடிட்டர் போன் போட்டான்.

"நாச்சிமுத்து கவுண்டர் இருக்காருங்களா?"

"பேசறேன்!"

"டைரக்டர் இளையநிலவு கிட்டேயிருந்து எடிட்டர் பேசறேன். அய்யா வர்றதா சொன்னீங்களே! எப்ப வர்றீங்க?"

"இல்லீங்க! நேரமில்லை!"

"நாளைக்கு டிஸ்கஷன் போட்ரலாங்களா?"

"வேண்டாம். படம் உடனடியா நான் தொடங்கறதா இல்லை! கொஞ்சம் பிரச்சனையிருக்கு. வேற வேலைகள் இருந்தா, டைரக்டரைப் பார்க்க சொல்லுங்க!"

"டைரக்டரைப் பேசச் சொல்லட்டுமா?"

"அட என்னங்க நீங்க? வேலையிருக்குன்னு சொன்னா, ரவுசு பண்ணிட்டு இருந்தா எப்படி?" கவுண்டர் போனை வைத்துவிட்டார்.

"என்னடா சொல்றார் கவுண்டர்?"

"அது தேறாது சார்!"

"அஞ்சு லட்சம் முன்பணம் தந்திருக்காருடா!"

"போனாப் போகட்டும்னு விட்ருவார். காத்து வேற பக்கம் அடிக்குது இல்ல. அதான் கவுண்டர் யோசிக்கறாரு!"

"டேய்... அந்த மணியை நான் விடமாட்டேன். இந்தப் படம் எனக்கு செம லாபம்டா! நானே அடுத்த படத்தை சொந்தமா செய்யப் போறேன். எவன்டா தடுக்க முடியும்? நாளைக்கே யூனிட்டைக் கூட்டு. பேசப்போறோம். செட்டியார் பூஜை போடற அன்னிக்கு நம்ம பூஜையும் நடக்கும். சினிமா இண்டஸ்ட்ரி மொத்தத்தையும் என் பக்கம் திருப்பிக் காட்டறேன்! அந்த

மினிஸ்டர் மட்டும் இப்ப பதவில இருந்திருந்தா, மணிக்கும் பாட்டிக்கும் இன்னிக்கு பால்டா!''

கூச்சலிட்டார் இளையநிலவு!

எடிட்டர் வெளியே வந்தான்.

புதிதாகச் சேர்ந்திருந்த உதவி இயக்குநர்களின் பட்டாளம் பயத்துடன் வெளியே நிற்க.

''வேற இடத்துல போய்ச் சேருங்கப்பா! நானும் போறேன். இவன் சொந்தப் படம் எடுத்து, சோத்துக்கு அலையப் போறான்!''

அவர்களுக்கு சினிமாவே புரியாமல், எந்தப் பக்கம் போவது என்றும் தெரியாமல் நின்றார்கள்.

அதே நேரம் செட்டியார் மணியின் எதிரே இருந்தார்.

''மணி இப்ப நல்ல நேரம்! இதுல ஐம்பது லட்சம் இருக்கு. உங்க சம்பளம், பாட்டி சம்பளம் ரெண்டும்! நாளைக்கு பூஜைக்கு ஏற்பாடுகள் எல்லாம் தயாரா?''

''தயாரா இருக்கு சார்!''

''ரொம்ப பிரமாண்டமா பூஜையை நடத்தப் போறதில்லை! எளிமையா நடத்தப் போறேன். சில நல்ல அரசியல், சினிமா ஆட்கள்... விழித்தெழு பத்திரிகை முதலாளியும், ஆசிரியரும்! அவ்ளோதான்!''

''சரி சார்!''

அவர் போய்விட்டார்.

நேற்றுதான் அவுட்லைனாக ஒரு கதை சொல்லியிருந்தான் மணி.

அது அவருக்கு ரொம்பப் பிடித்திருந்தது.

''செய்ங்க! பெரிய ஆர்ட்டிஸ்ட் போடப் போறீங்களா?''

''இல்லை சார். புது முகம்தான். பிரபலம் பாட்டி மட்டும்தான்!''

"சரி! பட்ஜெட் குடுத்துடுங்க! செலவைப் பத்திக் கவலைப்படாதீங்க. நல்லா செய்ங்க!"

"பாட்டி! அரைக் கோடி கையில் இருக்கு! என்ன செய்யலாம்?"

"நாளைக்குத் தானே பூஜை! எல்லா ஏற்பாடுகளும் ஆயாச்சா?"

"ஆச்சு பாட்டி! மிச்சத்தை அசோசியேட் பார்த்துப்பான்!"

"புறப்படு! முதல்ல நம்ம வீட்டுக்குப் போவம்!"

"நமக்கேது பாட்டி வீடு?"

"உன்னைப் பெத்த தாய், தகப்பனைப் போய் நமஸ்காரம் பண்ணனும். அவா கையில் ஒரு லட்சம் ரூபாய் குடு! உன் முதல் சம்பளம் இது!"

"உன்னைக் கழுத்தைப் பிடிச்சு தள்ளாத குறையா வெளியே அனுப்பின, அந்த வீட்டு படியை நீயும், நானும் மிதிக்கணுமா பாட்டி!"

"தப்பு மணி! ஆயிரம்தான் நீயும் நானும் இருந்தாலும் நாணாவும், சீதாவும் உன்னைப் பெத்தவா! அவங்க கால்ல விழணும் நீ! திட்டட்டுமே! தப்பில்லை! பேசாம வந்துடலாம்!"

"சரி பாட்டி!"

"ஜீவனுக்குப் போன் போடு!"

"எதுக்கு?"

"நமக்கு செக்யூரிட்டி கார்ட் வேணும்!"

"ஏன் அப்பா அத்தனை பலசாலியா!"

"இல்லைடா! உன்னைப் பெத்தவாளைப் பாத்துட்டு நேரா இளையநிலவு இருக்கற ஓட்டலுக்குப் போவோம்!"

"எதுக்கு?"

"உனக்குத் தொழில் கத்துத் தந்த குரு! அவர் கால்ல விழணும் நீ! அவரைப் பூஜைக்கு அழைக்கணும்! அதுதான் பண்பாடு!"

"பைத்தியமா பாட்டி உனக்கு! அவனுக்கு இருக்கற வெறில, என் மூஞ்சில ஆஸிட் ஊத்துவான்!"

"அதுக்குத்தான் பாடிகாட்!"

"எனக்கு அவன் மூஞ்சில முழிக்கவே பிடிக்கலை பாட்டி!"

"தப்பு கண்ணா! தொழில் ரீதியான கோபங்களை, பர்சனலா திசை திருப்பப்படாது!"

"நானா பாட்டி திசை திருப்பறேன்?"

"இல்லைடா! ஆத்திரம் கண்ண மறைச்சா, அறிவு மழுங்கும். இளையநிலவு அதைத்தான் செஞ்சிண்டு இருக்கார். அனுபவம் அவனுக்கு பாடங்களைக் கற்றுத் தரட்டும். நான் சொன்னபடி நீ செய்! ஜீவனுக்கு முதல்ல போன் போடு! நான் பேசறேன்!"

ஜீவன் இணைப்பில் வர பாட்டி பேசினாள்.

"அதுக்கென்ன பாட்டி? அனுப்பறேன். கூடவே ஒரு போட்டோகிராபரையும் அனுப்பறேன்!"

"எதுக்கு?"

"குருகிட்ட சிஷ்யன் ஆசிர்வாதம் வாங்கற படம் பத்திரிக்கைல வர வேண்டாமா?"

"வேண்டாம் ஜீவன். எல்லாத்தையும் சர்க்குலேஷனை மனசுல வச்சு வியாபாரமாக்காதே! நாளைக்கு இருக்கும் போஸ்டர் அடிப்பே! முட்டாள் ஜனங்கள் ஆரவாரமா கை தட்டுவா! எனக்குப் பிடிக்கலை! இது குருபக்தி! பவித்ரமா நாலு சுவருக்குள்ளே இருக்க வேண்டிய சங்கதி!"

"சரி பாட்டி! ஆளை உடனே அனுப்பறேன்!"

பதினைந்து நிமிடங்களில் மஃப்டியில் இரண்டு செக்யூரிட்டிகள் கனமாக வந்து இறங்கினார்கள்.

"போவமா மணி?"

"சரி பாட்டி!"

இருவரும் டாக்ஸி பிடித்தார்கள். பணத்தை எடுத்துக் கொண்டார்கள். ஏற்கனவே பூ, பழம், இனிப்புகள், சீதாவுக்கு ஒரு சேலை, நாணாவுக்கு ஒரு வேட்டி, சட்டை எல்லாம் ஆள் அனுப்பி பாட்டி வாங்கி வைத்திருந்தாள்.

காரில் ஏற, அது புறப்பட்டது.

"அவா என்ன பேசினாலும், நீ பேசாதே மணி!"

"உன்னைப் பேசினா, நான் பொறுத்துக்க மாட்டேன் பாட்டி!"

"நீ பேசக் கூடாது! இது என் உத்தரவு!"

மணி பேசவில்லை!

வீட்டு வாசலில் டாக்ஸி நின்று, பாட்டி இறங்கிய நிமிடத்தில் தெருவே கூடிவிட்டது. கதவு திறந்தது. திறந்தவர் அப்பாதான். இவர்கள் இருவரையும் எதிர்பார்க்கவில்லை!

"கூட்டம் கூடறது! சீக்கிரம் உள்ளே போ மணி!"

மணி காலை வைக்க,

"நில்லுடா! இந்த வீட்டுக்குள்ளே நீ வரக்கூடாது!"

சீதாவின் குரல்!

"சீதா! நீ என்னடி சொல்ற?" நாணா குரல் நடுங்க, "ஆமாம்! நம்ம பேரு இந்தத் தெருவுல நாறியாச்சு! நம்மகிட்ட கொடுமைப்பட்டதா இந்த மொட்டைப் பாட்டி பேட்டி குடுத்திருக்கா! வெளிய தலை காட்ட முடியலை நேக்கு!"

மணி சீற்றமாக காலை உதைக்க,

பாட்டி அவனைப் பிடித்து அழுத்தினாள். முன்னால் வந்தாள்.

"இதப்பாரு நாணா! நாளைக்குப் புதுப்பட பூஜை! மணி டைரக்ட் பண்ணப் போற முதல் படம். உங்க ரெண்டு பேர்கிட்ட ஆசீர்வாதம் வாங்க வந்திருக்கான்!"

"வெளிய போகச் சொல்லுங்கோ அவா ரெண்டு பேரையும்." சீதா அலற,

"தட்டை வாசல்ல வை மணி! இங்கேயே விழுந்து நமஸ்காரம் பண்ணிக்கோ!"

செய்தான்!

"வா போகலாம்!"

இருவரும் டாக்ஸியில் ஏறி அது புறப்பட்டதும் தெருவே கூடி நின்று வேடிக்கை பார்த்தது.

நாணா அந்தத் தட்டைக் கையில் எடுத்தார்.

❋❋❋

அத்தியாயம் 22

நாணா தட்டைக் கையில் எடுத்தார். மெல்ல உள் நோக்கி வந்தார்.

"ஏன் அதை எடுத்துண்டு வர்றேள்? உங்களுக்கு வெக்கமில்லை? வீசி எறிங்கோ வாசல்ல!"

சீத்தா கூச்சலிட்டாள்.

நாணா பதில் பேசாமல் கதவைச் சாத்தித் தாளிட்டார். ஜன்னல்களையும் சாத்தினார்.

"ஏன் இப்ப எல்லாத்தையும் சாத்தறேள்?"

அவர் குரலைத் தழைத்துக் கொண்டார்.

"நீ கொஞ்சம் மெள்ளப் பேசுடி சீதா! இப்பக் கூட இங்கே என்ன நடக்கறதுன்னு தெருவுல ஒரு கூட்டம் நிக்கறது. அவா தொலைஞ்சு போகட்டும். அப்புறமா பேசலாம்!"

"ஏன்? யாருக்கு நான் பயப்படணும்? எப்ப அந்தக் கிழட்டு முண்டையும் உங்க புத்திர சிகாமணியுமா சினிமாலே சேர்ந்தாளோ, அன்னிக்கே இந்தாத்து முன்னால தெரு கூடியாச்சு! போறாக் குறைக்கு பத்திரிகைல வேற நம்மளை நோகடிச்சிருக்கா! இனிமே போறதுக்கு மானம் நம்மகிட்ட மிச்சம் இருக்கா?"

அவர் பேசவில்லை!

சீதா கத்திக் கத்தி அடங்கிப் போனாள்.

நாணா ஜன்னலை ஓரளவுக்குத் திறந்தார். எல்லாரும் போய்விட்டார்கள். தெரு காலியாக இருந்தது.

மனைவியின் அருகில் வந்தார்.

"தட்டுல பணம் இருக்குடி சீத்தா!"

"பணமா?"

"ஆமாம்! கட்டாத் தெரிந்தது! நீ போட்ட சத்தத்துல நான் அதைப் பார்க்கலை! இப்பப் பார்க்கலாம்!"

சீதாவிடமும் ஓர் ஆர்வம் இருந்தது.

ஜரிகை வேட்டி, துண்டு, பட்டுச்சேலை, ரவிக்கை, பழங்கள், இனிப்புப் பொட்டலம், பூ என ஒவ்வொன்றாக எடுக்க, அடியில் புத்தம் புதுக் கட்டு!

இரண்டு ஐநூறு ரூபாய்க் கட்டுக்கள்.

அப்பாவுக்கு மூச்சை அடைத்தது. முழி பிதுங்க அம்மாவைப் பார்த்தார்.

"எவ்ளோ?"

"ஒரு லட்சம் டீ!"

"சரியா பாருங்கோ!"

"ஆமாண்டி! ஐநூறு ரூபாய் கட்டு ரெண்டு. ஒரு லட்சம் தான்!"

"நல்ல நோட்டுத்தானே!"

"ஏண்டி இப்படி பேசற? பெத்த பிள்ளை அவன் நமக்குக் கள்ள நோட்டையா தருவான்?"

"இப்பல்லாம் ஐநூறு ரூபாய்ல நிறைய கள்ள நோட்டு இருக்கறதா எதிராத்து மாமி சொன்னா. உங்கம்மாவுக்கு உங்களை ஜெயில்ல தள்ளிட்டு, என்னை வீதியில நிறுத்திப் பாக்கற ஆசை." மனைவியைப் பார்த்தார்.

"ஏன் அப்படி பாக்கறேள்?"

"பெத்த புள்ளை! கை நிறைய சம்பாதிச்சிண்டு வந்திருக்கான். அதை திருப்தியா ஏத்துக்காது அதுல கூட உனக்கு சந்தேகம்

வர்றது பாரு! என்னைத் தவிர, யாராலும் உன் கூட குடித்தனம் நடத்த முடியாது!''

''ஏன்னா? பணம் வந்ததும் பாதை திரும்பறதா?''

''சரிசரி! குரலை உசத்தாதே! உனக்கு அடங்கி, அடங்கியே ஒரு நாள் என் ஆயுளும் அடங்கிப் போகும். பிடித்தம் போக எனக்கு வர்ற சம்பளத்தை வச்சுப் பார்த்தா, ரெண்டு வருஷ காலம் ஆகும் நான் இதை சம்பாதிக்க.''

''மணிக்கு நிறைய கிடைச்சிருக்கும். எல்லாத்தையும் உங்கம்மா அமுக்கியிருப்பா! இதென்ன பத்திரிகை?''

எடுத்துப் பிரித்தார்.

புதுப்பட பூஜை அழைப்பிதழ்!

மணி மற்றும் பாட்டியின் புகைப்படம் வண்ணத்தில் போடப்பட்டு அழைப்பிதழ் பிரமாதமாக அச்சிடப் பட்டிருந்தது.

''அடுத்த படம்டி!''

''உங்கம்மா அதிலேயும் கூத்தாடறாளா? லவ் சீனெல்லாம் உண்டா? அவ எதுக்கும் துணிஞ்சவோ! 68 வயசுல இப்படியா ஒரு பிராமண பொம்மனாட்டி இருப்பா?''

நாணா நகர்ந்தார்.

''பூஜைக்கு போகப் போறேளா?''

''நான் எங்கே போறது? கார்த்தால ஏழு மணிக்கு ஓப்பனிங் ட்யூட்டி எனக்கு!''

''அதானே பார்த்தேன்!''

''பாவம்! வீடு தேடி வந்த குழந்தையை விரட்டி அடிச்சிட்டோம்!''

''சித்த வாயை மூடறேளா? இதுக்கும் மேல நீங்க வக்காலத்து வாங்கினா நான் பொல்லாதவளா இருப்பேன்!''

''அப்ப ஒண்ணு செய்! நாளைக்கு கார்த்தால அந்தப் பணத்தை மணியோட மூஞ்சில தூக்கி எறிஞ்சிட்டு வா!''

''எதுக்கு? எதுக்கு எறியணும்? நான் பெத்த பிள்ளை! அவனுக்காக நிறைய செலவழிச்சிருக்கேன் நான். உங்கம்மா கொஞ்சமா கொட்டிண்டு இருக்கா! அவதான் கணக்கு பார்த்தா, இந்தப் பணம் தரணும்!''

''தெரியுமே! உன் கையில் பணம் வந்தா, அது திரும்புமா?''

அவர் உள்ளே போய் விட்டார்.

சீத்தா அந்தப் பணத்தை தடவிப் பார்த்தாள் ஒரு முறை!

பீரோவில் வைத்துப் பூட்டினாள்.

''ரெண்டு பொண்ணுகளுக்கும் ஒன்னா ஏதாவது செய்யணும்! நேக்கும் கொடியை அழிச்சு புதுசா பண்ணிக்கணும்!''

அதே நேரம் டைரக்டர் இருந்த ஓட்டல் வாசலில் பாட்டியுடன் இறங்கினான் மணி. உடன் செக்யூரிட்டிகள் இருவரும்.

மூன்றாவது மாடிக்கு லிஃப்டில் வந்தார்கள்.

''செக்யூரிட்டி! நீங்க ரெண்டு பேரும் இந்த வாசல்ல நில்லுங்கோ! வேண்டாம். நீங்களும் வரலாம்!''

அறை வாசலில் யாருமில்லை!

கதவைத் தட்டினான் மணி!

''வரலாம்!'' டைரக்டரின் குரல் கேட்க, முதலில் பாட்டி, பிறகு மணி, அவன் பின்னால் காவலர்கள் என நுழைந்தார்கள்.

டைரக்டர் பதறி எழுந்தார்.

''யார் உங்களையெல்லாம் வரச் சொன்னது. ஐ'வில் கால் போலீஸ்!'' பாட்டி சிரித்தாள்.

''உங்களைத் தொந்தரவு பண்ண நாங்க வரலை!''

''பின்ன?''

''நாளைக்கு செட்டியார் பட பூஜை. மணியை டைரக்டரா அறிமுகப்படுத்தப் போறார் அவர். அதைச் சொல்லி மணி உங்ககிட்ட ஆசீர்வாதம் வாங்க வந்திருக்கான்!''

"செருப்பால அடிப்பேன்!"

மணியின் முகம் மாறியது. பாட்டி தோளில் கை வைத்து அழுத்தினாள்.

"எனக்கு துரோகம் பண்ணிட்டுப் போன இந்த நாய்க்கு நான் ஆசீர்வாதம் பண்ணணுமா? நீ நல்லாயிருப்பியா? குருத் துரோகி! உன் முதல் படம் உருப்படாம போகட்டும். நீ மேலேயே வரக்கூடாது! மனசு தெரிஞ்சு சாபம் போடறேன். எனக்கு வர்ற ஆத்திரத்துக்கு உன்னை...!"

ஆவேசமாக நெருங்கி மணியின் சட்டையைக் கொத்தாகப் பிடித்தார்.

செக்யூரிட்டிகளில் ஒருவன் அவர் கையை நிதானமாகப் பிடித்தார்.

"யார் நீ?"

"டைரக்டர் மணிக்கு காவலர்கள். இது மாதிரி ஏதாவது அசம்பாவிதம் நடக்கக் கூடும்னு எதிர்பார்த்து பாட்டிதான் எங்களை நியமிச்சாங்க! நாங்க லைசென்ஸ் கூட வச்சிருக்கோம், முழங்காலுக்குக் கீழே சுட!"

இளையநிலவு நடுங்கிப் போய், மணியின் சட்டையை விட்டார்.

அவனை வெறுப்புடன் பார்த்தார்.

"மணி! அவர் ஆசீர்வாதம் பண்றாரோ, இல்லையோ அவர் கால்ல விழு!" மணி விழுந்தான்.

அந்த செக்யூரிட்டிகள் இல்லையானால், அவர் உதைச்சிருப்பார். மணி எழுந்தான்.

"ஏய் கிழவி! அடுப்படில கிடந்த உன்னை சாம்பல் தட்டி பளிச்சுனு திரைல கொண்டு வந்து வச்சவன் நான். என்னையே நீ கவுத்துட்டியே! பத்திரிக்கை பேட்டில என்னல்லாம் எழுதியிருக்கே! இப்ப ரெண்டு செக்யூரிட்டிகளோட வந்ததால விடறேன்! உன்னை வாழ விடாம செய்ய என்னால் முடியும்!"

பாட்டி சிரித்தாள்.

"வயசு எழுபதாகப் போகிறது! இனி நான் யாருக்காக வாழணும்! பாவம் நீ! வயசுப் பொண்ணா நான்? இதப் பாரப்பா! நீயும் என்னோட பிள்ளை மாதிரிதான்! உச்சத்துல இருந்த நீ, சரியத் தொடங்கிட்டே!"

"கிண்டல் பண்றியா கிழவி?"

"இல்லைப்பா! உனக்கா புரியலை! எடுத்துச் சொல்ல யாருமில்லை! சுத்தி இருக்கற அத்தனையும் ஜால்ராக் கூட்டம். உன்னைச் சுத்தி எப்பவும் அம்பது பேர் இருப்பா. இப்ப ஏன் யாருமில்லை?"

"குத்திக் காட்டறியா?"

"இல்லை! புரிய வைக்கறேன்! நீ உன் தொழில்ல ஜீனியஸ்! அதை மட்டும் நீ நெனைச்சு செஞ்சிருந்தா, இப்பக் கூட உன்னை மிஞ்ச யாருமில்லை! உதவியாளன் கையில் படத்தைத் தந்துட்டு, நீ குடியும் கூத்துமா கும்மாளம் போட்டா ஏன் சரிவு வராது? சினிமான்னு வந்துட்டா, எல்லா பொண்ணுகளையும் பதம் பார்க்கத் தான் வேணுமா? நீ கூப்பிட்ட உடனே எல்லாரும் உன் படுக்கைக்கு வருவாளா?"

இளையநிலவுவின் முகம் ஜிவு ஜிவுத்தது.

"குடி, கூத்தின்னு ஒரு பக்கம்! இன்னொரு பக்கம் உனக்கு உதவியாளர்களா இருக்கறவா வயித்துல அடிக்கறே! இது நியாயமா?"

"ஏய் வாயை மூடு!"

"நான் பேசாம போகமாட்டேன். உனக்குனு இன்னிக்கு ஒரு வியாபாரம் இருக்கு. மறுக்கலை நான். பட்ஜெட் தரும் போது தனித்தனியா மத்தவா சம்பாத்தியத்தையும் நீ போடறே இல்லையா, ஆனா அவா கைக்கு அது போகாம எல்லாத்தையும் நீயே சுருட்டற, அடுக்குமா இது? அவனெல்லாம் உழைக்கலையா? உன் பேருக்கு வெற்றிங்கிறது நிஜம்தான். அந்த உன்னோட பேனர் எங்கேயிருந்து வந்தது? நான் நடிச்சு ஜான்சி காமிரா

பண்ணி, இந்த மணி கூடக் கூட இருந்திருக்கான். ஓர் எடிட்டர், ம்யூஸிக் டைரக்டர் இப்படி பலபேரோட கூட்டு முயற்சி சினிமா! நீ ஒருத்தனே எல்லாத்தையும் செய்ய முடியுமா? சொல்லு! மூளை உன்னுதா இருக்கலாம். ஆனா பலபேர் உழைச்ச காரணமாத்தானே வெற்றி கிடைச்சிருக்கு! அவா பணத்தை நீ சுரண்டித் தின்னா, உன் குடும்பம் உருப்படுமா?''

''பாட்டி போதும்! சாத்தான்கிட்டே வேதம் ஓதினா, வேதத்துக்கு மரியாதை குறைச்சல்!''

''யாரைடா சாத்தான்னு சொல்றே?''

''மிஸ்டர் இளையநிலவு! எனக்கு இங்கே வர இஷ்டமில்லை! பாட்டி சொன்னதை நான் தட்ட விரும்பவில்லை! வந்தேன். உன்கிட்ட இத்தனை காலம் நான் வேலை பார்த்ததுக்கு தொழிலை விட அதிகம் கத்துக்கிட்டது என்ன தெரியுமா?''

''.....''

''உன்னைப் போல எவனும் வாழக் கூடாதுன்னு தான்! எதெல்லாம் செய்யலாம்னு ஒரு மனுஷன் கத்துக்கறதை விட, எதெல்லாம் செய்யக் கூடாதுன்னு கத்துக்கறது ரொம்ப முக்கியம்! அதுக்கு எனக்குக் குரு நீதான். இனிமேலும் என்னை எப்படி கெடுக்கலாம்னு யோசிக்க உன் நேரத்தைச் செலவழிக்காதே! அப்புறம் உனக்குத் தொழில் மறந்து போகும். வா பாட்டி போகலாம்!''

''நான் யாருன்னு உனக்குக் காட்டறேண்டா!''

''தெரியும். பல பேருக்கு நீ காட்டியாச்சு! எனக்கு மட்டும்தான் பாக்கி! பாட்டி பக்கத்துல இல்லைன்னா, பச்சையா பேசிடுவேன்! த்தூ! நீ ஒரு மனுஷனா?''

படி இறங்கும் அவர்களை ஒரு கொலைப் பார்வை பார்த்தான் இளையநிலவு.

***

அத்தியாயம் 23

மறுநாள் பூஜை.

இரவு எட்டு மணிக்கு செட்டியார் வந்தார். அந்த சமயத்தில் பத்திரிக்கை எடிட்டர் ஜீவன் மணியுடன்தான் இருந்தான்.

"பட்ஜெட் ரெடியா மணி?"

"இந்தாங்க சார்!"

அவர் பார்த்தார். அழகான, விளக்கமான பட்ஜெட்!

"ஒண்ணரை ரூபாய்ல படம் முடியுமா தம்பி?"

"ஒண்ணரைக் கோடி செட்டியார்!"

"அதான் முடியுமான்னு கேட்டேன். அஞ்சு, ஆறுனு செலவு பண்றாங்க இப்பல்லாம்!"

"வேண்டாம் செட்டியார். பட்ஜெட்ல ஏத்தி விட்டுட்டு, டைரக்டர் பாதி அமுக்குவான். இதுலே நான் கொஞ்சம் அதிகமாப் போட்டிருக்கேன். குறைச்சலா முடிச்சு, உங்களுக்கு லாபம் அதிகமா காட்டறேன்!"

"சரி தம்பி! படப்பிடிப்பு தொடங்கினா, முழுப் பணத்தையும் உங்ககிட்ட தந்துடறேன்!"

"தப்பு செட்டியார்! ஊழல் இங்கேதான் தொடங்குது! அண்டர் டேக்கிங் பழகிப் போச்சு இப்பல்லாம். வேண்டாம்! மொத்தமா பணம் பாக்கும் போது சுருட்டச் சொல்லும். ஒரு டூயட் பாட்டுக்கு ஒரு லட்சம் கமலாப்பழம் வேணும்னு கேட்பேன்! நீங்க தருவீங்க!

கேட்டா, ரிச்நெஸ், பிரமாண்டம்னு பதில் வரும்! ஏன் ஆரஞ்சுகை உருட்டிவிடலைன்னா, அந்தப் பாட்டு நல்லா வராதா? சும்மா! நசுங்கின பழங்கள் போக மீதியைக் கடைல போட்டு பணம் பண்ணுவாங்க. வருடத்துல லட்சக் கணக்கா அதுல மோசடி, படம் ஓடலைன்னா, நஷ்டம் உங்களுக்கு மட்டும்தான். வேற யாருமே பாதிக்கப்படறதில்லை பணத்தளவுல!''

செட்டியார் ஆச்சர்யப்பட்டார்.

''தம்பி! சினிமால இருந்துகிட்டே இப்படி புட்டுப்புட்டு வைக்கறீங்க!''

''சினிமாவும் இப்ப அரசியல்வாதிகளுக்கு அஞ்சு வருஷம் நீடிக்கற ஆசை கூட இல்லை! இருக்கற நாள்ல சுருட்டிடணும்! சினிமாக் கலைஞர்களுக்கும் பல பேருக்கு வருஷக் கணக்கா நிலைச்சு நிற்க ஆசையில்லை! மூணு படம் பண்ணிட்டா, ஜெயிச்சிட்டா ரெண்டாவது படத்துக்கு முப்பது லட்சம், மூணாவது படத்துக்கு மூணு கோடி ரூபாய். இப்படி வாங்கினா இந்தியாவில் எப்படீங்க பஞ்சம் வராம இருக்கும்?''

செட்டியார் எழுந்தார்.

''நல்லது தம்பி! நேர்மையும், நாணயமும் உங்களை நீண்ட நெடுங்காலம் சினிமால நிலைக்க வைக்கட்டும்!''

''எல்லாம் என் பாட்டி போட்ட பிச்சை!''

செட்டியார் போய்விட்டார்.

''சபாஷ் மணி! சினிமால நடக்கற அராஜகத்தைப் பத்தி நீ ஒரு தொடர் எழுதறியா எழுச்சிக்கு?''

''இப்ப வேண்டாம் சார். ஷூட்டிங் தொடங்கிவிட்டா, எதுக்குமே நேரமிருக்காது!''

''எத்தனை ஷெட்யூல் போகப் போற?''

''ரெண்டே ஷெட்யூல்! இருபது இருபது நாட்கள்! முப்பது நாள் மற்ற வேலைகள். அதிக பட்சம் மூணு மாசத்துல படம் ரிலீஸ் ஆயிடணும்!''

பாட்டி வந்தாள்.

"இன்னும் கதாநாயகி முடிவாகலையே ஜீவன்?"

"நீங்கதானே பாட்டி ஹீரோயின்?"

"ஜனங்க உதைப்பா! எல்லாமே என்னை மையமா வச்ச கதையா இருந்தா, யாரும் பாக்கமாட்டா இது ஒரு சின்னப் பொண்ணோட சப்ஜெக்ட்! நான் அவளோட போராட்டங்களுக்கு துணையா இருக்கேன். அவ்ளோ தான்!"

"புதுமுகம் தேடறியா மணி?"

"ஆமாம்! பி.ஆர்.ஓ. ஆல்பம் கொண்டு வந்து தந்தார். எல்லாம் பார்த்தேன். பிடிக்கலை! தொழில் மூஞ்சி வரக்கூடாது. ஓர் அப்பாவியை மோல்ட் பண்ணிக் கொண்டு வரணும்! அது அமைஞ்ச பின்னால்தான் ஷூட்டிங்!"

"கிடைக்கும் மணி!"

"சரி! எங்களுக்கு வாடகைக்கு ஃப்ளாட் ஒண்ணு பார்க்க சொன்னேனே உங்கிட்ட?"

"ரெடியா இருக்கு பாட்டி! நாளைக்கே படபூஜை முடிஞ்சதும் வந்துடுங்க! அங்கயே சொந்தமாகவும் வாங்கிக்கலாம்! இருக்கு தயாரா! ஆயிரத்து ஐநூறு சதுர அடி இருபது லட்சம் ஆறது. ரொம்ப சீப்!"

"பார்க்கலாமா மணி?"

"பாட்டி! அதெல்லாம் உன் டிபார்ட்மெண்ட்! நீ பார்த்துத் தேர்ந்தெடு! வாங்கிக்கோ! உன் பேர்ல பதிவு பண்ணிக்கோ."

போறும்டா! இந்த வயசுல எனக்கு சொந்த வீடு ஒரு கேடா? உன்பேர்ல வாங்கிக்கலாம்! நீ பாரு ஜீவன். முதல்ல வாடகைக்கு போயிடலாம். அப்புறம் சொந்தமாப் பாத்துக்கலாம்!"

ஜீவன் புறப்பட்டுப் போய்விட்டான்.

"மணி! நேரம் ஒன்பதாச்சு! படுத்துக்கோ"

“இல்லை பாட்டி! நாளைக்கு ஒரு சீன் ஷூட் பண்ணனும். கதாநாயகி இல்லாததால் நீதான் நடிக்கணும். அதுக்கு ஸ்கிரிப்ட் ரெடி பண்ணிடறேன். நீ படுத்துக்கோ!”

“இந்த ஓட்டல் எனக்கு சரிப்படலை! பலவிதமான கஷ்டங்கள்! வாடகை வீட்டுக்குப் போயிடணும்!”

“போயிடலாம் பாட்டி நாளைக்கே!”

“இருக்கற பணத்துல முதல்ல உனக்கொரு வீடும், காரும் வாங்கிடணும். மற்றதை வசதிபோல பாத்துக்கலாம்!”

பாட்டி படுத்துவிட்டாள்.

மணி, ஒரு மணி வரை விழித்திருந்தான்.

காலையில் பாட்டி சீக்கிரமே எழுந்து குளித்து, பூஜை முடித்துவிட்டு மணியை எழுப்பினாள்.

“மணி நீ டைரக்டரா பதிவான பின்னால இன்னும் கோயிலுக்குப் போகலை மாதா, பிதா, குருவைப் பாத்தாச்சு! தெய்வம் பாக்கியிருக்கு. ஓட்டலுக்கு நேரே ஒரு பிள்ளையார் கோயில் இருக்கு. போயிட்டு வந்துடு!”

“போறேன் பாட்டி! அதுக்கு முன்னாலே நீ நில்லு!”

“என்னடா?”

அவள் காலில் விழுந்தான்.

“நீ நாலாவதா சொன்ன, அந்த தெய்வம் எனக்கு நீதான் பாட்டி!”

அழுதுவிட்டான்.

“அசடே! பொம்மனாட்டியா நீ? அழலாமோ?”

“எங்கம்மாவைக் கட்டிண்டு அப்பா தினந்தினம் அழறார். கோழைத்தனத்தால, நீ கிடைச்சக் காரணமா, ஆனந்தக் கண்ணீர் விடறேன் பாட்டி நான்!”

அவனை தன்னோடு சேர்த்து அணைத்துக் கொண்டாள் பாட்டி!

"எந்தத் தப்பும் பண்ணாம நியாயமா சத்தியமா, மனசாட்சிப்படி நீ நடந்துண்டா, எல்லா தெய்வங்களும் உன் பின்னால வரும்டா ராஜா! நீ கவலையே படாதே!"

கோயிலுக்குப் போய் வந்தான்.

ஏழு மணிக்கு யூனிட் கார் வந்து விட்டது. ஜான்சி ஓட்டலுக்கு வந்து விட்டாள்.

உதவியாளர்கள் யூனிட் மொத்தத்தையும் லொகேஷனில் தயார் செய்து வைத்திருந்தார்கள்.

ஜீவன் தன் புகைப்படக்காரர் சகிதம் வந்துவிட்டான்.

ஒரு தனியார் தொலைக்காட்சி கூட பட பூஜையை படமாக்க வந்திருந்தது.

மணி வந்ததும் செட்டியார் மாலையிட்டார்.

பாட்டி கையில் மலர்ச்செண்டு தரப்பட்டது.

திரையுலகைச் சேர்ந்த முக்கியமான சிலர், ஓரிரு பிரபலங்கள்... பழம்பெரும் நட்சத்திரங்கள் சிலர். ஒரு கணிசமான கூட்டம் அங்கே இருந்தது.

"எல்லாம் வந்தாச்சா? பூஜையைத் தொடங்கலாமா?"

"மணி இளையநிலவு வருவாரா?"

"சும்மாரு பாட்டி! வந்துகிந்தறப் போறான்! பொறாமைல பொங்கிட்டு இருப்பான் அங்கே!"

அய்யர் மந்திரங்களை ஓத, பூஜை தொடங்கிவிட்டது.

நாணா தயங்கித் தயங்கி வந்து கொண்டிருந்தார்.

"மணி! உங்கப்பா வர்றாண்டா!"

"அப்பா! வாங்கோ!"

"இருக்கட்டும் மணி!"

படபடவென அத்தனை வீடியோ காமிராக்களும் அப்பாவின் மேல் வெளிச்ச மழை பொழிய,

நாணா நடுங்கிப் போனார்.

"அப்பா! இவர்தான் ப்ரொட்யூசர் சார்! இது எங்கப்பா!"

செட்டியார் கை குலுக்கி வரவேற்றார்.

"இப்படி முன்னால வந்து நில்லுங்க சார். டைரக்டரோட அப்பா நீங்க! சும்மாவா?"

நாணா மெல்ல அம்மாவைத் திரும்பிப் பார்த்தார்.

பாட்டியின் முகத்தில் பெருமை இருந்தது.

"என் பேரன் தண்டச் சோறுன்னு திட்டினியேடா நாணா! இப்பப் பார்த்தியா அவன் பெருமையை!"

"நீ இப்பத்தானே வெளிய வரத்தொடங்கியிருக்கே! போகப் போகப் பாரு!"

அம்மாவும், பிள்ளையும் மனசு வழியாகப் பேசிக் கொண்டிருக்க, பூஜை முடிந்தது.

முக்கியமானவர்களுக்கு மாலையிடப்பட்டது.

தயாரிப்பாளர்களுக்கு, மணிக்கு, பிரபலங்களுக்கு என்று வரிசை வந்தது. பாட்டியிடம் பெரிய மாலையாக வந்தது. ஒரு சிறுமி அதைப் போட பாட்டி நிற்க முடியாமல் திணற,

"டைரக்டரோட அப்பாவுக்குப் போடுங்க!"

"வே... வேண்டாம்!"

"என்ன சார் இப்படி கூச்சப்படறீங்க? போடுப்பா?"

அவருக்குப் போடப்பட்டது. அனைவரும் குளிர்பானம் பருக, முதல் காட்சிக்கான வேலைகளில் மணி சுறுசுறுப்பாக இயங்கத் தொடங்கினான்.

ஜான்சியிடம் விவரம் சொல்ல,

அவள் உதவியாளர்களுக்கு உத்தரவிட்டாள். மள மளவென லைட்டிங் செய்யப்பட்டது.

பிருந்தா, பாட்டிக்கு டச்சப் செய்தாள்.

மணி காமிரா வழியாக ஆங்கிள் பார்த்தான். டாப் ஆங்கிள் காமிரா. டாப்பில் போக வேண்டும் என்ற செண்டிமெண்ட்!

ட்ராலி தயாராக இருந்தது.

"ரெடியா ஜான்சி! நான் சிக்னல் தந்ததும் க்ளோஸப்ல ஜீம் போடு!"

"சரி சார்!"

"ஸ்டார்ட் காமிரா! பாட்டி ரெடியா?"

"நான் ரெடிடா கண்ணா. வசனம் ப்ராம்டிங் வேண்டாம். நான் செஞ்சுக்கறேன்!"

"ரன்னிங்."

"ஆக்ஷன்... ட்ராலி!"

"இந்தக் காலத்து குழந்தைகளைப் புரிஞ்சுக்க பெத்தவாளுக்கு ஏனோ சக்தியில்லை! கை நழுவவிட்டுட்டு கண்ணீர் வடிச்சு என்ன லாபம்? நீ கவலைப்படாதே ராஜா! உன்னை மிஞ்ச யாராலும் முடியாது! அமோகமா வருவே நீ!"

"கட் இட்! ஓக்கே!"

ஓடி வந்து பாட்டியை கட்டி அணைத்துக் கொண்டான் மணி.

சற்று தள்ளி நின்று வேடிக்கை பார்த்த நாணாவின் கண்களில் கண்ணீர் வழிந்தது.

❋❋❋

அத்தியாயம் 24

முக்கியமான விநியோகஸ்தர்கள் வந்திருந்தார்கள் பூஜைக்கு. செட்டியார் அழைத்திருந்தார். சென்னை சிட்டி, என். எஸ்.சி. எனப்படும் வட ஆற்காடு, தென் ஆற்காடு, செங்கல்பட்டு, திருச்சி, தஞ்சாவூர். இந்தப் பக்கம் கோவை, ஈரோடு என முக்கியப் பகுதிகளைச் சேர்ந்தவர்கள் வந்திருந்தார்கள்.

ஏற்கனவே காதல் பாட்டி மூலம், பாட்டி பிரபலமாகியிருந்தார்.

விழித்தெழு பத்திரிகை மூலம் மணியும் பரவலாகப் பேசப்பட, செட்டியார் பெரிய பேனர் என்ற அந்தஸ்தைப் பெற, மளமளவென பூஜை போட்ட அன்றே ஏரியாக்கள் விற்பனை ஆகி விட்டன.

ஏறத்தாழ நாலு கோடி ரூபாய் வர்த்தகம் செட்டியாருக்கு அன்றே முடிந்து, முன் பணம் கைக்கு வர, செட்டியார் மலைத்துப் போனார்.

ஒரு புதுப்படம், புது இயக்குநருக்கு இந்த அளவுக்கு பிஸினஸ் ஆவது இதுதான் முதல் முறை.

வர்த்தகத்துக்கு ஒரு முக்கியக் காரணம் பாட்டி என்பதும் தெரிந்திருந்தது. எல்லாரும் விருந்து முடிந்து கலைய,

"தம்பி! ஷூட்டிங் எப்ப?"

"எப்படியும் ஒரு வாரத்துல கதாநாயகி கிடைச்சிடும் செட்டியார். உடனே தொடங்கி விட வேண்டியது தான்!"

ஜீவன் வாடகை வீடு பார்த்து வைத்திருந்ததால், காரில் அங்கே புறப்படத் தயாரானார்கள்.

நாணா நெருங்கினார். மணியைக் கட்டி அணைத்துக் கொண்டார்.

"நான் வர்றேன் மணி! அம்மா வர்றேன்!"

"வீடு பாக்கப் போறோம். கூட வர்றியா நாணா? இன்னிக்கு நீ லீவு தானே?"

"ஆமாம்!"

"அப்ப வா!"

அவரும் அவர்களுடன் காரில் ஏறிக் கொண்டார். வாடகைக்கு பார்த்த வீடு, அழகாகவே இருந்தது. அளவில் பெரிது! மாத வாடகை அஞ்சாயிரம். முன் பணம் ஐம்பதாயிரம் என்றார்கள்.

"பிடிச்சிருக்கா பாட்டி?"

"இந்த வீடே சொந்தமா கிடைக்குமா?"

"அதோ அவர் சொந்தக்காரர். கேட்டுக்குங்கோ!"

பாட்டி கேட்டாள்.

"இதே காலனில கட்டிட்டு இருக்கேன். முடியற தருவாய்ல இருக்கு. உங்களுக்கு ஒரு ஃப்ளாட் தர்றேன்! இதை விட வசதிகள் இருக்கும்!"

"அதையும் பார்க்கலாமா?"

"தாராளமா!"

போய்ப் பார்த்தார்கள். பிடித்திருந்தது.

"நீ என்னடா சொல்ற மணி!"

"எனக்கு எந்த அபிப்ராயமும் இல்லை பாட்டி. நீ சொல்றதுதான்!"

அப்பா பெருமையுடன் பார்த்தார். கூடவே குற்ற உணர்ச்சியும் இருந்தது.

"உனக்கு நாளைக்குக் கல்யாணம் முடிஞ்சா, விடியற வரைக்கும் சாந்தி முகூர்த்த அறைக்குள்ள இரு பாட்டின்னு சொல்லிடாதே! நாணா குழந்தைக்காலம் தொட்டே அவனுக்கு உசிரு! என்னை விட்டு இருக்கமாட்டான்!"

பாட்டியின் குரலில் ஆனந்தம் ததும்பியது!

"சரி! நாளைக்கு நல்ல நாள். பாலைக் காய்ச்சு! நாளைக்கே குடி வந்திடறோம். போலாமா மணி!"

"சரி பாட்டி!"

ஓட்டல் அறை வரை அவர்களை விட்டு விட்டு ஜீவன் புறப்பட்டுப் போனான்.

நாணாவும் வந்திருந்தார்.

மணி சாப்பாடு வரவழைத்தான்.

இருவரும் சாப்பிட்டார்கள். பாட்டிக்கு பால், பழம் தான்.

"அம்மா! உன்னை நெனச்சா ஆச்சர்யமா இருக்கு. பெருமையாகவும் இருக்கு எனக்கு!"

"எதுக்குடா நாணா?"

"மணியை ஓர் உசரமான எடத்துல கொண்டு வந்து ஒக்கார வைக்க, நீ காரணமா இருப்பேன்னு நான் நினைக்கலை!"

"நானில்லை! பகவான் என்னை ஒரு கருவியா உபயோகப்படுத்தறார். அவ்ளோதான். அவனை நீயும், சீதாவும் புரிஞ்சுக்கலை! பெத்தவா பிள்ளைகளுக்கு மத்தில உள்ள உறவு கூட பணத்தை அஸ்திவாரமா வச்சுத்தான் அலையறதுன்னு ஆயாச்சு இப்பல்லாம். இனிமே மணியை எல்லாரும் மதிப்பா. இந்தப் படம் வெளியானா, சினிமாக்காரருங்க அவன் வாசல்ல தவம் கெடப்பா. ரெண்டு வருஷத்துல உன் பிள்ளை சம்பாதிக்கப் போறதை இந்த ஜென்மம் முழுக்க உன்னால சம்பாதிக்க முடியாது!"

நாணா பேசவில்லை! கண்கள் கலங்கியிருந்தது.

"சரி! நீ வருத்தப்படாதே! உன் பிள்ளைங்கற பெருமை இல்லாமப் போகுமா? இந்த ஜென்மத்துல நான் படாத அவமானங்கள் என்ன பாக்கி? வயசான காலத்துல ஏகப்பட்ட திருப்பம்! எப்படியோ அந்தக் குழந்தை நன்னா இருந்தா சரி!"

"அம்மா! என்னை மன்னிச்சிடு!"

"எதுக்குடா நாணா? உங்கப்பா செத்து தலையை மழிச்சிண்டு, நார்மடியோட நான் நின்னப்ப, என் புடவைத் தலைப்பைப் பிடிச்சிண்டு நின்ன முதல் குழந்தை நீதான். உன்னை, உன் தங்கைகளை ஆளாக்க நான் பட்டபாடு கொஞ்சமா? பின்னாலே எல்லாம் மறந்து, சீதா பேச்சைக் கேட்டுண்டு என்னை நீ படுத்தினப்பக் கூட உன் மேல எனக்குக் கோபம் வந்ததில்லைடா! அப்பவே இல்லை! இப்ப வருவானேன்?"

"அம்மா!"

"விட்டுடு! நல்ல நி்லைக்கு வரும் போது, பழசை நெனச்சிண்டு பழி வாங்கினா, பந்தம் எப்படி நிலைக்கும். மறக்க, மன்னிக்கப் பழகினாத்தான் அவன் மனுஷன்."

"ஆத்துக்கு ரெண்டு பேரும் வாங்கோம்மா!"

"அப்பா! அம்மா பாட்டியை பேசின பேச்சுக்கு எங்களைத் தேடி வந்து பாட்டிகிட்ட மன்னிப்புக் கேட்கட்டும். இத்தனை நாள் செஞ்ச தப்புக்கு அழட்டும். அப்புறம் வரலாமா, வேண்டாமான்னு யோசிக்கலாம்!"

"மணி!"

"இரு பாட்டி! சம்பாதிக்கத் தொடங்கி, முதல் மரியாதையோட வீடு தேடிப் போனப்ப நமக்கு மிஞ்சினது அவமானம்தான். நீ தாயா இருந்தப்ப, பணத்தை விட பாசத்தை மதிச்சே! எங்கம்மா எப்பவுமே பணத்துக்குத் தான் மரியாதை தருவா! விட்டுப் போகாது!"

"அம்மா! அவன் சொல்றது நியாயம்தான்! நான் கோழை! இத்தனை நாள் கேவலமா நடந்தாச்சு! இனி மேலாவது பரிகாரம் தேடிக்கிறேன். புறப்படறேன்!"

"நாளைக்கே அந்த வீட்டுக்குக் குடிபோறோம். நீ அங்கே வா நாணா!"

"சரிம்மா!"

அவர் புறப்பட்டுப் போனார்.

"பாவம் நாணா! மனசு குழந்தை மாதிரி!"

"இப்ப என் நிலைமை தெரிஞ்சப்ப அப்பா வர்றார். இத்தனை நாள் அம்மா பேச்சைக் கேட்டு உன்னை பேசக் கூடாததையெல்லாம் பேசினார். ஸாரி பாட்டி! அப்பாவையும் எனக்குப் பிடிக்கலை!"

"விட்றா ராஜா! குடும்பம்னா எல்லாம்தான். நான் எத்தனை காலத்துக்கோ? என்னை மட்டுமே உறவுன்னு நீ கருதக் கூடாது! எல்லாரும் உனக்கு வேணுமில்லையா?"

"நீ கொஞ்சம் ரெஸ்ட் எடு!"

மறுநாள் அதிகாலையில் போய் பாலைக் காய்ச்சிக் குடித்தார்கள்.

உடனே குடி வந்து விட்டார்கள்.

வீட்டுக்குத் தேவையான பர்னிச்சர்கள், கலர் டி.வி, பிரிட்ஜ், போன்ற சகல அயிட்டங்களும் மாலைக்குள் வந்து அழகான குடித்தனம் நடத்தும் வீடாக அமைந்து விட்டது.

"பாட்டி! இனி நீ சமைச்சுக்கலாம்!"

"நிச்சயமா! இப்பத்தான் எனக்கு நிம்மதி! ஓட்டல்ல இருந்தா சரிப்படறதில்லை! வீடுன்னு ஒண்ணு வந்துட்டா, ஒரு பாதுகாப்பு உணர்வு அதிகமா இருக்கு!"

குளித்து முடித்தாள்.

பூஜை செய்தாள்.

மடியுடன் சமையல் தொடங்கி விட்டாள்.

மணி பி.ஆர்.ஓ.வுடன் பேசிக் கொண்டிருந்தான். மேலும் இரண்டு ஆல்பங்கள். புது முகங்கள்! பிடிக்கவில்லை!

"சார்! உங்க மனசுல என்ன வச்சிருக்கீங்கன்னு தெரியலை! பஸ் ஸ்டாண்ட், லேடீஸ் காலேஜ் வாசல் இங்கெல்லாம் நீங்களே கார்ல வந்து நோட்டம் விட வேண்டியதுதான்!"

"ஆமாம் சேகர்! பூஜை போட்டு ஏரியாக்கள் கூட வித்தாச்சு. இனிமே லேட் பண்ணக் கூடாது. படத்தை தொடங்கியாகணும், ஸ்கிரிப்ட் ரெடி. ஆனா ஆர்ட்டிஸ்ட் ரெடியாகலை!"

"ஏன் சார்? காமிரா உமன் ஜான்சி துறுதுறுன்னு இல்லை?"

"இருக்கா! ஆனா நளினம் இல்லை! ஓர் ஆம்பிளைத்தனம். என்னோட இந்த காரெக்டருக்கு மென்மை கூடுதலா வேணும்!"

அவன் போய் விட்டான்.

இரவு எட்டு மணி!

"சாப்பிட வா மணி!"

"வந்துட்டேன் பாட்டி."

உட்கார்ந்தான்.

"உனக்குப் புடிச்ச மிளகுக் குழம்பும், பீன்ஸ் பருப்பு உசிலியும் பண்ணியிருக்கேன்!"

"சாப்பாட்டைக் கூட என்னால ரசிக்க முடியலை பாட்டி! ஹீரோயின் கிடைக்கணுமேன்னு இருக்கு!"

"கிடைக்கும். கவலைப்படாதே! நீ என்ன மாதிரி பாக்கறேன்னு சொன்னா, யோசனை சொல்லலாம்!"

"மனசுல உள்ள விஷயத்தை வார்த்தைகள்லே கொண்டு வர எனக்குத் தெரியலை பாட்டி!"

"மணி ஒரு நிமிஷம்!"

"என்ன பாட்டி?"

"தலையை மழிக்கணும். மாசம் ஒரு தடவை கோபால் வந்து செஞ்சிட்டுப் போவான். அவனுக்குத் தகவல் தரணும்!"

"சரி பாட்டி! நான் அசிஸ்டெண்ட் டைரக்டரை அனுப்பறேன். இப்பவே அனுப்பறேன்!"

வீட்டில் தொலைபேசி வசதி இருந்தது.

அதன் மூலம் உதவி இயக்குநரின் கான்டாக்ட் நம்பரை அணுகி, வரச் சொன்னான். அவன் இரவு ஒன்பது மணிக்கு வந்தான்.

"நான் சொல்ற விலாசத்துல போனா, கோபால்னு முடிதிருத்தறவர் ஒருத்தர் இருப்பார். பாட்டி வரச் சொன்னாங்கன்னு சொல்லி, இந்த விலாசத்தைக் குடு!"

"எத்தனை மணிக்கு வரச் சொல்லணும் சார்?"

"சொல்லிட்டாப் போதும்! அவர் வந்து சேருவார்!"

"சரி சார்!" அவன் போய்விட்டான்.

தன் நாயகி எப்படியெல்லாம் இருக்க வேண்டும் என்று கற்பனை செய்து வைத்திருந்தான்.

நிஜத்தில் ஒருத்தி இது போல கிடைப்பாளா? இத்தனை அம்சங்களும் அவளுக்குப் பொருந்துமா?

❋❋❋

அத்தியாயம் 25

"அப்பா ஆபீஸ் போயாச்சாம்மா?"

கேட்டபடி உள்ளூரில் இருந்த ரெண்டாவது மகள் நுழைந்தாள்.

"இப்பத்தான் போனார். நீ என்ன இந்தப் பக்கம்?"

"குழந்தையை ஸ்கூலுக்கு அனுப்பியாச்சு! அவரும் ஆபீஸ் போயிட்டார். போரடிச்சது வந்தேன். மணியோட புதுப்பட பூஜைக்கு அப்பா மட்டும் போயிட்டு வந்தாரா?"

"இல்லையே! அவர் ஏன் போறார்?"

"உனக்குத் தெரிஞ்சது அவ்ளோதான். அப்பா போயிருக்கார்!"

"சும்மாருடி! அவர் போக மாட்டார்!"

"இதப் பாரு!" விழித்தெழு பத்திரிகை. அன்று காலையில்தான் வெளியாகி இருந்தது.

"பாட்டி நடிக்கும் இரண்டாவது படம்!"

"மணி புது இயக்குநராக அறிமுகம்!"

அட்டையில் போடப்பட்டிருக்க, அம்மா மளமளவென புரட்டினாள். உள்ளே மூன்று பக்கங்களுக்கு வண்ணப் படங்களுடன் பூஜை விவரங்கள்.

நாணா மாலையுடன் நிற்கும் ஸ்டில்.

'இயக்குநர் மணியின் தகப்பனார் பூஜையில் கலந்து கொண்டார்' என்று ஒருவரி எழுதப்பட்டிருந்தது.

அம்மாவின் முகம் சிவந்தது.

"பார்த்தியா? உங்கப்பா எங்கிட்ட சொல்லலை! அவர் புத்தி மாறத் தொடங்கியாச்சு!"

"இன்னிக்கு ஆறரை மணிக்கு சாட்டிலைட்ல காட்டப் போறாளாம். இந்தப் பூஜையை! பார்க்கணும்!"

"அதுக்குள்ள உங்கப்பன் வந்துடுவார். பிடிக்கறேன் ஒரு பிடி!"

"எதுக்கும்மா? நீ மட்டும் ஏன் ஆத்திரப்படறே? மணி முன்னுக்கு வந்து, நன்னா சம்பாதிச்சா அந்தப் பெருமை முதல்ல யாருக்கு? உனக்குத் தானேம்மா?"

"இல்லைடி! அவன் என்னை மதிக்க மாட்டான். அந்த மூதேவி அவனைத் தன் மடியை விட்டு இறக்கமாட்டா!"

"சரி சரி! நீ டென்ஷன் ஆகாதே! அப்பாகிட்ட அனாவசியமா சண்டையும் போடாதே!"

"இல்லை! நான் இதை விடப் போறதில்லை!"

கொஞ்ச நேரம் இருந்துவிட்டு மகள் போய் விட்டாள்.

சீதா ஆறரை மணி வரை காத்திருந்தாள். டி.வி.யின் முன்னால் உட்கார்ந்திருந்தாள்.

நாணா இன்னும் வரவில்லை!

'புதுப்பட பூஜை இன்று ஆரம்பம்!'

எழுத்துக்கள் மின்ன, நாதஸ்வர ஓசைத் தொடங்கியது.

நடமாட்டம், பூஜைக்கான ஆயத்தங்கள், பிரபலங்கள் வருவதை காமிரா காண்பித்தது.

வாசலில் கார் வந்து நிற்க, மணியும் பாட்டியும் இறங்குகிறார்கள். மாலை மரியாதைகள்.

தொடர்ந்து காட்சிகள்.

பதுங்கிப் பதுங்கி நாணா, பாட்டி பார்த்து மணியிடம் சொல்ல, அவரை முன்னுக்கு இழுத்து செட்டியார் மாலை

போடும் காட்சி! அரை மணி நேரத்தில் அது முடிந்து சீதா திரும்ப, நாணா ஹாலில் உட்கார்ந்திருந்தார்.

"நீங்க எப்ப வந்தேள்?"

"புரோக்ராம் தொடங்கினப்பவே?"

அருகில் வந்தாள்.

"என்கிட்ட ஏன் சொல்லலை?"

"எதை?"

"அந்த பூஜைக்குப் போனதை!"

"சொன்ன சள்ளு புள்ளுனு எரிஞ்சு விழுவே, அதை சாக்க வச்சு ஒரு சண்டை தொடங்குவே! வேண்டாமே இதெல்லாம். அதான் சொல்லலை!"

"உங்களுக்கு வெக்கமால்லை!"

"ஏன்? பேன்ட், சட்டை போட்டுட்டுத்தானே பூஜைக்குப் போனேன்?"

"அதான் மாலையோட பல்லைக் காட்டிண்டு நின்னேளா?"

"பெருமைடி! என் பிள்ளை அவன்! சாதிச்சிருக்கான். நாலு கோடி ரூபாய்க்கு பூஜை போட்ட அன்னிக்கே பிஸினஸ். இது சரித்திரம். சொந்தமா ஃப்ளாட் பார்த்தாச்சு. எல்லாம் சேர்ந்து இருபத்தஞ்சு லட்சம் ஆறதாம். ஒரு கார் புக் பண்ணியிருக்கா! எல்லாம் அம்மாதான். இந்த பிஸினஸ் கூட அவளுக்காகத்தான்!"

"போதுமே அந்த மொட்டச்சி புராணம்!"

அவர் கால்களை உதைத்துக் கொண்டு எழுந்தார்.

"அடுத்த வார்த்தை எங்கம்மாவை நீ கேவலமா பேசினா, உன்னை செருப்பால அடிப்பேன்!"

சீத்தா மிரண்டு போனாள்.

"உங்கம்மா உங்களையும் இழுத்துட்டாளா?"

“ஆமாம்! வயசுப் பொண்ணு! இழுக்கறா, பேசறியே! உன் மேல உள்ள மயக்கத்தால், தேக சுகத்தால மயங்கி, பெத்த தாயை அவமதிச்ச பாவி நான். கொஞ்சம் நான் பாசம் காட்ட நெனச்சா, ராத்திரில வித்தை காட்டுவே நீ! எத்தனை கேவலமா அவளை நீ பேசியிருக்கே! நானும் கேட்டுண்டுதானே இருந்தேன். நான் வாயைப் பொளந்தா, நீயும் முண்டைதாண்டி! முடி வச்சிண்ட கம்மனாட்டி!”

அம்மா காதுகளை மூடிக் கொண்டாள்.

“அய்யோ! இன்னிக்கு வெள்ளிக்கிழமை! வெளக்கு வச்ச நேரம். என்னல்லாம் பேசறேள் நீங்க!”

“இப்பத்தாண்டி ஆம்பிளையா மாறியிருக்கேன் நான். இத்தனை நாள் இருட்டுல மட்டுமே ஆம்பிளையா இருந்தேன். இப்ப வெளிச்சத்துலேயும் ஆம்பளை!”

“மணி என் பிள்ளை! அவனை பத்து மாசம் சுமந்து பெத்தவ நான்!”

“அதுல பெருமையில்லைடி! ஆனா பாசமா அவனை நீ வளர்க்கலையே! பாட்டி அவனைப் புரிஞ்சிண்ட அளவுக்கு தாயார் நீ புரிஞ்சுக்கலையே! அவனோட இந்த உசரத்துக்கு எங்கம்மாதான் காரணம். இனி யார் போய் ஒட்டிண்டாலும், அவனுக்கு பாட்டி சொல்தான் வேதம்.”

“இருக்கட்டுமே! நான் காசுக்காக யார் காலையும் பிடிக்கத் தயாரா இல்லை!”

“அப்ப அந்த ஒரு லட்சத்தை எடு! மானங்கெட்டு அதை ஏன் பீரோல வச்சுப் பூட்டற? பாட்டிகிட்ட மன்னிப்பு கேட்டாத்தான் அம்மா என் வீட்டுப் படியை மிதிக்க முடியும்னு மணி சொல்லிட்டான்!”

“மொட்ட முண்டை! எப்படி என் பிள்ளையை மாத்தியிருக்கா!”

பளாரென அறைந்தார்.

"அடுத்த வார்த்தை எங்கம்மாவை நீ பேசினா, நாயே! இந்த வீட்ல நீ இருக்கப்படாது! ஒரு பெரிய டைரக்டரையே இல்லாம செஞ்சிருக்கா எங்கம்மா. அவ செய்யலை அவளை எதிர்த்த அவனோட நிலைமை இப்ப சீரழிஞ்சாச்சு! அவ நல்லவரா! உனக்கு அது புரியலைன்னா, வாயை மூடிண்டு இரு! இத்தனை நாள் உன் பேச்சைக் கேட்டு நான் செஞ்ச பாவத்துக்கு, இனிமேலாவது பரிகாரம் தேடிக்கறேன்!"

சீத்தா பேசவில்லை!

சொல்லுக்கு சொல் எதிர்த்து ஊரைக் கூட்டும் சீத்தா கத்தாம அடங்கிப் போயிருந்தாள்.

நாணா போய்ப் படுத்து விட்டார்.

இரவு ஒன்பதாகி விட்டது.

சீத்தா மெல்ல உள்ளே நுழைந்தாள்.

"சாப்பிட வர்றேளா?"

"உன் கையால சோத்தை தின்றதை விட பீயைத் தின்னலாம். போ... போ!"

சீத்தா, நொறுங்கிப் போனாள்.

உள்ளே போய் சமையல் கட்டில் மடிந்து உட்கார்ந்து அழத் தொடங்கினாள் விசும்பி விசும்பி!

முன்பெல்லாம் சின்ன ஒரு முகச் சுளிப்புக்குக் கூட சாகசம் செய்து, ஊடல் காட்டி, கடைசியில் கட்டிலில் அவர் காலடியில் நாணா கிடப்பார். அந்த போதையில் மறுநாள் அம்மாவைத் தாறுமாறாகப் பேசுவார். சீத்தா ரசிப்பாள்.

இனி அந்தப் பருப்பு வேகாது என்பது தெரிந்தது.

அவளுக்கும் சாப்பிடப் பிடிக்கவில்லை!

கதவைச் சாத்தி உள்ளே பூட்டிவிட்டு, விளக்குகளை அணைத்தாள்.

சமையல் சாதனங்களை பிரிட்ஜில் வைத்தாள்.

வந்து பார்த்தாள்.

நாணாவின் மெல்லிய குறட்டை ஒலி புறப்பட்டது.

வெகு நேரம் சீதா உறங்கவில்லை!

பின்னிரவில் கண் அயர்ந்தாள்.

விடியத் தொடங்கியது. சரியாக அஞ்சு மணிக்கு கதவு தட்டப்பட மணி போய்த் திறந்தான். தன் புது வாடகை வீட்டில்.

முடி திருத்தும் கோபால்...

"வா கோபால்! கொஞ்ச நாளாச்சு உன்னைப் பார்த்து சௌக்யமா?"

"இருக்கேன் சாமி! பத்திரிக்கைல எல்லாம் படிச்சேன். பாட்டியம்மா புகழ் தமிழ்நாடு முழுக்க பரவிப் போச்சு! எனக்கு பயம் சாமி!"

"எதுக்கு?"

"நீங்கள்லாம் ரொம்ப ரொம்ப பெரிய மனுஷங்க ஆயாச்சு! நான் வரலாமோ, கூடாதோன்னு தெரியலை சாமி!"

பாட்டி வந்தாள்.

"நீ எப்பவும் வரலாம் கோபால்! பின் பக்கமா வா!"

கோபால் வந்தான். பாட்டி உட்கார்ந்தாள் தயாராக.

"உன் மூத்தப் பொண்ணுக்குக் கல்யாணம் பண்ணனும்னு சொன்னியே நாலஞ்சு மாசம் முன்னால்!"

"சொன்னேன், அய்யரம்மா! அதுல ஒரு பிரச்சனை!"

"என்னா?"

"சின்னவ தளதளன்னு அழகா இருப்பா இல்லீங்களா? பெரிசைவிட்டுட்டு, சின்னதைக் கேக்கறாங்க. பதினாறுதான் ஆச்சு! கட்டிக் குடுக்க முடியுங்களா?"

"எங்க இனத்துலதான் அந்த அபத்தம் அதிகம். உங்களுக்கும் தொடங்கியாச்சா? சின்னவ படிச்சிருக்காளா?"

"எட்டாவதோட நிறுத்திட்டேன். பையன் என் கூட சலூன்ல வேலை பார்க்கறான். படிக்க வைக்க முடியலை!"

“வியாபாரம் இருக்கா?”

“கஷ்டம்தான் அய்யரம்மா! இப்பல்லாம் நவீனப்படுத்தி, குளிர்சாதன வசதியோட, சலூனைக் கூட நட்சத்திர ஓட்டல் மாதிரி நடத்தத் தொடங்கிட்டாங்க! ரெண்டு நாற்காலியை வச்சிட்டு தொழில் நடத்தற எனக்கெல்லாம் எப்படீங்க யாவாரம் நடக்கும்?”

வந்த வேலையை கோபால் முடித்து விட்டான்.

“பத்து மணி வாக்குல உன் சின்னப் பொண்ணை அனுப்பறியா? கொஞ்சம் பணம் குடுத்துவிடறேன்! தொழிலை நீயும் பெரிசாக்கு!”

“இந்த ஏழை நாவிதனுக்குப் போய்...!”

“தப்பே இல்லை! நான் மொட்டைப் பாட்டியா இருக்கறதாலதான் எனக்கு இப்பப் பெருமையே! அதைத் தொடர்ந்து நான் பராமரிக்க நீ தானே உதவி செய்யறே! அவளை அனுப்பு. என்ன பேரு உம் பொண்ணுக்கு?”

“பாஞ்சாலி!”

“பேரு அழகாத்தான் இருக்கு!”

பாட்டி குளித்து, பூஜை முடித்து, சமையலையும் செய்தாள்.

“பாட்டி! எனக்கு சாப்பாடு போடு! பி.ஆர்.ஓ. வண்டி எடுத்துட்டு வந்துருவார்!”

மணி உட்கார்ந்தான். கதவு தட்டப்பட்டது. பாட்டி போய்த் திறந்தாள்.

“பாட்டீம்மா! நான் பாஞ்சாலி!”

திரும்பிய மணி குபீரென எழுந்து விட்டான்.

வாசலில் அவன் கதாநாயகி!

❋❋❋

அத்தியாயம் 26

பாஞ்சாலியைப் பார்த்ததும் மணிக்கு விவரிக்க இயலாத உணர்ச்சி! மனசு முழுக்க ஒரு கொடி தளும்பி விட்டது.

அவன் கற்பனை செய்து வைத்திருந்த அந்த குழந்தைத்தனம், பயம் கலந்த பார்வை, கண் விளிம்பில் தத்தளிக்கும் அந்தக் குறும்பு என சகலமும் அவளிடம் இருந்தது!

பாட்டியின் எதிரில் நிற்கக் கூச்சப்பட்டு ஓர் ஓரமாக நின்றாள் பாஞ்சாலி.

"இரு! பணம் எடுத்துண்டு வர்றேன்!"

பாட்டி உள்ளே வந்து பீரோவைத் திறந்தாள்.

மணி ஓடி வந்தான்.

பணத்தை எடுத்துவிட்டு பாட்டி பீரோவைப் பூட்ட, மணி அருகில் வந்தான்.

"பாட்டி! ஒரு நிமிஷம்!"

"என்னடா மணி?"

"கதாநாயகி தேர்வு முடிஞ்சு போச்சு!"

"எப்படா?"

"இப்பத்தான். நான் எதிர்பார்த்த அத்தனை அம்சங்களும் இந்தப் பாஞ்சாலிகிட்ட இருக்கு பாட்டி!"

"மணி! நீ என்ன சொல்றே?"

"ஆமாம் பாட்டி! இந்தப் பொண்ணை விட நான் தயாரா இல்லை! இவதான் என் படத்துல நடிக்கணும்!"

"நீ என்னடா மணி? கோபால் ஏற்கனவே ஏழை பணமில்லாம நொந்து போயிருக்கான். இது இப்பத்தான் பொறந்த கண்ணுக்குட்டியாட்டம் மெரண்டு போய் நிக்கறது! இதை நடிக்க வைக்க முடியுமா?"

"அவளை நன்னாப் பாரு பாட்டி! இதை விட அழகான கண்களை சமீபத்துல நான் பார்க்கலை. நான் சொல்லித் தர்றதுல பாதி செஞ்சாப் போதும். நீயும் கூட இருக்கியே! தேத்த முடியாதா?"

"அதுக்கில்லைப்பா! இந்தப் பொண்ணு ஒப்புக்கணும். கோபால் சம்மதிக்கணும். இதெல்லாம் அத்தனை சுலபமில்லை மணி!"

"நீ பேசு பாட்டி! கோபால் உன்னை தெய்வமா மதிக்கிறான் இல்லையா! நீ எடுத்துச் சொன்னா, கோபால் புரிஞ்சுக்க மாட்டானா? இவ மட்டும் நடிக்க வந்துட்டா, ஒரு பெரிய ரவுண்டே வருவா, கோபால் அப்புறம் கோடீஸ்வரன்தான்! அவனே எதிர்பாராத அதிர்ஷ்டம் பாட்டி இது!"

"சரி வா!"

பாட்டி வெளியே வந்தாள்.

"இங்க வாடீம்மா பாஞ்சாலி!"

பாஞ்சாலி அருகில் வந்தாள்.

"இதுல பத்தாயிரம் ரூபாய் இருக்கு. பத்திரமாகக் கொண்டு போறியா?"

"சரி பாட்டி!"

"பணத்தைப் பிடி!"

அவள் பாட்டியின் மேல் தான் பட்டுவிடாதபடிக்கு தள்ளி நின்று கைகளை நீட்டினாள்.

"இப்ப நான் மடியா இல்லை! உன் மேல பட்டாலும் தப்பில்லை! பாஞ்சாலி! சாயங்காலம் கோபாலை வந்து என்னைப் பார்க்கச் சொல்லு! நீயும் கூடவே வா!"

"சரி பாட்டி!"

"பாஞ்சாலி! நீ என்ன படிக்கற? படிக்கிறியா?"

"ஒன்பதாவது வரைக்கும் வந்தேன் பாட்டி! அய்யன்கிட்ட பணம் இல்லைன்னு நிறுத்திடுச்சு!"

"வீட்லதான் இருக்கியாக்கும் சினிமா பார்க்கற பழக்கம் உண்டா?"

"நீங்க நடிச்ச படம்னு ஆனதால பார்த்தேன் பாட்டி!"

"புஸ்தகங்கள் படிப்பியா?"

"அய்யன் வாங்க விடாது! அக்கம் பக்கத்துல வாங்கிப் படிப்பேன்!"

"சரி நீ போ! கோபாலோட நீயும் வா!"

"சரி பாட்டி!"

ஒரு துள்ளலுடன் போய் விட்டாள்.

அவளது வசீகரத்தில் மணியே தடுமாறிப் போயிருந்தான். ஒரு முடி திருத்தும் தொழிலாளியின் மகளுக்கு இத்தனை அழகா? பாவம்! இந்த வசீகரம் நல்ல இடத்தில போய்ச் சேருமா?"

"இவ கிடைப்பாளா பாட்டி?"

"ஏன் கவலைப்படறே? பேசலாம் கோபால்கிட்ட! நீ மற்ற வேலைகளை கவனி!"

அன்றைக்கு வெளியான பத்திரிகை ஒன்றில் டைரக்டர் மணி தன் படத்துக்கு புதுமுகம் தேடுகிறார் என செய்தி வெளியாகி இருந்தது.

"இதையெல்லாம் யார் சொன்னது? பி.ஆர்.ஓ.வை கண்டிச்சு வைக்கணும்!" மணி சீறினான்.

“அவாளை ஏன் கோபப்படுறே நீயும், நானும் சினிமாக்காரர் வரிசைல வந்தாச்சு. இனி இந்த ரூமுக்குள்ள நாம பேசினாக்கூட, அது வெளில போயிடும்! நமக்கு அந்தரங்கம் இனி இருக்க முடியாது!”

மணி அடித்தது.

“யாருன்னு பாருப்பா!”

போய்த் திறந்தான்.

மணியின் அத்தை... பாட்டியின் முதல்மகள் நின்றாள். அவளுடன் அவள் மகளும்...

“வாங்கோ அத்தே! வா லாவண்யா!”

பாட்டியும் வரவேற்றாள்.

“அம்மா! எப்படி இருக்கே! உனக்கென்ன? அகில இந்திய ரீதில நீ பிரபலம் ஆயாச்சு. இந்த வயசுல உனக்கொரு புகழும், செல்வாக்கும் இந்த அளவுக்கு வரும்னு யாருமே நம்ம குடும்பத்துல எதிர்பார்த்திருக்க மாட்டா!”

“எல்லாம் பகவான் செயல்!”

“உன்னைக் கொடுமைப்படுத்தின மன்னி, இப்ப என்ன சொல்றா?”

“என்னை அவ சொல்றது இருக்கட்டும். பெத்த பிள்ளை மணி, ஒரே பிள்ளை! எல்லாம் பஞ்சாப் பறந்து போகும்!”

“நீ சாப்பிடறியா? சாதம் வெக்கட்டுமா?”

“இல்லைம்மா! பார்த்துட்டுப் போகலாம்னு வந்தேன். என்ன மணி! அத்தையை மறந்துட்டியா?”

“இல்லை அத்தே! பட சிந்தனைல இருக்கேன்!”

“உன் படத்துக்கு புதுமுகம் தேடறதா செய்தி வந்திருக்கே!”

“ஆமாம்!”

“இதோ எம் பொண்ணு லாவண்யா இருக்கு. காலேஜ்ல முதல் வருஷம். நடிப்பு நன்னா வர்றது. பயன்படுத்திக் கோயேன்!”

"புது முகம் கிடைச்சாச்சு அத்தே! கொஞ்சம் முன்னாலதான் தேர்ந்தெடுத்தேன்!"

அத்தையின் முகத்தில் இருந்த சிரிப்பு மறைந்தது.

"நீங்க பாட்டிகிட்ட பேசிண்டு இருங்கோ அத்தே!"

மணி சட்டையை மாட்டிக் கொண்டு வெளியேறி விட்டான்.

"அம்மா!"

"இரு மங்களம், உனக்கும் லாவண்யாவுக்கும் காபி போட்டு எடுத்துண்டு வர்றேன்!"

"நான் ஹெல்ப் பண்றேன்மா!"

அத்தை சமையல் கட்டுக்குள் வந்தாள்.

"ஏன்மா! நீ சிபாரிசு பண்ணினா, மணி கேக்க மாட்டானா?"

"எதுக்கு?"

"லாவண்யாவை நடிக்க வைக்க!"

"சின்ன வேஷம் ஏதாவது பண்ண வைக்கலாம். நான் சொல்றேன்!"

"சின்னது இல்லைம்மா! கதாநாயகி!"

"அது கஷ்டம் மங்களம்!"

"ஏன்மா? இவ நன்னா நடிப்பா!"

"டைரக்டர் அவன்டீ! அவன் மனசுல ஓர் உருவம் இருக்கும். அதுல இவ வந்து உட்காரணுமே!"

"உன்னால உட்கார்த்த முடியாதா?"

"இல்லைம்மா! மணி இப்பத்தான் தலையெடுத்திருக்கான். பாட்டி படம் நன்னா வரணும்னு ஆசைப்படறான். முதல் படம் வேற! இதுல போய் அவனைத் தொந்தரவு பண்ண நான் விரும்பலை! நீ நினைக்கிற மாதிரி ஆசைப்பட்டா எல்லாம் நடிச்சிட முடியாது மங்களம். சினிமா அத்தனை மலிவு இல்லை!"

''அம்மா! நீயும் மாறிட்டே!''

''எப்படி?''

''முன்பெல்லாம் இப்படி பேசமாட்டே! பணமும் புகழும் உன்னையும் விட்டுவைக்கலை!''

பாட்டி சிரித்தாள்.

''ஏம்மா சிரிக்கற?''

''ஒண்ணுமில்லை! காபி தர்றேன்!''

கலந்தாள் பாட்டி. இருவரும் சற்று நேரம் இருந்து விட்டுப் போனார்கள்.

அரைமணி நேரத்தில் மணி வந்து விட்டான்.

''என்ன பாட்டி? அத்தை, உன்னை சிபாரிசு பண்ணச் சொல்றாளா?''

''அவ சொன்னாலும் நான் பண்ணமாட்டேன்!''

''உனக்குப் பொண்ணாச்சே!''

''இதப்பாரு மணி! எனக்குப் பொண்ணு, மாட்டுப் பொண்ணுன்னு வித்யாசமெல்லாம் இல்லை! எல்லாரும் ஒண்ணுதான். இப்ப எனக்கு நீ முக்கியம். உனக்கு எது வெற்றி தருமோ, அதுதான் எனக்கு உசத்தி!''

மணி பூரிப்புடன் பாட்டியைப் பார்த்தான்.

''எப்படியாவது பாஞ்சாலியை பிக்கப் பண்ணிடு பாட்டி. அவ சரின்னு சொல்லிட்டா, அடுத்த வாரமே யூனிட் கிளம்பிடும். லொகேஷன் கூட பார்த்து வச்சாச்சு!''

''பகவானை நம்பு!''

பிற்பகல் நாலு மணிக்கு கதவு தட்டப்பட்டது. பாட்டி போய்த் திறந்தாள். நாணா நின்றார்.

''வா நாணா! ஆபீஸ்லேர்ந்து வர்றியா?''

''ஆமாம்மா! மணி இல்லையா?''

"சாப்டுட்டு வெளியே போனான். அஞ்சு மணிக்கு வந்துருவான்! குடிக்க என்ன தரட்டும்?"

"தூத்தம் மட்டும் குடு ஜில்லுனு!"

பாட்டி தர குடித்தான்.

"ஆத்துல நிம்மதியே இல்லைம்மா! பேசாம விட்டுட்டு இங்கே ஓடி வந்திடலாமானு தோன்றது. சீதாவுக்கு வாய்ல விஷம் கொதிக்கறது!"

"விட்றா! அது தெரிஞ்சது தானே! நீயும் ரொம்ப கவலைப்படாதே! சின்ன வயசுல பட்டிருந்தா, அவளை அடக்கியிருக்கலாம். வயசான இந்தக் காலத்துல பட்டா உனக்கு வியாதிதான் வரும்! என்ன பேசினாலும் இந்தக் காதில் வாங்கி அந்தக் காதுல விட்ரு!"

"அம்மா நேக்குக் கொஞ்சம் பணம் வேணும்!"

"எதுக்கு? ஒரு லட்சம் தட்டுல வச்சிருந்தேனே!"

"அதை சீதா எடுத்து பீரோல பூட்டி வச்சிட்டாளே!"

"பிள்ளை வேண்டாம். அவனோட பணம் மட்டும் வேணுமாக்கும்! நல்ல பொம்மனாட்டி! உனக்கெதுக்கு பணம்? கடனை அடைக்கவா?"

"ஆமாம்மா!"

"தர்றேன். ஆனா மணியோட பணம் கண்டபடி செலவாக நான் அனுமதிக்க மாட்டேன்!"

அவர் முகம் மாறியது.

"நீயும் சம்பாதிக்கறியேம்மா! அதுல உன் பிள்ளை எனக்கு உரிமை இல்லையா?"

"அடுப்புல போட்டு கொடியால என்னை இழுத்தாளே உன் பொண்டாட்டி! அப்ப இந்த உரிமை உனக்கு எங்கிட்ட வரலையா?"

"அம்மா! குத்திக்காட்ட இதுவா நேரம்?"

"சமயம் கிடைக்கும் போது சொல்லிடணும் நாணா. பணம் எடுத்துண்டு வர்றேன்!"

பாட்டி உள்ளே போனாள்.

கதவு படபடவென வேகமாகத் தட்டப்பட்டது.

நாணா போய்த் திறந்தார்.

கோபாலும் அவன் பின்னால் பாஞ்சாலியும் தயக்கத்துடன் நின்று கொண்டிருந்தார்கள்.

❃❃❃

அத்தியாயம் 27

கோபால் நாணாவைப் பார்த்ததும் உடம்பை எட்டாக வளைத்துக் கும்பிடு போட்டான்.

"சௌக்யமா கோபால்?"

"இருக்கேன் சாமி. பாட்டியம்மா தயவுல பகவான் ஏதோ படி அளக்கறான்."

"சரி நாணா! நீ புறப்படு!"

அம்மா தன்னை கழட்டி விடுவதைப் போல இருந்தது அவருக்கு.

"எனக்கு அவசரமில்லைம்மா! ஆத்துக்குப் போய் என்ன பண்ணப் போறேன்! இங்கேதான் ராத்திரி சாப்பிடப் போறேன்!"

மணி உள்ளே நுழைந்தான். கூடவே இணை இயக்குநரும் இருந்தான்.

"எப்பப்பா வந்தேள்?"

கேட்டுட்டு பாஞ்சாலி மேல் பார்வை பதிந்து விட்டுப் போனான். பாட்டி உள்ளே வந்தாள்.

"ஏண்டா மணி? உங்கப்பாவை வச்சிண்டு கோபால்கிட்ட சினிமா பேசலாமா?"

"வேண்டாம் பாட்டி! அப்பா ஆத்துல போய்ச் சொல்லுவார். அம்மா ஊர் முழுக்கப் பரப்புவா! முடிஞ்சா, கோபால் மனசையும் கலைப்பா!"

"கோபாலை அப்புறமா வரச் சொல்லலாமா?"

"இது அவசரம் பாட்டி! அப்பாவைக் கிளப்பு!"

"அவன் ஏதாவது நெனச்சுக்கப் போறாண்டா!"

"ஆமாம். இப்ப வந்து ஒட்டிக்கறார் அப்பா! எனக்குப் பேசவே பிடிக்கலை! உன்னை அம்மா அவமானப்படுத்தும் போது பார்த்துண்டுதானே இருந்தார். அப்ப தட்டிக் கேக்கத் தோணலையா? காரியவாதிகள்."

"விட்றா மணி! கோவம் மூளையை மழுங்கடிக்கும். நான் பாத்துக்கறேன்!"

வெளியே வந்தாள்.

"கோபால் நீ வாசல்ல இரு!"

"சரி பெரிம்மா!"

அவனும் மகளும் வெளியேற, நாணா! நீ புறப்படு!"

"என்னை ஏம்மா விரட்டற?" அவர் குரலில் கோபம் இருந்தது.

"விரட்டலடா! எனக்கும் மணிக்கும் வெளியே போகணும். வர நாழியாகும். அதனால சொன்னேன்!"

"கோபாலும், பொண்ணும் எதுக்கு வந்திருக்கா?"

"பண உதவி கேட்டான் கோபால். அந்தப் பெண்ணைப் பத்துப் பாத்திரம் தேய்க்க வரச் சொன்னேன். நீ புறப்படு!"

நாணாவுக்குப் பிடிக்கவில்லை!

மணி வெளியே வரவே இல்லை. பிள்ளை தன்னை மதிக்கவில்லை என்பது அவரைக் கணிசமாக உறுத்தியது.

'அன்று மனைவி சொல்லே மந்திரம் என ஆட்டம் போட்டதால், இன்று மகனை இழக்கும் துர்பாக்கியம்.'

"யார் எப்போது எந்த நிலைக்கு வருவார்கள் என்று யாரால் சொல்ல முடியும்?"

“நான் வர்றேன்மா!”

சற்றே தளர்ந்து போய் நாணா வெளியேறினார்.

“கோபால்! நீ உள்ளே வா!”

மகளுடன் வந்தான் கோபால். எட்ட நின்றான் பவ்யமாக.

“பணத்தை வாங்கிண்டியா?”

“எதுக்கு பெரீம்மா இத்தனை பணம்? உங்களுக்கு தாராள மனசு!”

“உன்னை நான் வரச் சொல்ல முக்கியக் காரணம் இருக்கு கோபால். சொல்றேன்!”

மணியும் வந்து உட்கார்ந்தான்.

“யாருக்கும் வராத ஓர் அற்புதமான வாய்ப்பு உன் மகள் பாஞ்சாலிக்கு வந்திருக்கு!”

“பெரீம்மா! என்ன சொல்றீங்க?”

“மணியோட படத்துல உன் பாஞ்சாலிதான் கதாநாயகியா நடிக்கப் போறாடா!”

கோபால் சற்றே அதிர்ச்சியுடன் நிமிர,

“ஒரு வாரமா புதுமுகம் தேடறான் மணி. பார்க்காத இடம் இல்லை! கிடைக்கலை! அவன் எதிர்பார்க்கற அத்தனை அம்சமும் உம் பொண்ணுகிட்ட அமைஞ்சிருக்கு கோபால்!”

“பெரீம்மா...!”

“மணிக்கு சினிமால நல்ல ஓர் இடம் இருக்கு. இது முதல் படம்! பெரிய விளம்பரம்! பிரபலங்களே நடிக்க ஆசைப்படறா! ஆனா அதிர்ஷ்டம் உம் பொண்ணுக்கு. நீ என்ன சொல்ற?”

கோபால் பேசவில்லை!

“எதுவானாலும் சொல்லுப்பா!”

“மன்னிச்சிடுங்க பெரீம்மா! சினிமா புள்ளைக்கு வேண்டாம்!”

"ஏன் கோபால் நானே நடிக்கலையா? ஆசாரத்துல ஊறின பிராமணக் குடும்பத்து மொட்டைப் பாட்டி நான். நான் நடிச்சதை விடவா ஓர் அதிசயம் இருக்க முடியும்?"

"அம்மா! என்னை மன்னிக்கணும் நீங்க"

"எதுவானாலும் சொல்லுப்பா!"

"நீங்க நடிச்சது அதிசயம்தான். ஆனா பயமில்லையேம்மா உங்களுக்கு? ஏன்னா நீங்க வயசுப் புள்ளை இல்லை! ஆனா இதுக்கு பதினாலுதான் ஆச்சு. மோசமான வயசு! பொட்டப்புள்ளை வேற! நடிக்கச் சொல்றது சரிங்களா?"

"கோபால் இப்ப நான் பேசட்டுமா?"

"சொல்லுங்கம்மா!"

"உன் பொண்ணுக்கு ஓர் ஆபத்து வர்ற வரைக்கும் நான் பார்த்துண்டு இருப்பேன்னு நெனச்சியா? 'காதல் பாட்டி' படத்து அவுட்டோருக்கு போனப்ப, காமிரா பண்ற ஜான்சிக்கு வந்ததை விடவா பிரச்சனைகள்? அவ மேல தூசு படாம, காப்பாத்திக் கொண்டு வந்தவ நான்! அப்ப விஷயம் வேற! டைரக்டர் இளைய நிலவு! பெரிய டைரக்டர் வேற. கவர்ச்சிக்காக அவரையே நான் எதிர்க்கலையா?"

"அதில்லை பாட்டியம்மா!"

"இப்ப டைரக்டர் என் பேரன்! அவனைக் கடந்து எதுவும் போகாது! நான் உத்தரவாதம் தர்றேன். உம் பொண்ணு பூவாட்டம் உன் வீட்டுக்குத் திரும்பி வருவா! இப்பவும் என்ன தயக்கம்!"

"எப்பவும் நீங்க கூடவே இருக்க முடியுங்களா?"

"படம் அவுட்டோர்லதான். நான் அங்கேயேதான் இருப்பேன்! என்ன கவலை? இந்த படம் உன் பொண்ணு பண்ணட்டும். போதும்னு தோணினா, நிறுத்திக்கோ!"

"அம்மா! சினிமாவும், குற்றங்களும் ஒரு வகைல ஒண்ணுதான். ஜெயிக்கத் தொடங்கிட்டா, எந்த இடத்துல நிறுத்தணும்னு புரியாது இல்லீங்களா?"

மணி படபடவென கைகளைத் தட்டினான்.

"சாமீ...!"

"சபாஷ் கோபால். படிக்காம இருந்தும், இத்தனை அழகாப் பேசற!"

அருகில் வந்தான் மணி!

"கோபால்! யார் நடிக்க வரணும்னு இங்கே நியதி இல்லை! அதுக்கு விசேஷத் தகுதியும் தேவையில்லை. திறமைதான் இங்கே மூலதனம். பாட்டிதான் சொல்லிட்டாளே! பாதுகாப்பு பயம் பாஞ்சாலிக்கு இல்லை! இந்த ஒரு படம் பண்ணட்டும். பணமும் நிறையக் கிடைக்கும். வேண்டாம்னா நீயே நிறுத்திடு! என்ன கோபால்?"

"இதுக்கு நடிக்க வருங்களா?"

"அது என் பொறுப்பு! நீயும், உன் பொண்ணும் சரீன்னு சொல்லுங்க. நான் நடிக்க வைக்கிறேன்!"

கோபால் பாஞ்சாலியைப் பார்த்தான்.

"நைனா ஒரு நிமிஷம்!"

அவனைத் தனியாக அழைத்து வந்தாள்.

"என்னம்மா?"

"பாட்டீம்மா கூட கிட்டத்தட்ட இருபது வருஷத்துக்கும் மேலா நமக்குப் பழக்கம் இல்லையா?"

"ஆமாங்கண்ணு!"

"அக்கா கல்யாணம் நடக்கணும். நீ பெரிசா ஒரு சலூன் போடணும். வேண்டாமா?"

"வேணும்தான். பணமில்லையே!"

"இப்ப வருதே! நான் நடிச்சா, பணம் கிடைக்குமே நைனா!"

"சரி கண்ணு! ஆனா சினிமாவாச்சே!"

"பாட்டி பாதுகாப்பு தர்றேன்னு சொல்லுது இல்லை? அப்புறம் ஏன் நைனா பயம்?"

''நடிக்கறேன்னு சொல்றியா?''

''ஆமாம் நைனா! வீடு தேடி வர்ற லக்ஷ்மியை உதற வேண்டாமேன்னு தோணுது! பாட்டி பக்கத்துல இருக்கற வரைக்கும் எனக்கு என்ன பயம் நைனா?''

கோபால் இப்போதும் முழு மனதுடன் தலையாட்டவில்லை!

குடும்பச் சூழ்நிலை, பணப் பற்றாக்குறை, தேவைகள் எல்லாமாகச் சேர்ந்து அவனை சம்மதிக்கும் நிலைக்குக் கொண்டு வந்தது.

கோபாலின் சலூன் பெரிதல்ல!

ஆடம்பரக் கண்ணாடிகள், இசை, இதமான மணம் என்றெல்லாம் 'ரிச்'சாக இல்லாமல், வெகு சாதாரணமாக இருந்ததால் கூட்டம் இல்லை!

இப்போதெல்லாம் முடி திருத்தும் நிலையங்களுக்குக் கூட ஒரு வசீகரம் அவசியமாக இருக்கிறது. அப்போதுதான் கூட்டம் வருகிறது.

இடம் மாற வேண்டும்.

கடையைப் பெரிதுபடுத்தி, அழகு செய்ய வேண்டும்.

'பணம் இல்லை!'

'இது நல்ல சந்தர்ப்பம். மகளும் தயாராகி விட்டாள். நான் ஏன் தடுக்க வேண்டும்?'

''சரி உள்ளே வா!''

இருவரும் வந்தார்கள்.

''சரி பாட்டீம்மா!''

''ஏண்டீ பொண்ணே! உனக்கு முழுச் சம்மதம்தானே?''

''ஆமாம் பாட்டி!''

''சரி கோபால்! நாளைலேருந்து எல்லாம் தொடங்குது! காலைல ஆறு மணிக்கே பாஞ்சாலியைக் கூட்டிட்டு வந்துடு!''

''சரி சாமி!''

''நீங்க ரெண்டு பேரும் போகலாம்!''

மறு நாள் காலை சொன்னதைப் போல கோபால், தன் மகளுடன் வந்து விட்டான்.

கார் தயாராக இருந்தது.

''நீ புறப்படு கோபால். சாயங்காலம் ஆறு மணிக்கு வந்து கூட்டிட்டுப் போ!''

''சரி சாமி! கண்ணு சாக்ரதை! பார்த்து பத்திரமா இரு!''

''நீ கவலைப்படாதே கோபால், போயிட்டு வா!''

பாட்டி, மணி, பாஞ்சாலி மூவரும் காரில் ஏறினார்கள்.

''சினிமால யாரரோ ஒரு சிலர் தப்பா நடந்துக்கறதால, சினிமாலே தப்புன்னு ஓர் அபிப்ராயம் வந்தாச்சு! இது சாபக்கேடு மணி! இதை மாத்தணும்!''

''கஷ்டம் பாட்டி! குடும்பப் பொம்மனாட்டிகளுக்கே தன் புருஷனை விட அடுத்தவன் அம்சமா இருந்தா, அவஸ்தை கூடிப் போடுறது. இதுல கட்டிப் பிடிச்சு நடிக்க வேண்டியிருக்கு. எல்லாரும் மனுஷாதானே! வயசும் கொஞ்ச வயசு! தடுமாறத்தான் செய்யும். யாரும் ராணியில்லையே பாட்டி?''

''நியாயப்படுத்தறியா படவா! டைரக்டர் ஆன உடனே புத்தி மாறுதா?''

''அய்யோ! நீ ஆளை விடு பாட்டி!''

அவன் பேசுவதை, அந்தக் குறும்புச் சிரிப்பை ரிம்லெஸ் கண்ணாடிக்குள் சுழலும் அந்தப் பெரிய கண்களை ஓரக் கண்ணால் ரசித்துக் கொண்டே வந்தாள் பாஞ்சாலி.

அதை யாரும் கவனிக்கவில்லை.

ஸ்டூடியோ வந்து விட்டது. ஜான்சி காத்திருந்தாள். மணியின் உத்தரவுப்படி!

மேக்கப் போட பிருந்தா வந்து விட்டாள்.

"என்ன பாட்டி! எல்லாம் லேடீஸ் கூட்டமா இருக்கு? நான் மட்டும்தான் ஆம்பளையா இங்கே?"

"அதை நீதான் சொல்லணும்!"

"பாட்டி! நீ ரொம்ப மோசம். சரி சரி நேரமாச்சு! வா பாஞ்சாலி!" அவன் காலடி எடுத்து வைக்க, ஸ்டுடியோ வாசலில் கார் வந்து நின்றது.

இறங்கியது இளையநிலவு.

❋❋❋

அத்தியாயம் 28

நாணா சோர்ந்து போய் வீட்டுக்குள் நுழைந்தார்.

ஈஸிசேரில் சாய்ந்தார்.

சீத்தா வெளியே வந்தாள்.

"ஏன் கை, கால்கூட அலம்பாம வந்ததும் அப்படியே படுத்துட்டேள்? உடம்புக்கு முடியலியா?"

"கசப்பா இருக்கு! கொஞ்சம் விடேன். காபி இருந்தா கொண்டா!"

பெண் வெளியே வந்தாள். உள்ளூரில் இருக்கும் ரெண்டாவது பெண். காலையில்தான் வந்திருந்தாள்.

சீத்தா அவளிடம் குமுறிக் கொண்டிருந்தாள்.

"கை நீட்டி அப்பா என்னை அடிச்சதுதாண்டீ எனக்குத் தாங்கலை. என்னல்லாம் பேசிட்டார் தெரியுமா? இத்தனை வருஷ தாம்பத்யத்துல இது மாதிரி நடந்ததுண்டா?"

"நீ பாட்டியைப் பத்தி கண்டபடி பேசியிருக்கே! அதான் அப்பாவால பொறுத்துக்க முடியலை!"

"நான் இதுக்கு முன்னால பேசினதேயில்லையா? அப்பல்லாம் இவர் சும்மா இருக்கலையா? இப்ப மட்டும் ரோஷம் எங்கேயிருந்து வந்தது?"

"ஏம்மா? அப்பாவுக்கு மட்டும் மான, ரோஷமே கூடாதா?"

“என்ன நீ? எப்பவும் என் பக்கம் சாதகமா இருப்பே! இப்ப நீயும் அப்பாவுக்கு வக்காலத்து வாங்கத் தொடங்கிட்டியா? அந்தக் கிழட்டு முண்டை என் ஒரே பிள்ளையை எங்கிட்டேயிருந்து பிரிச்சுக் கூட்டிண்டு போயாச்சு! இப்பப் புருஷனும் அந்தப் பக்கம் சாயறார். நேக்குன்னு யாருமே இல்லையா? நான் அநாதையா?”

ஓ...வென அழத் தொடங்கி விட்டாள் சீதா.

“நிறுத்தும்மா! நீ இப்படி ஒப்பாரி வைக்கும்படியா இப்ப என்ன ஆச்சு?”

“என்னடி ஆகணும்? என்னை மதிக்காத பிள்ளையோட பூஜைக்கு இவர் போய் நின்னு, மாலை மரியாதைகளை வாங்கிண்டு இருக்கார். அந்த மொட்டச்சிக்கு எப்பவுமே என் மேல விரோதம் உண்டு. அவ என்னை சக்கையா பழி வாங்கத் தொடங்கிட்டா!”

“அவ பிள்ளையை நீ புடிச்சு வச்சிண்டு இருக்கே பதிலுக்கு உன் பிள்ளையை பாட்டி புடிச்சுவச்சிண்டா!”

கோபத்திலும் அந்த நகைச்சுவையைத் தன்னை மறந்து ரசித்துச் சிரித்துவிட்டாள் சீத்தா.

“அம்மா! இதப் பாரு! மான ரோஷம், சவால் இதெல்லாம் மட்டுமே வாழ்க்கையில்லை! புத்திசாலித்தனமா நடந்துக்கோ!”

“புரியலைடி!”

“மணி இப்ப நன்னா சம்பாதிக்கத் தொடங்கியிருக்கான். ஆயிரம்தான் ஆனாலும் அவன் நீ பெத்த பிள்ளை இல்லைன்னு போகாது.”

“அதுக்காக அவன், காலடில போய் நான் நிக்க முடியுமா?”

“பார்த்தியா? திரும்பவும் உன் பழைய புத்தி வர்றது!”

“இல்லைடி! அங்கே கிழவி வச்சதுதான் சட்டம். இப்ப அவ பக்கம் காற்றடிக்கத் தொடங்கியிருக்கு!”

“இருக்கட்டுமே! நாளைக்கு மணிக்கு ஒரு கல்யாணம்னு முடிஞ்சு எவளாவது வந்தா, மொத்தத்தையும் சுருட்டிண்டு போவா! உன்னால உள்ளே கூட நுழைய முடியாது. இப்ப பாட்டி இருக்கும் போது தான் நீயும் நாலு காசு பார்க்க முடியும். மணியை காலம் முழுக்க நீயும், அப்பாவும் நம்பிண்டு வாழ முடியுமா? உங்களுக்குன்னு கணிசமா ஒரு தொகையைத் தேத்திடுங்கோ! பாட்டியை சோப் அடிக்கத் தொடங்கு!”

“எப்படி?”

“நடிம்மா! பாட்டி சினிமாமல நடிக்கட்டும். நீ பாட்டிகிட்ட நடி! முதல்ல அப்பாவை இங்கே சரிக்கட்டு!”

இதோ அப்பா வந்து விட்டார்.

சீதா காப்பி கலந்து எடுத்துக் கொண்டு அவர் அருகில் வந்தாள். தரையில் அமர்ந்து கொண்டு ஆற்றத் தொடங்கினாள்.

“ஆபிஸ்ல வேலை அதிகமா?”

காபியை வாங்கி உறிஞ்சத் தொடங்கிய அவர்,

“நான் இன்னிக்கு ஆபிஸ் போகலை!”

“ஏன்?”

“அங்கே போனேன் சீத்தா! அம்மா ஆத்துக்கு!”

“ஓ...!”

“மணி சுத்தமா என்னை மதிக்கறதே இல்லை!”

“ஏதாவது அவசர வேலையா இருந்திருப்பான். உங்ககிட்டப் பேச நாழி இருந்திருக்காது! அம்மா இருந்தார் இல்லையா?”

நாணாவுக்கு ஆச்சர்யமாக இருந்தது.

சீத்தாவா இப்படிப் பேசுகிறாள்?

‘மணி உங்களை எப்படி மதிப்பான்? கிழவி மந்திரம் போட்டு அவனை மயக்கி வச்சிருக்கா! என் ஒரே பிள்ளையை எங்கிட்டேயிருந்து பிரிச்ச பாவி முண்டை!’

இப்படி பேசும் சீதா எப்படி மாறினாள்?

"அம்மா இருந்தார் இல்லையா?"

"மாமியாரை அவள் அம்மா என்று சொல்லி இதுவரை நாணா கேட்டதில்லை! சீதாவா இது?"

"ஏன் அப்படி பாக்கறேள்?"

"ஓ... ஒண்ணுமில்லை! எல்லாமே நான் எதிர்பாராத படி நடக்கறது. எனக்கு எதுவுமே புரியலை!"

"என்னை மன்னிச்சேன்னு சொல்லுங்கோ!"

அவருக்கு அடுத்த அதிர்ச்சி.

இதுவரை அவர்தான் பல முறை சீத்தாவிடம் மன்னிப்பு கேட்டிருக்கிறார். அவள் கேட்கவே மாட்டாளே!

"எ... எதுக்கு?"

"நீங்க கை நீட்டி என்னை அடிக்கற அளவுக்கு நான் பேசிட்டேன். முதல்ல எனக்கு ஆத்திரம் தான் வந்தது. யோசிச்சுப் பார்த்தப்ப, தப்பு என் மேலன்னு புரிஞ்சுது! மணி மேல கோவம் இருந்தாலும், அவன் நான் பெத்த பிள்ளை! மனசால் அவன் என்னைப் பிரிஞ்சு இருக்கறதை என்னால தாங்கிக்க முடியலை இப்பவும்! அதே உணர்ச்சிதான் உங்கம்மாவுக்கும் இருக்கும். அவளும் ஒரு தாய் தானே?"

நாணாவுக்கு ஆகாயத்தில் பறப்பதைப் போல் இருந்தது.

'சீதாவா? கடவுளே இது நிஜமா?'

'இல்லை ஏதாவது கனவா?'

அவசரமாகத் தன்னைக் கிள்ளிக் கொண்டார். வலித்தது.

"நானும் மனுஷிதான். இத்தனை நாள் நடந்த எல்லாத்துக்கும் நான் வருத்தப்படறேன். இப்பநான் புது மனுஷி! நாளைக்கே நீங்களும், நானும் உங்கம்மாவைப் போய்ப் பார்க்கலாம்!"

"சரி சீதா!"

"நான் அவரை நமஸ்காரம் பண்ணி மன்னிப்பு கேக்கணும்!"

"ஆமாம் சீதா! அம்மாவுக்கு என் மேல் இப்பவும் வருத்தம் இருக்கு. ஆனா பெத்த பிள்ளை வீடு தேடி வர்றச்சே பேசப்படாதுன்னு மௌனமா இருக்கா. ஆனா மணிக்கு சுத்தமா பிடிக்கலை! நீ வந்தாக்கூட அவன் கோவம் இருக்கத்தான் செய்யும் முதல்ல. அதை நீ சுத்தமா பொருட்படுத்தாதே! போகப்போக சரியாகும்!"

"உங்களுக்கு டிபன் ஏதாவது பண்ணட்டுமா?"

"இன்னிக்கு ராத்திரி விருந்தே போட்ரு!"

"பாயசம், வடையோட சமைக்கச் சொல்றேளா?"

"நான் சொன்ன விருந்து வேற!" கண்ணடித்தார்.

"போதுமே! மூணு குழந்தைகளும் தலைக்கு மேல வளந்தாச்சு! என்ன வேண்டிக் கிடக்கு!"

"எத்தனை வயசானாலும் நீ எனக்கு பெண்டாட்டி தாண்டி!"

"சிணுங்காதேடி சீத்தா. எனக்கு இப்பவே மூட் வந்துடும் போலிருக்கு!"

"அம்மா!" மகள் குரல் கொடுக்க,

"பார்த்தேளா? நம்ம பொண்ணு உள்ளே இருக்கா! நான் எப்படி மறந்து போனேன்? எல்லாம் அவ காதுல விழுந்திருக்கும். மானம் போறது நேக்கு!"

சீத்தா உள்ளே ஓடினாள்.

நாணாவுக்கு பெருமை பிடிபடவில்லை!

'இனி குடும்பத்தில் சண்டை இருக்காது. நாளைக்கே அம்மாவைப் போய்ப் பார்க்க வேண்டும்! அம்மா சுலபமாக எதையும் மன்னித்து விடுவாள். அந்த மாதிரி குணம் அம்மாவுக்கு.'

கதவு தட்டப்பட்டது.

எழுந்து போய்த் திறந்தார்.

சீத்தாவின் தம்பி குடும்பம் வாசலில் நின்றது.

"வா வாசு!"

"சௌக்யமா அத்திம்பேர்?"

தம்பியின் மனைவி, கல்லூரியில் படிக்கும் மகள் என பின்னால் நின்றார்கள்.

சீதா ஓடி வந்தாள்.

"வாடா வாசு! வா ராஜி! திவ்யாவுக்கு லீவா இப்ப?"

மூவரும் உள்ளே வந்தார்கள்.

பிறந்த வீட்டு மனிதர்கள் வந்து விட்டால் சீதாவுக்கு நிலை கொள்ளாது.

காபி கொண்டு வர்றேன்.

ராஜி உள்ளே வந்தாள். தம்பி மனைவி.

"அக்கா நான் கலக்கறேன்!"

"என்ன திடீர்னு இந்தப் பக்கம்?"

"ஆபீஸ் வேலையா போகணும்னார் உங்க தம்பி! உங்களைப் பார்த்து நாளேச்சேன்னு நாங்களும் புறப்பட்டோம்!"

"நல்லதாப் போச்சு! குக்கர், வச்சி, ரசம் பண்ணிடறேன்!"

"மணி ஆகலை! நீங்க வாங்கோ!"

கொண்டு வந்த பழங்கள், ஸ்வீட்ஸ், பூ எல்லாம் எடுத்துத் தந்தாள் ராஜி.

காபியுடன் சீத்தா கூடத்துக்கு வந்தாள்.

"என்னக்கா! மணி தனியா டைரக்ட் பண்றானா? 'விழித்தெழு' பத்திரிகைல மணியை தூக்கு தூக்குனு தூக்கறான். ஒரு படம் வர்றதுக்குள்ளே உன் பிள்ளை இத்தனை பிரபலமா?"

"எல்லாத்துக்கும் காரணம் எங்கம்மா?"

நாணா பெருமைப்பட,

"ஆமாண்டா வாசு! எங்க மாமியாருக்கும் ஆல் இண்டியா லெவல்ல புகழ் வந்தாச்சு. காதல்பாட்டி, பார்த்தேளோ? சக்கைபோடு போட்டிருக்காரே!"

வாசு பேசவில்லை. சிரித்தார்.

"மணி எப்படி இருக்கான். பயங்கர பிஸி ஆயிட்டான். அவனையும் பாக்கணும்னு இருக்கு!"

"சொந்தமா பிளாட் வாங்கப் போறான். கார் வாங்கியாச்சு! நாளைக்குப் போய் பார்க்கலாம்!"

இரவுச் சாப்பாடு முடிந்ததும்,

வாசு அருகில் வந்தார். மறுபக்கம் ராஜி!

"அக்கா! திவ்யா படிக்கறப்பவே மணிக்குன்னு பேசியாச்சு! அவளுக்கும் இருபது முடிஞ்சாச்சு! மணி இப்ப நல்ல நிலைமைக்கு வந்தாச்சு! கூடிய சீக்கிரம் நடக்க வேண்டியது நடந்தா நல்லதுதானே?"

சீத்தா தம்பியை உற்றுப் பார்த்தாள்.

"ஆமா... உன் பிள்ளை தண்டச் சோறு! நல்ல ஒரு வேலையா தேடிக்கச் சொல்லு! உருப்படற வழியை பார்க்கட்டும்!"

அன்று சொன்ன அதே நாக்கு தடம் புரள்கிறது!

பணம் வந்தால் மனிதர்கள் எப்படி எல்லாம் பாதையை மாற்றிக் கொள்கிறார்கள்?

❋❋❋

அத்தியாயம் 29

மணி காரிலிருந்து இறங்கிய அடுத்த நிமிடத்தில் இளையநிலாவின் கார் வர, அவர் இறங்குவதை மணி பார்த்தான்.

'இவர் ஏன் இங்கே?'

'சொந்தப்பட வேலையாக வந்திருப்பாரோ?'

அது பெரிய ஸ்டூடியோ! படப்பிடிப்பிலிருந்து சகலமும் அங்கே நடக்கும்.

இளையநிலவு மணியை அரைக் கண்ணால் பார்த்தார். பாட்டியைக் கடந்து அவர் பார்வை பாஞ்சாலியிடம் படிந்தது. நிலைத்தது.

மணி அதைக் கவனித்தான்.

"போலாம் பாட்டி!"

மூவரும் வேகமாக உள்ளே போக, இளையநிலவுடன் எடிட்டர் இருந்தான்.

"யாருய்யா அந்தப் பொண்ணு?"

"தெரிஞ்சுக்கலாம். நீங்க போய் வேலையப் பாருங்க! நான் துப்பறிஞ்சு விவரங்களைக் கொண்டு வர்றேன்!"

"சீக்கிரம்பா! அந்தப் பொண்ணு எனக்கு வேணும்!"

"இதுதானே வேணாங்கறது, கேட்ட உடனே கிடைக்குமா? அதுவும் எதிரி முகாம்ல இருக்கற பொண்ணு!"

"மாற்றான் தோட்டத்து மல்லிகைய்யா?"

"சரி சரி! உள்ளே போங்க!"

அவரை அனுப்பி விட்டு இவன் எழ, மணி, பாட்டியுடன் பாஞ்சாலி ஒரு தனி அரங்கத்துக்குள் நுழைந்தாள்.

ஜான்சி தயாராக இருந்தாள்.

"பிருந்தா! லைட்டா மேக்கப் போடும்மா!"

பிருந்தா பாஞ்சாலியை அழைத்துப் போய், உட்கார வைத்தாள்.

மணி ஜான்சியிடம் வந்தான்.

"முதல்ல கேஷீவலா கொஞ்சம் எடுத்துக்கலாம். ஆரம்ப பயம் போய் இயல்பாகட்டும். அப்புறம் ஷாட்ஸ் வச்சுக்கலாம்!"

"எங்க புடிச்சே மணி?"

"பாட்டியோட உபயம் தான்!"

"பிரமாதம் பாட்டி! அபாரமா இருக்கா பொண்ணு! சரியாப் பயன்படுத்தினா, ஒரு பெரிய ரவுண்ட் வருவா!"

"என் பேரன் லேசு பட்டவனா? அவன் கணிப்பு தப்புமா? மணி இங்கே வா!"

"என்ன பாட்டி?"

"மேக்கப், டெஸ்ட் உனக்குத் திருப்தினா, ஜீவனைக் கூப்பிடு! பத்திரிகைல இவளை வச்சு ஒரு 'கவர்ஸ்டோரி' பண்ணட்டும்."

"வேணுமா பாட்டி?"

"ஏண்டா இப்படி கேக்கற?"

"இல்லை! ஓவரா விளம்பரம் தரத் தொடங்கினா, எதிர்பார்ப்பு ஜனங்கள்கிட்ட அதிகமாகும். அந்த அளவுக்குப் படம் அமையாம போயிட்டா?"

"உன் மேலே உனக்கு நம்பிக்கை இல்லையா?"

"நிறையவே இருக்கு பாட்டி! ஓவர் கான்ஃபிடன்ஸ் இருக்கக் கூடாதில்லையா?"

"வாஸ்தவம் தான். ஆனா புதுமுகமா இருக்கறதாலே விளம்பரம் இருந்தா, தப்பே இல்லை!"

"சரி பாட்டி! பத்திரிகைலே அட்டையிலே பாஞ்சாலி வந்துட்டா, இன்னும் பத்து பேர் புக் பண்ண வருவான்!"

"நீ கான்ட்ராக்ட் போட்ரு! எனக்கு மூணு படம் பண்ணின பின்னால்தான் வெளியே விடுவேன்னு அழுத்தமாச் சொல்லு! அந்தக் காலத்துல பெரிய நடிகர்கள் எல்லாம் செய்யலையா?"

"உனக்கு எல்லாம் தெரிஞ்சிருக்கு பாட்டி!"

"நான் வெளி உலகம் காணலைன்னாலும், புஸ்தகங்கள் படிப்பேனே மணி!"

பிருந்தா வெளியே வந்தாள்.

"பொண்ணு ரெடி சார். ரொம்பக் கூச்சப் படறா!"

"தப்பில்லை. இந்த காரெக்டருக்கே அது வேணும்!"

பாஞ்சாலி வந்தாள் வெளியே.

ஏற்கனவே அபாரமாக இருக்கும் பாஞ்சாலி, மெலிதான ஒப்பனையில் அள்ளிக் கொண்டு போனாள்.

மணி இணை இயக்குநராக இருந்த சமயம் எத்தனையோ அழகான பிரபலங்களுடன் பணியாற்றி இருக்கிறான். அவர்களைக் கண்டு ஜொள் வடித்த கூட்டம் ஏராளம். மணியை யாரும் பாதித்ததில்லை!

இன்று - பாஞ்சாலி முதன் முதலாக சன்னமான ஓர் அதிர்வை உடம்பில் உண்டாக்குகிறாள்.

அருகில் வந்தான்.

"நீ இயல்பா இரு! காமிரா முன்னால் நிக்கற உணர்வே வேண்டாம்!"

பாட்டி அருகில் வந்தாள்.

"விடு மணி! எனக்கு சிச்சுவேஷன் சொல்லி, ரியாக்ஷன் கேளு! நான் பண்ணிக் காட்டறேன். அவ பாத்துக்கட்டும்!"

மணி வரிசையாக அவிழ்த்துவிட, பாட்டி சுவிட்ச் போட்டதைப் போல பளிச் பளிச்சென ரியாக்ஷன் தந்து கொண்டே இருந்தாள்.

"பாஞ்சாலி! கூர்ந்து கவனிச்சுக்கோ!"

பாஞ்சாலி புத்திசாலிப் பெண். பாட்டியின் இயல்பான முக பாவங்களை உன்னிப்பாக கவனித்தாள்.

"காமிரா பாக்காதே! உன் பார்வை எங்கே இருக்கணும், எந்த திசைல நீ வரணும் எல்லாம் மணி சொல்லித் தருவான்! ஷாட் பை ஷாட்டாத்தான் எடுப்பா கஷ்டமே இல்லை!"

பேசிக் கொண்டிருக்கும் போதே காமிரா ஓடத் தொடங்கி விட்டது.

பாட்டி இயல்பாகப் பேசி அவளிடம் சிரிப்பு போன்ற மென்மையான உணர்வுகளை வாங்கிக் கொண்டிருந்தாள்.

முதலில் டென்ஷனாக இருந்த பாஞ்சாலி, ஒரு மணி நேரத்தில் அதிலிருந்து விடுபட்டு விட்டாள்.

இயல்பாகி விட்டாள்.

மணி சிச்சுவேஷனைச் சொல்ல, பாட்டி அதற்கு நடித்துக் காண்பித்தாள். பாஞ்சாலி இப்போது தயாராகி விட்டாள்.

முதலில் சரியாக வரவில்லை.

ஆனால் போகப் போக செய்து விடுவாள் என்ற நம்பிக்கை நிச்சயமாக இருந்தது.

சுமார் அரை நாளுக்கு மேல் ஓடி விட்டது.

மற்றவர்களுக்கு சாப்பாடும் பாட்டிக்கு பால், பழங்களும் வந்தன.

தயாரிப்பாளர் வந்தார்.

பாஞ்சாலியை அறிமுகப்படுத்தினான்.

"நல்லது மணி! நல்ல செலக்ஷன். விளம்பரத்துக்கு நிறைய செலவு பண்ணத் தயாரா இருக்கேன். ஹைலைட் பண்ணுங்க! எப்ப அவுட்டோர் போறீங்க?"

"அடுத்த வாரமே சார்!"

"எத்தனை நாள் ஷெட்யூல்!"

"நெனச்சபடி நடந்தா! முப்பத்தி எட்டு நாள் போதும் சார்! இங்கே வந்து போஸ்ட் ப்ரொடக்ஷன் ஒரு மாசம்! நீங்க எதிர்பார்த்த தேதிக்கு முன்னாலயே ரிலீஸ் பண்ணிடலாம்!"

"அவசரமில்லை! அவகாசம் எடுத்துட்டுப் பண்ணுங்க! படம் நல்லா வரணும்!"

அவர் மணியைத் தனியாக அழைத்து புது நாயகியின் சம்பள விவரம் பேசிவிட்டுப் போய்விட்டார். மணியிடம் ஒரு காசோலையை தந்து விட்டுப் போனார்.

மதியம் தொடங்கி, நாலு மணி வரை வேலையிருந்தது.

முடித்து விட்டு வீடு திரும்ப ஆறாகி விட்டது.

"உனக்கு நடிக்கப் புடிச்சுதா பாஞ்சாலி?"

"பிடிச்சுது பாட்டீம்மா!" பவ்யமாக பதில் சொன்னாள் பாஞ்சாலி.

"நீ கதாநாயகியா அறிமுகமாகப் போறே! அவர்கள் கூட நடிக்க வேண்டி வரும். அதுவும் தொட்டு நடிக்கற வாய்ப்பெல்லாம் வரும். அதுல தப்பில்லை! நீ கூச்சப்படக் கூடாது!"

"எனக்குத் தெரியும் பாட்டி!"

"உனக்கு எந்த ஆபத்தும் வராது! நான் பக்கத்துல தான் இருக்கேன் புரிஞ்சுதா!"

"சரி பாட்டி!"

பாட்டி குளிக்கப் போய்விட்டாள்.

மணி, பாஞ்சாலியிடம் வந்தான்.

"உங்கப்பா கூட வரும்போது, நீ என்னைப் பார்த்ததில்லையா? நான் உனக்குப் புதுசா?"

"இல்லை!"

"நான் கிட்ட இருந்து எல்லாம் சொல்லித் தர்றேன்!"

"நடிக்கத் தானே!"

தன் பெரிய கண்களை ஒரு முறை குறும்பாக அவள் சுழற்ற, மணி சொக்கிப் போனான்.

பாட்டி வெளியே வந்து விட்டாள்.

சற்று நேரத்தில் கோபால் வர,

"கோபால்! உங்களுக்கு பேங்க்ல கணக்கு இருக்கா?"

"இல்லை சாமி!"

"உங்க மகளுக்கு முன் பணம் தரணும். சரி! என் பேர்ல போட்டுட்டு, ரொக்கமா தந்துடறேன்! பாட்டி! உள்ள பணம் வச்சிருக்கியா?"

"எவ்ளோடா மணி?"

"அம்பதாயிரம்!"

"அநேகமா இருக்கும். பாக்கறேன்!"

"சீக்கிரம் பாரு!"

பாட்டி பணத்துடன் வந்தாள்.

ஒரு ஐநூறு ரூபாய் கட்டு புத்தம் புதிதாக.

"மணி! இதை மாத்தி நூறு ரூபாய் கட்டுகளாக்கி தரணும்டா!"

"ஏன் பாட்டி?"

"திடீர்னு கோபால் இதை மாற்றினா, யாருக்காவது சந்தேகம் வரும்மா. மேலும் ஐநூறு ரூபாய் நோட்டுல நிறைய கள்ள நோட்டுக்கள் வர்றதா வேற சொல்றா!"

"சரி! மாற்றி நாளைக்கு நான் தர்றேன். கோபால் உங்க பொண்ணுக்கு ரெண்டு லட்சம் சம்பளம் பேசியிருக்கேன். நாலுல ஒரு பங்கு முன் பணம். முதல் படத்துல இத்தனை பெரிய சம்பளம் யாரும் வாங்கினதில்லை!"

கோபால் அழுதுவிட்டான்.

"பார்த்து செலவு பண்ணு கோபால். முடிஞ்சா உன் பெரிய பொண்ணு கல்யாணத்தைப் பண்ணி, கடையை நீ நினைச்சப்படி பெரிசாக்கு. தொழில் முன்னேறட்டும்!"

"சரி பெரீம்மா! கூட்டிட்டு போகட்டுங்களா குழந்தையை?"

"சரிம்மா!"

பாஞ்சாலி சொல்லிக் கொண்டு போய் விட்டாள்.

பாட்டி மணியிடம் வந்தாள்.

"என்னடா மணி! இங்கயே நிக்கற?"

"அ.. ஆங்! ஒண்ணுமில்லை பாட்டி! நான் போய் குளிச்சிட்டு வந்திடறேன்!"

"மணி! அவுட்டோர் போறதுக்கு முன்னால அந்த பிளாட்டை வாங்கிப் போட்ரணும்!"

"அதெல்லாம் உன் வேலை! நம்மகிட்ட பண விஷயம் சொத்து இதெல்லாம் கொண்டு வராதே! நிஜமான ஒரு கலைஞனுக்கு எதிரே பணம் வரக் கூடாது! நீதான் எனக்கு எல்லாம். நீ என்ன முடிவெடுத்தாலும் அதுக்கு நான் கட்டுப்படுவேன்!"

பாட்டி நெகிழ்ச்சியின் சிகரத்துக்கே போய்விட்டாள்.

❋❋❋

அத்தியாயம் 30

அடுத்து வந்த இரண்டு நாட்களில் மணி ஸ்கிரிப்ட் முழுவதையும் சரி செய்து விட்டான்.

வெளியூர் படப்பிடிப்புக்குப் புறப்பட வேண்டிய ஏற்பாடுகள் ஒருபுறம் நடந்து கொண்டிருக்க, முதல் நாள் நள்ளிரவுக்கும் மேல் கண் விழித்து உழைத்ததால், மணி விடிந்தும் நல்ல உறக்கத்தில் இருந்தான்.

பாட்டி குளித்து முடித்து பூஜையில் இருந்தாள்.

பூஜை முடித்து விட்டு பாட்டி சமையல்கட்டுக்குள் வர, கதவு தட்டப்பட்டது.

பாட்டி வந்து திறந்தாள்.

நாணா உள்ளே வந்தார்.

"வா நாணா! என்ன இது காலங்கார்த்தால?"

"அம்மா நான் மட்டும் வரலை!"

"வேற யார் வந்திருக்கா? நேர்லே கூப்பிடேன்!"

"வாயேண்டி! அம்மா அழைச்சாத்தான் வருவியா?"

எட்டிப் பார்த்தாள்.

சீதா கூச்சத்துடன் நின்று கொண்டிருந்தாள்.

"சீதாவா? ஏன்மா வெளிய நிக்கற? உள்ள வா!"

பாட்டி இயல்பாக அழைக்க, சீதா தயங்கித் தயங்கி உள்ளே நுழைந்தாள்.

"சௌக்யமா இருக்கியா சீதா?"

"எ... என்னை மன்னிச்சிடுங்கோ!" பாட்டியின் காலில் விழுந்து விட்டாள்.

"தொடாதே! நான் மடியா இருக்கேன்!"

சீதா எழுந்து நின்றாள்.

"நீங்க அந்த ஆத்தை விட்டுப் போகக் காரணமா இருந்தவ நான். உங்க மூஞ்சில முழிக்கிற தகுதி எனக்கில்லை!"

பாட்டி உள்ளுக்குள் ஆச்சர்யப்பட்டாள்.

"சீதாவா இது?"

வார்த்தைக்கு வார்த்தை நெருப்பாகக் கக்கும் இவளா கண்ணீருடன் மன்னிப்பு கேட்கிறாள்?

திருந்திவிட்டாளா?

இவளா?

ஒரு நாளும் இவள் மாற மாட்டாள்!

எதையோ குறி வைத்து இங்கே வந்திருக்கிறாள். என்னிடம் நாடகம் ஆடுகிறாள்.

நான் அவசரப்படக் கூடாது!

சினிமாவில் நடித்தே பேர் வாங்கிய எனக்கு, இவளிடம் நடிப்பதா கஷ்டம்?

பாட்டி சீதாவிடம் வந்தாள்.

"எதுக்காக நீ வருத்தப்படறே? வீட்டுக்கு வீடு வாசப்படி! எல்லாம்தான் இருக்கும். இதையெல்லாம் பெரிசு படுத்தினா, மனுஷாளுக்கு சண்டை போடத்தான் நேரம் இருக்கும்! விட்டுத் தள்ளு! நீ என்ன எனக்கு விரோதியா?"

"பார்த்தியாடீ! எங்கம்மா சுலபமா எல்லாத்தையும் மறந்துடுவான்னு நான் சொல்லலை?"

"ஆமாண்டா! உங்கம்மா சுலபமா மறந்துடுவா! அசந்து போய் உங்களையெல்லாமே மறந்தாச்சு! அந்தக் குழந்தை மனசு ரொம்பக் கசந்துடப்படாதேன்னு அடக்கி வாசிக்கறேன்!"

"காபி தரட்டுமா சீதா!"

"இருக்கட்டும்மா! மணி ஆத்துல இல்லையா?"

"ராத்திரி கண் முழிச்சு ரெண்டு மணி வரைக்கும் எழுதியிருக்கான். இப்பத் தூங்கிண்டு இருக்கான். எழுப்பணும். பத்தரை மணிக்கு பத்திரிகைக்காரா வர்றா!"

"அடுத்த ஷூட்டிங் எப்பம்மா?"

"இன்னும் நாலஞ்சு நாள்லே புறப்படணும்!"

"எப்பத் திரும்பி வருவேள்?"

"ஒரு மாசத்துக்கு மேல ஆகும்!"

"சீதா! நீயும் அம்மா கூடப் போறியா? உன் பிள்ளை டைரக்ட் பண்றதைப் பார்க்கலாம்!"

வழிந்தார் நாணா.

"பாட்டி!"

உள்ளிருந்து குரல் வந்தது.

"வர்றேன்டா!"

பாட்டி உள்ளே ஓடினாள்.

"மணி ஒன்பது தாண்டியாச்சு மணி! எழுந்து குளிச்சிட்டு, வாப்பிட வா!"

மணி போர்வையை உதறிவிட்டு எழுந்து நிற்க,

"இடுப்புத் துணி அவிழ்ந்தது தெரியாம, தூக்கக் கலக்கமா?"

"நீ தானே பாட்டி இருக்கே! உங்கிட்ட என்ன கூச்சம் எனக்கு?"

"உங்கப்பா, அம்மா வந்திருக்காடா?"

"அம்மாவா?"

மணி அதிர்ந்து போய் லுங்கியை எடுத்து இடுப்பில் இருத்திக் கொண்டான்.

"ஆமாம்! அம்மாவேதான்!"

"என்னவாம்?"

"நான் செஞ்சதெல்லாம் தப்பு! மன்னிச்சிடுங்கோன்னு கண்ணால ஜலம் விடறா!"

"வேஷம்! அத்தனையும் வேஷம் பாட்டி! நம்பிடாதே! உனக்கு ஈர மனசு! இரக்க குணம்!"

"மெதுவாடா மணி! அவள் காதுல விழப் போறது!"

"விழட்டும் பாட்டி! என்ன தப்பு?"

"ஷ்! மெல்லப் பேசுடா! ஆயிரம்தான் ஆனாலும் அவ உன்னைப் பெத்தவ!"

"நீ மட்டும் எங்கப்பாவைப் பெத்தவ இல்லையா? உன்னைக் கொஞ்சமாவா அவமானப்படுத்தியிருக்கா? அதெல்லாம் உனக்கு மறந்து போச்சா பாட்டி?"

"மணி! ஒண்ணொண்ணையும் எடுத்துப் புடிச்சிண்டு பேசினா, சிநேகமே வளராது! மனுஷ மனசு நிமிஷத்துக்கு நிமிஷம் மாறும். சகஜம்தானே! வந்து குளி! பெத்தவ படியேறி வந்திருக்கா. வெளியே வந்து 'வாம்மா'னு ஒரு வார்த்தை கூப்பிடு!"

"பாட்டி!"

"என் பேச்சை நீ தட்டமாட்டேன்னு நம்பறேன்! வா!"

மணி கொட்டாவி விட்டபடி வெளியே வந்தான்.

"வாம்மா! வாங்கப்பா!"

சீதா எழுந்து வந்தாள்.

"சௌக்யமா இருக்கியா மணி?" குரல் இடறியது.

"பிரமாதமா இருக்கேன்!"

"பகவான் எப்பவும் உனக்குத் துணையா இருக்கட்டும்!"

"பாட்டி தான் பகவான். எப்பவும் என் கூடத்தானே இருக்கா. பாட்டி வென்னீர் ரெடியா?"

"ஹீட்டர் போட்டாச்சு! போய்க் குளி!"

மணி எழுந்து போய் விட்டான்.

"ரெண்டு பேரும் ஒரு வா சாப்பிட்டுப் போறேளா?"

நாணா, சீதாவைப் பார்த்தார்.

"என்னை ஏன் பார்க்கறேள்? உங்களுக்கு வேலை இருந்தா போங்கோ! நான் சாப்டுட்டுத்தான் வரப் போறேன்!"

பாட்டி சிரித்துக் கொண்டாள்.

"அம்மா! இனிமே பிரிஞ்சு இருக்க வேண்டாம். நாமெல்லாம் ஒண்ணா இருந்துடலாம்!"

சீதா இளகிய குரலில் சொன்னாள்.

"எனக்குத் தடையில்லைம்மா! உன் பிள்ளை என்ன நினைக்கறானோ?"

"உங்க பேச்சை அவன் தாண்டுவானா?"

"பாட்டி!"

"இருடா வர்றேன்! தலை தேச்சு விடணும். இப்பவும் பச்சைக் குழந்தைதான்!"

எழுந்து போனாள்.

சீதாவுக்கு பொறாமையும், ஆத்திரமும் வந்தது. ஒரு நொடி பழைய சீதா தலையெடுத்து விட, கஷ்டப்பட்டு அடக்கிக் கொண்டாள்.

பாட்டி வந்து அவனுக்கு தலை தேய்த்து விட்டாள்.

"ஒடம்புல ஒட்டுத் துணி இல்லை! படவா!"

"நீ தானே பாட்டி?"

"நானா இருந்தா? நானும் பொம்மனாட்டிதான்! வெளிய பக்குவப்பட்ட டைரக்டர். ஆத்துல பால் குடிக்கற குழந்தையை விட மோசமா இருக்கே!"

"அம்மா வயிறு எரியட்டும் பாட்டி! இப்ப ஹால்ல புகைஞ்சிண்டு இருப்பா!"

"உனக்குக் கொழுப்பு போகாதுடா!"

"அவாளை அனுப்பி வை!"

"சீதா இப்பப் போக மாட்டா. சாப்டுட்டுத்தான் போவாளாம்!"

மணி தலை துவட்டி வேறு உடையுடன் வந்தான்.

"மணி! உங்க மாமா வந்திருக்கான்! மாமி, திவ்யா எல்லாரும் வந்திருக்கா! நீ டைரக்டர் ஆனப்பறம் அவன் உன்னை பார்க்கலையே! நம்மாத்துலதான் இருக்கான். நாளைக்கு அழைச்சிண்டு வரட்டுமா?"

சீதா கேட்டாள்.

"வேண்டாம்! எனக்கு நேரமில்லை!"

"பத்து நிமிஷம் ஒதுக்குப்பா!"

"ஸாரி! என்னை தண்டச் சோறுன்னு சொன்னவன் அந்த ஆள். இப்ப எதுக்கு வந்திருக்கானாம். லட்சக்கணக்கா சம்பாதிக்கும் போது எல்லாருக்கும் பார்வை இந்தப் பக்கம் திரும்பறதா?"

"மணி!"

"அந்த ஆள் நம்மாத்துக்கு வரும்போதெல்லாம் என்ன வேலை? உன்னோட சேர்ந்து பாட்டியை அவமானப்படுத்துவான்! பெத்தவளை எவனோ பழிக்கறதை பார்த்துண்டே அப்பா நிப்பார்.

மச்சானாச்சே! பேசப்படாது! உனக்குக் கோபம் வந்துடும்! அன்னிக்கு எங்க பாட்டியை அவமதிச்ச வாயெல்லாம் இப்ப

இந்தாத்து வாசல்ல க்யூவுல நிக்கறா, திருப்பதில நிக்கற மாதிரி! பாட்டியோட பார்வை பட்டாலே இப்பல்லாம் மோட்சம்தான்!''

அவர்கள் இருவருக்கும் முகம் இருண்டு போனது!

''எந்த மாமனும் இந்தப் படி ஏறக்கூடாது! நீங்க ரெண்டு பேரும் என்னைப் பெத்தவா, இங்கே வந்து போகலாம். அதுக்குக் கூட எனக்கு இஷ்டமில்லை. ஆனா பாட்டி பேச்சை நான் தாண்ட மாட்டேன்! அவ்ளோதான்!''

சீதாவுக்கு உள்ளுக்குள் குமுறியது.

''வீட்டை விட்டு நான் வெளியே வந்தப்ப, என்னை துணிஞ்சு தெருவுல இறங்கினது இந்தப் பாட்டிதான். என் மேல உள்ள நம்பிக்கை! அவளைத் தவிர யாருக்கும் அப்ப அது இருக்கலை! உறவுகள் பாசத்தால பிணைக்கப்படணும். பணம் குறுக்கே வந்துட்டா, எல்லாமே வெறுத்துப் போயிடும்!''

எழுந்து விட்டான்.

''பாட்டி பசிக்கிறது! வந்து சாதம் போடு!''

''மணி! நான் போடட்டுமா?''

''ஸாரிம்மா! பாட்டி சாதம் போட்டாத்தான் சாப்பிட்ட மாதிரி ஒரு திருப்தி இருக்கு. காரணம் பாட்டிக்கு நிறைஞ்ச மனசு. அது கை வழியா வெளிப்படறதுன்னு நினைக்கறேன்!''

அடுத்த சவுக்கடி!

எத்தனையோ கட்டுப்படுத்திக் கொள்ள நினைத்தும், சீதாவால் தாள முடியவில்லை!

உடைந்து விட்டாள்.

''மணி! பெத்த தாயாரை நீ நோகடிக்கறே! இந்தப் பாவம் உன்னை சும்மா விடாது!''

''தப்பில்லைம்மா! பொண்டாட்டி ஒருத்தி வந்து, அவ பேச்சைக் கேட்டு அம்மாவை நோகடிக்கற ஆம்பிள்ளைகள் வரிசைல நான் வரதா அதனால வரப் போறவளை யாரும் சொல்ல முடியாது பாரு!''

அப்பா முகம் வெளிறிப் போனது!

"ஏன்னா! போகலாம் வாங்கோ!"

"இரு சீதா! சாப்பிட்டுப் போகலாம்!"

"விடு பாட்டி! ஏன் தடுத்து நிறுத்தற?"

❋❋❋

அத்தியாயம் 31

தயாரிப்பாளர் மணியின் எதிரே இருந்தார்.

"கதாநாயகி தயார் சார். கூட்டிட்டு வரச் சொல்லட்டுமா?"

"அவசியமே இல்லை மணி! நீ பார்த்து செஞ்சா போதும்! உன்மேல் நான் முழு நம்பிக்கை வச்சிருக்கேன்! எப்ப படப்பிடிப்பு ஆரம்பம்?"

"இன்னும் பத்து நாள்ல அவுட்டோர் போறோம்!"

"எங்கே மணி?"

"கேரளா மாநிலத்தின் மலை சார்ந்த இயற்கை வாசஸ்தலம் ஒன்றைச் சொன்னான். இடுக்கி மாவட்டத்தில்!"

தன் உதவியாளர்களை போய் வீடியோ காமிராவில் அதைப் படமாக்கி வந்ததை டெக்கில் போட்டுக் காண்பித்தான்.

நீர் வீழ்ச்சியும், பசுமையும், மலர்ந்த தோட்டங்களும் அபாரமாக இருந்தன.

"இந்தியால இப்படி ஓர் இடம் இருக்கா? எப்படி மணி பிடிச்ச?" அவர் ஆச்சர்யப்பட்டார்.

அவர் கொடுத்திருந்த பட்ஜெட்டுக்கான பணத்தை அப்படியே தந்தார்.

"சார்!"

"நீ பார்த்து நடத்திக்கோ! படம் முடிஞ்சதும் என்னைக் கூப்பிடு! அது வரைக்கும் நான் தலையிட மாட்டேன்!"

அவர் புறப்பட்டார்.

மணி உள்ளே வந்தான்.

“அபாராமான தயாரிப்பாளர் பாட்டி!”

“ஆமாண்டா கண்ணா! அவர் நம்பிக்கை வீணாகப்படாது. நீ அசத்தணும்!”

“செய்யறேன் பாட்டி! என் டைரக்ஷன்லே முதல் படமாச்சே!”

தொடர்ந்து வேலைகள் மளமளவென நடக்கத் தொடங்கின! அடுத்து வந்த ஒரு வாரம் வேகமாக ஓடியது. மணி காலை புறப்பட்டால், இரவுதான் வீடு திரும்பினான்.

ஏற்பாடுகளைக் கவனிக்க, நடிக, நடிகைகளின் தேதிகளை வகைப்படுத்த, யூனிட்டைத் திரட்ட என்று வேலை நிறையவே இருந்தது. சகலத்திலும் மணி தலையிட்டான்.

இந்த ஒரு வாரத்தில் பாட்டி பிளாட் சம்பத்தப்பட்ட வேலைகளில் தீவிரமாக இருந்தார்.

அது முடியும் தருவாயில் இருந்தது.

பாட்டி கணிசமான ஒரு தொகை தந்து ஏற்கனவே அதை புக் செய்திருந்தாள்.

அவுட்டோர் புறப்பட, இன்னும் இரண்டு நாட்களே இருக்க, அன்று காலை ஐந்து மணிக்கே எழுந்து மணி முகம் கழுவிவிட்டு வந்து, தன் உடற்பயிற்சியைத் தொடங்க இருந்தான். பிரிட்ஜ் திறந்து குளிர்நீர் பருகினான்.

“பாட்டி ஏன் எழுந்திருக்கலை? தூங்கிப் போயிட்டாளா?”

மெல்ல உள்ளே தட்டிப் பார்த்தான்.

முனகல் கேட்டது.

தொட்டுப் பார்த்தான்.

நெருப்பாகக் கொதித்தது.

மணி பதறிவிட்டான்.

"பாட்டி! உனக்கு என்னாச்சு! நான் உடனே டாக்டருக்கு போன் பண்றேன்!"

"வேண்டாம்பா மணி! கஷாயம் போட்டுக் குடிச்சா சரியாகும்"

"பேசாம இரு பாட்டி! உன் பழைய வைத்தியங்களைத் தூக்கிப் பரண் மேல போடு. நான் இப்பவே டாக்டரைக் கூப்பிடறேன்!"

"அதெல்லாம் எனக்குப் பழக்கமில்லைடா மணி!"

மணி பதிலே பேசாமல் டாக்டர் வீட்டுக்கு உடனடியாக போன் செய்தான்.

அரை மணி நேரத்தில் டாக்டர் வந்து விட்டார். பரிசோதித்தார்.

"டாக்டர்! ஏதாவது பிரச்சனையா?"

"வெறும் வைரஸ் ஃபீவர்தான். ரொம்ப ஸ்ட்ரெயின் பண்ணிக்கிறாங்களா? வயசாச்சு இல்லையா? தாங்கலை! நல்ல ஓய்வு வேணும்! பக்கத்துல இருந்து யாராவது பாக்கட்டும்! எந்த வேலையும் செய்யாம பத்து நாள் ஓய்வெடுத்தா, சரியாயிடும்!"

மருந்துகளை எழுதித் தந்து விட்டு அவர் போய் விட்டார்.

மணி அருகில் வந்து உட்கார்ந்தான்.

பாட்டி எழுந்து உட்கார முயல,

"நீ படு! ஏன் எழுந்திருக்கற?"

"பாலைக் காச்சணும், உனக்குக் காபி போட்டுத் தரணும். தலைக்கு ரெண்டு சொம்பு ஜலத்தைக் கொட்டிண்டு...!"

"பிரமாதம். இப்ப தலைக்கு ஊத்திண்டா, நீ போய்ச் சேர வேண்டியதுதான்! விளையாடறியா பாட்டி? நான் போய் ஷூட்டிங் கேன்சல் பண்றேன்!"

"வேண்டாம்டா கண்ணா! நீ முதன் முதலா டைரக்ட் பண்ணப் போற படம்! அது நின்று போகப்படாது என்னால!"

"பாட்டி! நீயில்லாம எப்படி?"

"எனக்கு ஒண்ணுமில்லை!"

"நீ ரெண்டு நாள்ல ஷூட்டிங் வரணும்னா, படுக்கையை விட்டு எழுந்திருக்கப்படாது!"

"சரி! ஆனா...!"

"என்ன ஆனா? சொல்லு பாட்டி!"

"நான் பால், பழம் தவிர எதையும் சாப்பிட மாட்டேன். ஜூரம் இருக்கறதால பழமும் சாப்பிடப்படாது!"

"இந்த ஆசாரத்தை இப்பவாவது விடமாட்டியா பாட்டி?"

"என்னை மன்னிச்சிடு கண்ணா! ஜாதிப் பெருமைல அதை நான் செய்யலை! எனக்கது இயலவும் இல்லை! இரத்தத்துல பழக்கவழக்கங்கள் ஊறிப் போச்சு! மறக்க முடியலை!"

"பாட்டி! ஜாதிப் பத்திப் பேசப்படாது! தென் மாவட்டங்கள்ல என்ன நடக்கறதுன்னு பார்த்தியா?"

பாட்டி சிரித்தாள்.

"சரி! நம்மாத்துல இருக்கும்போது, உனக்கு முடியாம ஆனப்ப என்ன செஞ்ச?"

"ஒரே ஒரு தடவைதான் எனக்குத் தெரிந்து... அதுவும் ரெண்டே நாள் படுத்திருக்கேன். அப்ப உங்கம்மாதான் செஞ்சா. குளிச்சு மடியோட அவ பண்ணினா. அதுக்கே அவ அலுத்துண்டதும் பேசின பேச்சுக்களும்... அப்பப்பா! தாள முடியாம நானே எழுந்து உட்கார்ந்துட்டேன்!"

"அப்படீன்னா, இப்பவும் அதே மடி, ஆசாரத்தோட யாராவது உனக்கு செஞ்சு போட்டா, சாப்பிடுவியா?"

"உங்கம்மாவா? நீதான் நன்னா பேசிட்டியே! அவ மனசு நொந்து சாபம் விட்டுட்டு போயிருக்காளே!"

"அம்மாவைக் கூப்பிட எனக்குப் பைத்தியமா? உன்னைப் படாத படுத்திட்டு, இப்ப ஒட்டிக்கறா, மாமன் பொண்ணைக் கட்டிக்க பைத்தியமா எனக்கு?"

"சீதா நாடகம் ஆடினாலும், உன்னைப் பெத்தவள்டா மணி!"

"இந்தப் பாரு பாட்டி, எந்த உறவா இருந்தாலும் அதுக்கும் சில நியாயங்கள் இருக்கு. அம்மா மனுஷியே இல்லை. அப்பா உன்னைப் பேச இவதானே காரணமா இருந்திருக்கா! நான் பேசினாத்தான், அம்மாவுக்கு அந்த வலி தெரியும்!"

"பாவம்டா மணி!"

"உனக்கு எல்லாருமே பாவம்தான்! சரி நம்ம விஷயத்துக்கு வருவோம். நீ சொல்றபடி கேட்டு, பூரண மடி, ஆசாரத்தோட ஒருத்தர் உனக்கு செஞ்சு போட்டா நீ சம்மதிப்பியா?"

"அதான் யாருன்னு கேக்கறேன்!"

"கோபால் பொண்ணு பாஞ்சாலி!"

பாட்டி பதிலே பேசவில்லை!

"நீ பேச மாட்டேன்னு எனக்குத் தெரியும் பாட்டி!"

"மணி!"

"கோபால் முடிதிருத்தும் தொழிலாளி, அந்த இனத்தைச் சேர்ந்தவா அவா! நம்மைப் பொறுத்த வரைக்கும் இது தள்ளுபடி ஆச்சே!"

"இல்லைடா மணி! அப்படி நான் நினைக்கலை!"

"பின்ன என்ன பாட்டி? இதை நான் சொன்னா, நம்ம சமூகம் எதிர்க்கும்! ஆனாலும் பாஞ்சாலிக்கும் ஒரு பிராமணப் பொண்ணுக்கும் உடல் அமைப்புல, மற்ற விஷயங்கள்ல என்ன மாறுதல்? குளிச்சிட்டு வந்தா, இவளும் மடிதான். நீ என்ன சொல்றே?"

பாட்டி பேசவில்லை!

ஜாதி வித்யாசம், மதபேதம்னு நாமதானே பாட்டி பிரிக்கறோம். நாம வழிபடற அதே தெய்வங்களுக்கு விளக்கேத்தி, ஊதுபத்தி கொளுத்தி வச்ச பின்னாலதான் கோபால் தன் தொழில் தொடங்கறான். பக்தி இங்கே பொதுவாகத்தானே இருக்கு.

கோபால் மாதிரி சிகை அலங்காரக்காரர், ஸ்கேவஞ்சர் இவாள்லாம் இல்லைன்னா, மனுஷா நாறிப்போகமாட்டாளா? சொல்லு பாட்டி!"

"......!"

"தலை மழிச்சு, நல்ல மடி கட்டின மொட்டைப் பாட்டி சினிமால நடிக்கறதான்னு நம்மால முதல்ல... கொஞ்சம் பேர்தான் கூக்குரல் எழுப்பினா! என்னாச்சு! காதல்பாட்டி வெளியாகி சக்கை போடு போட்டப்ப, உன்னை, ஒப்புக்கலையா, உன்னோட அடுத்த படத்துக்காக இப்பக் காத்துண்டு இருக்கா. மாறுதல்களை நாமதானே பாட்டி கொண்டுவரணும்?"

பாட்டி அவனையே பார்த்தான்.

"உன் மடி ஆசாரம் எல்லாம் உன் விருப்பப்படியே நிறைவேறணும் பிராமணப் பெண்ணா இருந்தாலும், நீதான் கற்றுத்தரப் போற, அதை இந்தப் பாஞ்சாலிக்கு நீ கத்துக் கொடுத்தா என்ன பாட்டி? தப்பா?"

"தப்புன்னு நான் நினைக்கலைடா மணி!"

"நம்மை சமூகம் ஒதுக்கி வைக்குமா? ஒதுக்கி வச்ச சமூகத்தை உடைச்சிண்டு, வந்தவளாச்சே பாட்டி நீ? என்ன சொல்றே?"

"....."

"நீ கொள்கையுள்ளவள்! சினிமான்னு சோரம் போக சம்மதிக்க மாட்டே! உன் பழக்கவழக்கங்களை மாத்திக்க மாட்டே! உனக்கு மதமோ, ஜாதியோ பெரிசில்லை! மனித நேயம்தான் பெரிசு! இல்லையா பாட்டி?"

பாட்டி அவனையே பார்த்தாள்.

"நான் தப்பாப் பேசிட்டேனா பாட்டி?"

"பாஞ்சாலியை வரச் சொல்லு!"

மணி மறுமலர்ச்சியுடன் பாட்டியை பார்த்தான்.

❋❋❋

அத்தியாயம் 32

சீதா குமுறிக் கொண்டிருந்தாள்.

"என்னவெல்லாம் பேசிட்டான்? பெத்தவ வயிறு பத்திண்டு எரியறது!"

"அவன் நன்னா இருக்க மாட்டான்!"

அப்பா மௌனமாக இருந்தார்.

மாமா சற்று தள்ளி நின்று கொண்டிருந்தார்.

"அந்தப்பாவி அவனை மாத்திட்டா. என் பிள்ளையை எங்கிட்டேயிருந்து மொத்தமா பிரிச்சிட்டா! பெத்த தாயோட வயிறு எரியப்படாது. நன்னா இருக்க மாட்டா அவ!"

"நிறுத்துடி! ஒரு காலத்துல அவ வயிறு உன்னால எரிஞ்சது. இப்ப உன் பிள்ளை திருப்பறான்!"

"வாயை மூடுங்கோ! நீங்க அவா பக்கமா?"

"நான் யார் பக்கம்னு இப்ப பிரச்சனையில்லை! நான் அவா பக்கம் போனாலும் எங்கம்மாவும், என் பிள்ளையும் என்னை ஏத்துக்கறதா இல்லை! அந்த அளவுக்கு என்மேல் வெறுப்பு பிடிச்சி போச்சு! காரணம் நீ!"

"என்னைக் குத்தம் சொல்ல உங்களுக்கு யோக்யதை இல்லை! சரி நான்தான் பொல்லாதவ! நீங்க நல்லவரா இருந்திருந்தா, நியாயத்தோட பக்கம் நடந்திருக்கலாமே! பொண்டாட்டி முந்தானைல ஒளிஞ்சிண்டு தன் காரியம் சாதிக்கறது! அப்புறமா பிரச்சினை வந்துட்டா, அவமேல

பழியை போட்டுக்கறது. காலம் காலமா ஆண் வர்க்கத்து கோழைகள் நடத்தற நாடகம்தானே இது?''

''பொறந்தாத்து மனுஷனா பல்லைக் காட்டுவேள்! புருஷன் வீட்டார்னா, மூஞ்சி சுருங்கும். பொம்மனாட்டிகள் ரொம்ப ஒழுங்கா?''

நாணா ஆவேசமாக எழுந்து விட்டார்.

''போதும்! உங்க லட்சணத்துக்கு இந்த ஒழுங்கே அதிகம்!''

''நிறுத்துடீ! என் லட்சணத்துக்கு என்னடீ குறைச்சல்? நீயா வெளிய போய் சம்பாதிச்ச? சம்பாதிக்க நான். வடிச்சுக் கொட்ட எங்கம்மா! முப்பது வருஷமா மினுக்கிண்டு அலையறியே! நீ என்ன கிழிச்சே? பேச வந்துட்டா!''

வாசு குறுக்கிட்டார்.

''அத்திம்பேர் போதும். இப்ப நீங்க ரெண்டு பேரும் சண்டை போட்டுக்கறதால எந்தப் பிரச்சினை தீரப் போறது?''

''அங்கே வாயை அடக்கு வாசு! அதுக்கு துப்பில்லையா நோக்கு!''

வாசு, சீதாவிடம் வந்தார்.

''இதப்பாரு சீதா! உன் ஆவேசத்தை நீ குறைக்கணும்!''

''என்னடா சொல்ற? பெத்த பிள்ளை பேசக் கூடாததையெல்லாம் பேசிட்டான். நொறுங்கிக் கிடக்கேன் நான்!''

அழத் தொடங்கினாள்.

''நீ இப்ப அழுது லாபமில்லைக்கா!''

''வாசு...!''

''நீ அதிகமாத் தாங்கினது உன் பொண்ணுங்களை! இப்ப நீ மட்டுமில்லை... எல்லா குடும்பத்துப் பெரியவாளும் தொடர்ந்து செஞ்சிண்டு வர்ற தப்பு இது! பிள்ளையை மதிக்கறதில்லை! அவன் தலையெழுத்து நல்லா இருந்தா தாங்க வர்றா. அவாளுக்கும் தன்மானம் இருக்கில்லையா?''

"வாசு! அவன் உன்னையும் கண்டபடி பேசினான்!"

"பேசுவான்தான்! தப்பு என் மேலயும் உண்டு! அக்கா நீ மட்டும் போதும்னு உன் மனுஷாளை நான் மதிக்கலை! அது அவனை பாதிச்சிருக்கு!"

"நீ என்னடா சொல்றே?"

"உறவு விட்டுப் போகப்படாது! பேசினது யாரு? உன் பிள்ளை! நீ அவனைப் பெத்தவள் இல்லைன்னு ஆயிடுமா? அதுக்காக அவன் வீட்டுப் படியை மிதிக்காம இருக்க முடியுமா? அவனுக்கு சகலமும் பாட்டிதான். உன் மாமியாரை அனுசரிச்சுப் போ! பாட்டியால் எதையும் சாதிக்க முடியும்!"

"அப்படியா சொல்றே?"

"நாங்க இன்னிக்கு ஊருக்குப் புறப்படறோம். மறுபடியும் பதினைஞ்சு நாள் கழிச்சு வர்றோம்!"

"சரி வாசு!"

மாமா உள்ளே வந்தார். மாமி ராஜி அருகில் வந்தாள்.

"நம்மையெல்லாம் கண்டபடி மணி பேசியிருக்கான். அதான் அக்காவுக்கு கோபம்!"

"புரியறது!"

"நீங்க ஏன் சமாதானப்படுத்தறேள்?"

"போடி பைத்தியம்! ஆதாயம் இருந்தா, நாயைக் கூட குளிப்பாட்டலாம் இந்தக் காலத்துல!"

"புரியல!"

"மணி நாளைக்கு கோடீஸ்வரன் ஆகப் போறான். அவனை வெளியே விடலாமா? மடக்கிப் போட வேண்டாம். நீயும் நானும் நெனச்சா முடியுமா? அக்கா முதல்ல சமாதானமாகட்டும். அப்புறம் நாம நுழையலாம்!"

"நம்ம பொண்ணை அவன் கட்டிப்பான்னு உங்களுக்குத் தோன்றதா?"

"கட்டிக்கணும். கட்டிக்க வைக்கணும்!"

"அவன் சினிமாக்கரான் ஆயிட்டான்!"

"ஆனா என்ன?"

"இனிமே நடத்தை ஒரு மாதிரி ஆகலாம்!"

"சும்மா இருடி! பணம் கொட்டப் போறது! நடத்தையாம் நடத்தை. ஆம்பிளைக்கு என்னடீ நடத்தை? நான் மட்டும் ராமனாடீ? சின்ன வயசுல அப்படி இப்படி இருந்தவன் தான். என்ன கெட்டுப் போச்சு? உன்னை, குழந்தைகளை விட்டுட்டேனா? பேசறியே!"

மாமி பேசவில்லை!

"அவன்தான் என் மாப்ளை! எழுதி வச்சுக்கோ! விடப் போறதில்லை!"

சீதா உள்ளே வந்தாள்.

"சீதா! நாங்க புறப்படறோம். நான் சொன்னதை ஞாபகம் வச்சுக்கோ! குடும்பம்னா எல்லாம்தான். பெரிசு படுத்திக்காதே!"

"சரி வாசு!"

மாமா புறப்பட்டுப் போனார்.

நாணா அருகில் வந்தார்.

"ஏன்னா... மறுபடியும் நாம அங்கே போகலாமா?"

"அங்கேனா?"

"உங்கம்மாவைப் பார்க்க?"

"உன் தம்பி சொன்னானா? அவன் எத்தன்டி! நீ அவமானப் படறதைப் பத்தி அவன் கவலைப்படலை பார்த்தியா? அவனுக்கு மணி மாப்ளையாகணும்! அது ஒண்ணுதான் குறி. அது நடந்துட்டா, நாளைக்கு அக்கான்னு கூடப் பார்க்காம, முதல்ல உன்னை விரட்டுவான்."

"சும்மாருங்கோ! என் தம்பி நல்லவன்!"

"தெரியுமே! எந்த நேரமும் வாய்ல வெத்தலைச் சீவலை! கண்ணுல சாரும்! விட்டா எங்கம்மாவைக் கூட சைட் அடிப்பான் உன் தம்பி. இதப்பாரு! மணிக்கு அவன் பொண்ணைக் குடுக்கணும்னு நெனச்சிண்டு நீ ஒட்டாதே! உன் பிள்ளையோட சேர்ந்து வாழற ஆசைல அங்கே நீ போ! அதுல தப்பில்லை!"

சீதா பேசவில்லை!

"கொஞ்சம் ஆறப்போடு! அப்புறம் போகலாம்!"

"அவா அவுட்டோர் போயிட்டா?"

"நான் விசாரிச்சுக்கறேன்."

அவர் புறப்பட்டுப் போனார்.

எடிட்டர், டைரக்டர் இளையநிலவின் முன்னால் நின்றார். இளையநிலவு ஸ்காட்சை மூடி திறந்து கண்ணாடிக் கோப்பையில் நிரப்பிக் கொண்டிருந்தார்.

"என்னய்யா?"

"நீங்க பார்த்த பொண்ணுதான். மணி படத்துல கதாநாயகி. மேக்கப் டெஸ்ட்டுக்கு வந்திருக்கு!"

"முடிவாயாச்சா?"

"ஆயாச்சு சார். அட்டகாசமா இருக்கு பொண்ணு."

"அது தெரியும்யா! அவளை பத்தின விவரங்களை சேகரிச்சியா?"

"விடுவேனா சார்? ரெண்டு நாளா எனக்கென்ன வேலை? எல்லா தகவல்களையும் பிடிச்சாச்சு!"

"சொல்லு!"

எடிட்டர் எதிரே உட்கார்ந்தான்.

அவனுக்கும் ஊற்றிக் கொடுத்தார்.

"ம்! சொல்லு!"

"பாட்டிக்கு மாசா மாசம் தலை மழிக்கற ஆசாமி கோபால்!"

“தெரியும்! நம்ம ஷூட்டிங் ஆரம்பிப்பதற்கு முன்னால ப்ரொடக்ஷன் வீட்டுக்கு வந்தானே! அவன் கதை எதுக்கு இப்ப?”

“இருக்கு சார்! அவன் மகள்தான் பாஞ்சாலி!”

“எ... என்னது?” இளையநிலவு துள்ளி விட்டார்.

“அவன் மகளேதான். அவளையே புடிச்சு படத்துல போட்டுட்டான் மணி!”

“பாருடா! தமிழ் சினிமாவுக்கு வர கதாநாயகிகள் எங்கெல்லாம் இருக்காங்க!”

“அழகுதானே சார் முக்கியம்? சவரத் தொழிலாளி வீட்ல இது இருக்கக் கூடாதா?”

“என்ன சம்பளம்?”

“ரெண்டு லட்சம்னு தகவல்!”

“யம்மாடா! முதல் படத்துல ரெண்டு லட்சமா?”

“ஏன் சார்? பாட்டி அஞ்சு ரூபா வாங்கலையா?”

“சரி விடு! இனி நம்ம விஷயத்துக்கு வருவோம். அந்த கோபாலை என்கிட்ட கூட்டிட்டு வர முடியுமா?”

“எதுக்கு சார்?”

“நான் ஷேவ் பண்ணி ரொம்ப நாளாச்சு! அதுக்குத்தான்!”

“சரி சார்!”

“ஏண்டா... உனக்கு மூளையே இல்லையா?”

எடிட்டர் பல்லைக் கடித்தான்.

“கோபாலை வரவழை! அந்தப் பொண்ணை, அதே தேதி நாம புக் பண்ணலாம் அதிக சம்பளத்துல!”

“நமக்குப் படம் இல்லையே சார்?”

“சொந்தப்படம் எடுக்கப் போறோமே! அவதான் ஹீரோயின்! எனக்கு அவ வேணும்!”

"படத்துக்கா? உங்களுக்கா?"

"ரெண்டுக்கும்தான்!"

"சார்! நான் சொல்றேன்னு தப்பா எடுத்துக்கக் கூடாது!"

"சொல்லு!"

"கோபால் மானமுள்ளவன்! நீங்க இதுமாதிரியெல்லாம் விலை பேசினா, ஒப்புக்க மாட்டான்!"

"என்னத்த மானம்? மணியும், தயாரிப்பாளரும் அவளைப் பதம் பார்க்காமலா புக் ஆகியிருக்கும்? விட்டா எனக்கே சவரம் பண்றியே!"

"இல்லை சார்! சினிமா பழைய மாதிரி இல்லை! எல்லாரும், எல்லாத்துக்கும் இணங்கித்தான் காமிரா முன்னால வர்றாங்கனு சொல்லக்கூடாது. பெண்கள் ஆபீஸ் போற மாதிரி, சினிமால வந்து நடிச்சிட்டுப் போற காலம் இது! நடிகையாக, நாணம் விடணும்னு சொல்றது மாறிட்டு வருது சார்!"

"நிறுத்துடா! எனக்கு உபதேசமா? எனக்கு சினிமா சொல்லித் தர்றியா நீ? நாளைக்கு இதே நேரத்துல கோபால் என் முன்னால இருக்கணும்! நீ பொறுப்பு!"

"சரி சார்!"

"போ!"

எடிட்டர் வெளியே வந்தான்.

"சத்தியமா நீ உருப்பட மாட்டே! உன் பழைய புத்தி போகலைன்னா, இந்த ஜென்மத்துல உனக்கு வெற்றி இல்லை! வீதில நீ கிடக்கிற நாள் ரொம்ப தூரத்துல இல்லை!"

எடிட்டரின் கால்கள் கோபால் வீட்டை நோக்கி வேகமாக நடக்கத் தொடங்கின!

✻✻✻

அத்தியாயம் 33

மணி ஆள் அனுப்ப, காலை ஆறு மணிக்கு கோபால், பாஞ்சாலியுடன் வந்து நின்றான்.

வணங்கினான்.

''பாட்டிக்கு நல்ல ஜூரம் கோபால்! எழுந்திருக்க முடியலை!''

கோபால் பதறிவிட்டான்.

''அய்யோ! டாக்டர் வந்தாங்களா?''

''அப்படீன்னா படப்பிடிப்பு இல்லையா தம்பி?''

''இருக்கு. ரெண்டு நாள் தள்ளிப் போடணும். அதுக்குள்ள பாட்டிக்குக் கொஞ்சம் தெளிஞ்சிடும்!''

''பாவம் பாட்டியம்மா! இந்த வயசுக்கு அவங்க உழைக்கற உழைப்பு அதிகம்!''

''அதான் காரணம்!''

''நான் இப்ப என்ன தம்பி செய்யணும்?''

''பாட்டிக்கு உதவியா பாஞ்சாலி நாலு நாள் இங்கே இருக்க முடியுமா?''

''முடியுமாவா? அதை விட முக்கியம் என்ன இருக்கு? நிச்சயமா பாஞ்சாலி இருக்கட்டும்! கண்ணு! உன் துணிமணிகளை நான் எடுத்துட்டு வர்றேன். நீ இருந்துக்கோ!''

''சரி நைனா!''

கோபால் பாட்டி இருந்த அறைக்குள் எட்டிப் பார்த்தான்.

"வா கோபால்!"

"பாட்டீம்மா! இப்படி இழுத்து வுட்டுக்கிட்டீங்களே!"

"சரியாகும் கோபால்! மனுஷ தேகம்தானே?"

கோபால் போய்விட்டான்.

பாஞ்சாலிக்குத்தான் எந்த வகையில் பாட்டிக்கு உதவியாக இருக்கப் போகிறோம் என்று தெரியவில்லை!

பாட்டியின் மடி, ஆசாரம் பாஞ்சாலிக்குத் தெரியும்.

"பாஞ்சாலி! இப்படி வா!"

அருகில் வந்து தயக்கத்துடன் நின்றாள் பாஞ்சாலி.

"இப்படி ஒக்காரு!"

"இருக்கட்டும் பாட்டி!"

"அட ஒக்காரும்மா! நான் பேசணும்!"

கட்டிலுக்குக் கீழே உட்கார்ந்தாள்.

"நீதான் எல்லாம் செய்யப் போற! உனக்கு சமைக்கத் தெரியுமா?"

"அய்யோ!"

"என்ன அய்யோ! அடிப்படைல அடுப்புப் பக்கம் போனதுண்டா?"

"உண்டு பாட்டி! நல்லாவே தெரியும்!"

"நீ குளிச்சிட்டு, மடியோட சமையல் பண்ணப் போறே!"

பாஞ்சாலி மிரண்டு போனாள்.

"பாட்டி நான்...!"

"நீ ஒரு பெண்! அதை மட்டும்தான் இப்ப நான் பார்க்கறேன். இன்னார் மகள்னு நெத்தில எழுதி ஒட்டலை! சொல்லித் தந்தா, செய்ய மாட்டியா?"

"....."

"என் பேரன் காமிராவுக்கு முன்னால நடிப்பு சொல்லித் தருவான்! நடிக்கப் போறே! இங்கே மடி, ஆசாரம், சமையல், நான் சொல்லித் தரப்போறேன்!"

"எனக்கு அந்த தகுதி உண்டா பாட்டி?"

"நிச்சயமா உண்டு!"

"உங்க மனுஷங்க எல்லாம்.....!"

"என் மனுஷா, உன் மனுஷான்னு பிரிச்சுப் பார்க்கற காரணமாத்தான் பல இடங்கள்ல இன்னிக்கு இரத்த ஆறு ஓடறது. அரசியல்வாதிகளோட சுயநலத்துக்கு மக்கள் பலியாகிறா! மனுஷன்ல ரெண்டே பிரிவுதான்! ஆண், பொண்ணுன்னு! நீயும் என் இனம்தான். என்ன வித்தியாசம்?"

பாஞ்சாலியால் உட்காரக்கூட முடியவில்லை.

"நான் சொல்லித் தந்ததை கவனமாகக் கேட்டு உன்னால செய்ய முடியும் இல்லையா?"

"முடியும் பாட்டி!"

"அப்ப செய்! எனக்கே பாரபட்சம் கிடையாது. அப்படி எதுவும் அஞ்ஞானம் எனக்கு இருந்திருந்தா, அதையும் என் பேரன் போக்கியாச்சு! எனக்குக் கிட்டத்தட்ட நாப்பது வருஷமா உங்கப்பாதான் தலையை மழிக்கறான். ஏதோ ஒரு விதத்துல என் வாழ்க்கையோட அவனும் பின்னிப் பிணைந்திட்டான். இப்ப நீ வந்துட்ட! எனக்கு எந்த வித்தியாசமும் இல்லடீம்மா!"

பாஞ்சாலிக்குக் கண்ணீர் வந்தது.

"நீ போய் ஸ்நானம் பண்ணிட்டு வா! ஈரத்தோட புடவை காய வைக்கணும் உனக்குக் கட்டிக்க!"

"அப்பா கொண்டு வரப் போயிருக்கார் பாட்டி!"

"அது வரட்டும். மணி இங்கே புதுசா உனக்காக வாங்கி வச்சிருக்கான். அதை நனைச்சுப்போடு!"

"சரி பாட்டி!"

"மணி இப்படி வாடா!"

"என்ன பாட்டி?"

"எங்க பழக்கவழக்கங்கள் அத்தனையும் உனக்குத் தெரியுமில்லையா? நீ எங்கேயும் வெளில போகாம, அவளுக்கு கிட்ட இருந்து உதவு, என்னால எழுந்து வர முடியலை!"

"சரி பாட்டி!"

"நீயும் குளிச்சிட்டு வந்து அவனுக்கு உதவு!"

முதலில் பாஞ்சாலி குளித்து விட்டு, ஈரத்தோடு சேலை நனைத்து மடிச்சேலை காயப் போட்டாள்.

மணி குளித்துவிட்டு ஈர ஜட்டியோடு வந்து நிற்க,

பாஞ்சாலி உள்ளே ஓடினாள்.

"ஏன் பாட்டி அவ உள்ளே ஓடறா?"

"கஷ்டம்டா உன்னோட! நீ ஜட்டியோட நிக்கற! அதுவும் ஈர ஜட்டி! எனக்கே சங்கடமா இருக்கு! இன்னும் எத்தனை நாளைக்கு நீ குழந்தையா இருக்கப் போறியோ?"

மணி உள்ளே ஓடினான்.

அடுத்த சில நிமிடங்களில் பாஞ்சாலி பாட்டியின் அருகில் வந்தாள். பாட்டி நடைமுறைகள் ஒவ்வொன்றையும் சொல்லித்தர, அதைக் கவனமாகக் கேட்டுக் கொண்டு பாஞ்சாலி செயல்படுத்தத் தொடங்கினாள்.

அவளது கூர்மை, கவனம், ஈடுபாடு எல்லாம் பாட்டியே அசந்து போகும்படி இருந்தது.

சீதா செய்யும் காலத்தில் கூட இந்த அளவுக்கு மடியோடு செயல்படவில்லை!

பாஞ்சாலி பயந்து பயந்து செய்தாள்.

பாட்டி இருந்த அறைக்கும் சமையல்கட்டுக்குமாக நொடிக்கொருதரம் நடந்து பாஞ்சாலி அத்தனையும் படைத்து விட்டாள்.

மணி கூடவே இருந்து உதவினான்.

சமையல் தயாராகி,

பாலை நைவேத்தியம் செய்து காக்கைக்கு சாதம் வைத்து, எல்லாம் நடந்தது.

அதற்குள் பாட்டிக்கு பல் தேய்க்க உதவி செய்து, முகம் கழுவிவிட்டு எல்லாம் செய்தாள்.

"பாட்டி! மிளகு ரசம், பொரிச்ச துவையல் ரெடி! கொண்டு வந்துடட்டுமா?"

"கொண்டு வாம்மா!"

சாதத்தை ரசம் விட்டு கரைத்து எடுத்து வந்தாள். ஒரு பிளேட்டில் பொரிச்ச துவையல்.

பாட்டி சாப்பிட்டாள்.

பயத்துடன் பாஞ்சாலி பார்க்க,

"இந்த அளவுக்கு உன்கிட்ட நான் எதிர்பார்க்கலை! முதல் நாளே இத்தனை பாந்தமா நீ செய்வேன்னு நான் நினைக்கலை!"

"எனக்கு ரொம்ப பயம்மா இருந்தது பாட்டீ!"

"எதுக்கு?"

"நாங்கள்லாம் கொல்லைப் பக்கத்துல ஒதுங்கி நின்னு கைகட்டின மனுஷங்க!"

"அந்தக்காலம் மலை ஏறியாச்சு! பாரு பாஞ்சாலி! ஈடுபாட்டோட முழுமையா எதையும் செய்ய நினைச்சா, நிச்சயமா அந்த முயற்சிக்குத் தோல்வியே இல்லை! என் பேரன் படத்துல நீ கதாநாயகி. அந்தப் படம் வெளியானா, உன்னைப் பிடிக்க முடியாது!"

"இல்லை பாட்டி! உங்களைக் கடந்து எப்பவுமே என் குரல் ஒலிக்காது. ஒலிக்கக் கூடாது!"

"பாட்டியும் நீயும் பேசிக்கிட்டா, நிறைய வசனம் தேறும் எனக்கு!"

"சரி போடா! போக்கிரி! நீங்க ரெண்டு பேரும் போய்ச் சாப்பிடுங்கோ!"

அவனுக்குச் சாப்பாடு போட்ட பின்பு பாஞ்சாலி சாப்பிட்டாள்.

"உங்கிட்ட இந்த அளவுக்கு புத்திசாலித்தனம் இருக்கும்னு நான் நினைக்கலை பாஞ்சாலி!"

"நான் எதையும் இங்கே செய்யலை!"

"நீ என்ன சொல்ற?"

"ஒரு மண்டலம் விரதம் இருந்து சபரிமலைக்குப் போறாங்களே ஆண்கள்... அப்ப அவங்களை எல்லாரும் என்ன கூப்பிடறாங்க?"

"அய்யப்பான்னு அழைப்பாங்க!"

"ஏன்?"

"மாலை போட்டவங்களை அந்த அய்யப்பனாவே பாக்கறது பக்தியோட பெருமை!"

"காரணம் மாலை போட்டுட்டு, கறுப்பு வேட்டி கட்டினப்ப, அய்யப்பன் தனக்குள்ள குடியேறிட்டதா அவங்க நினைக்கறாங்க. காரணம் நம்பிக்கை. இல்லையா?"

"ஆமாம்!"

"நானும் மானசீகமா மாலை போட்டாச்சு. இப்ப என் தெய்வம் பாட்டி!"

"பாஞ்சாலி!"

"நான் ஒரு நாவிதன் மகள். நீங்க பிராமாணக் குடும்பம். அதுவும் மடி, ஆசாரத்துல பாட்டி சிகரம் தொட்டவங்க! அந்தப் பாட்டி என்னை அழைச்சு, நீ சமைச்சுப் போடு எனக்குன்னு சொன்னது சாதாரண சங்கதி இல்லை. மகாராஜா கோயில் கட்டினப்ப எழுந்தருளாத சிவபெருமான், பூசலார் நாயனார் மனசுக்குள்ள கோயில் கட்டினப்ப, அதுல குடியேறினார்னு

பெரியபுராணம் சொல்லுது! என் நிலைமை இப்ப அப்படித்தான். இப்ப என் கர்ப்பக் கிரகம் இந்த சமையல்கட்டு! நான் பூஜிக்கிற தெய்வம் பாட்டி! என்னோட இந்த விரதம் நல்லபடியா தொடர, பாட்டி எனக்குள்ளே இருக்கணும்!''

சொல்லி முடிக்கும்போது அவளுக்குக் கண்ணீர் பெருகி, கன்னத்தைப் பிழிந்தது.

மணி சிலிர்த்துப் போனான்.

ரோமக்கால்கள் ஒவ்வொன்றும் குத்திட்டு நிற்க, மணியால் தாங்க முடியவில்லை!

''பாஞ்சாலி! ஒரு மண்டலம் விரதம் இருக்கறதோட உச்சகட்டப் பெருமை என்ன தெரியுமா? அய்யப்பனை தரிசிக்கற அந்த சில நொடிகள்... அதே மாதிரி உன்னோட இந்த விரதத்துக்கும் ஓர் உச்சகட்ட பெருமை காத்திருக்கு!''

''நீங்க என்ன சொல்றீங்க?''

''நான் சொல்லலை! பாட்டி சொல்லுவா அதை!''

மணி எழுந்து போனான்.

பாத்ரூம் போக எழுந்து வந்த பாட்டி சகலத்தையும் கேட்டபடி உணர்ச்சிவசப்பட்டு நின்றாள்.

❋❋❋

அத்தியாயம் 34

நாணா பதட்டமாக உள்ளே அழைத்தார்.

"சீதா! அம்மாவுக்கு உடம்பு முடியலியாம்!"

"என்னவாம்?"

"ஜூரமாம். கோபாலைப் பார்த்தேன் கொஞ்சம் முன்னால. அவன்தான் சொன்னான்! இந்த நேரம் அவுட்டோர் போயிருக்கணுமாம். நாலு நாள் மணி தள்ளிப் போட்டிருக்கானாம்!"

"அப்படியா?"

"என்ன நீ? ரொம்ப சாதாரணமா கேக்கற! நான் போய் இப்பவே பார்த்துட்டு வர்றேன்!"

சட்டென தம்பி வாசு சொன்னது சீதாவுக்கு ஞாபகம் வந்தது!

"விட்டுப் பிடிக்கா! இப்பவெல்லாம் பாட்டி கையில நாமதான் அட்ஜஸ்ட் பண்ணிண்டு போகணும். பொழக்கற வழி தெரிய வேண்டாமா?"

"நானும் உங்க கூட வர்றேன்!"

"நீயுமா?"

"எனக்கு மட்டும் அவளுக்கு ஒண்ணுனா, மனசு சங்கடப்படாதா? மாமியார்... மாட்டுப் பொண்ணுன்னு இருந்தா, சண்டை போட்டுக்கத்தான் செய்வோம். எந்தக் குடும்பத்துல

நடக்கலை? ஒரு கஷ்டம்னா ஒண்ணு சேர்ந்துப்போம். பாவம் என்ன கஷ்டப்படறாளோ?''

''அம்மா ஒரு கஷ்டமும் படமாட்டா. உன் பிள்ளை படவிட மாட்டான். ராஜாத்தியாட்டம் அவளை வச்சுத் தாங்குவான்!''

''புரியாமப் பேசாதீங்கோ! அவளுக்கு மடி, ஆசாரம் ஜாஸ்தி. மத்தவா செஞ்சா தொட மாட்டா. மணிக்கு எதுவும் பண்ணத் தெரியாது. பாலை சாப்ட்டுண்டு எத்தனை நாள் கிடப்பா?''

''ஓ... அதைச் சொல்றீயா?''

''நான் அவசியமா இப்ப வேணும். மணியை நெனச்சா பத்திண்டு வர்றது நேக்கு! கௌரவம் பாக்கற நேரமா இது! அம்மா நீ உடனே வா... பாட்டிக்கு தாங்கலைன்னு சொன்னா என்ன கெட்டுப்போகும்?''

''அதாண்டி நம்ம பிள்ளை!''

''போதுமே! நான் போய் சூடா நாலு கேள்வி கேக்கறேன். புறப்படுங்கோ!''

''திரும்பவும் சண்டை போடப் போறியா?''

''நான் அவனைப் பெத்தவ! அந்த உரிமை எனக்குண்டு! பாவம் அவன் என்ன பண்றானோ?''

நாணா உற்றுப் பார்த்தார்.

''இது நிஜமான உருக்கமா? இல்லை நடிப்பா?''

''எதுவானாலும் சரி!''

''பிரிந்தவர்கள் ஒன்று சேர, அம்மாவின் நோய் காரணமாக இருந்தால், நல்லதுதானே!''

''சரி, புரியுது.''

''என்னை அங்கே விட்டுட்டு நீங்க மட்டும் வந்துடுங்கோ. உங்களால தனியா சமாளிக்க முடியாது. நம்ம பொண்ணு

கௌரிக்கு போன் பண்ணி நாலு நாள் வந்து இருக்கச் சொல்லுங்கோ!"

"ஏன்? நானும் அங்கேயே இருக்கேனே! பிள்ளை வீடுதானே! எனக்கந்த உரிமை இல்லையா?"

"என்னமோ செய்யுங்கோ! புறப்படலாம்!"

இருவரும் புறப்படும் நேரம்.

அங்கே... பாட்டி நன்றாகத் தெளிந்து கட்டிலில் உட்கார்ந்திருந்தாள். நாலைந்து நாட்கள் பாஞ்சாலியின் இடைவிடாத கவனிப்பு. 24 மணி நேரப் பராமரிப்பு பாட்டியை எழுப்பி உட்கார வைத்து விட்டது.

"பாஞ்சாலி!"

"வந்துட்டேன் பாட்டி!"

ஓடி வந்தாள்.

"மணி போயிட்டானா?"

"காலை சீக்கிரமே காபியை குடிச்சிட்டுப் போயிட்டார். சாப்பிட வந்துருவேன்னு சொன்னார். வர்ற நேரம்தான்!"

"இனிமே அவுட்டோர் போயிடலாம். முதல்படம்! தள்ளிப்போடப் படாது!"

"உங்களுக்கு முடியணுமே பாட்டி!"

"முடியும். நீங்க ரெண்டு பேரும் இருக்கறச்சே, எனக்கு தெம்புக்கு என்னா? நீதான் கதாநாயகி! என் கூடத்தானே வரப்போற! போற இடத்திலும் கஷ்டமில்லை!"

"ஆமாம் பாட்டி!"

மணி உள்ளே நுழைந்தான்.

"வாடாப்பா! உன்னைப் பத்தித்தான் பேசிண்டு இருந்தோம்!"

"நான் சரியில்லைன்னு பாஞ்சாலி சொன்னாளா?"

அவளைப் பார்த்து குறும்பாகக் கண்களைச் சிமிட்டினான் மணி.

“நீ சரியில்லைதான்!”

“பாட்டி!”

“அது எப்படின்னு அப்புறமா சொல்றேன். கை, கால் அலம்பிண்டு வந்து சாப்பிடு!”

மணி வேட்டி கட்டிக்கொண்டு, முகம் கழுவி, விழி நிலைத்தபடி வந்தான்.

பாஞ்சாலி இலை போட்டாள்.

பாகக்காய் பிட்சு... வாழைக்காய் கறியை பரிமாறினாள்.

“ஹை! எனக்குப் புடிச்ச அயிட்டம்!”

“இன்னிக்கு அமாவாசை!”

“பாட்டிகிட்ட அதுக்குள்ள எப்படி இத்தனை கத்துக்கிட்டே நீ?”

பாஞ்சாலி சிரித்தாள்.

நன்றாக சாப்பிட்டான். பாட்டியிடம் வந்தான்.

“மணி! நாளைக்கே அவுட்டோர் புறப்பட்டாலும் நான் தயார்!”

“இன்னும் ஒரு வாரம் கழிச்சுத்தான் பாட்டி!”

“ஏன்?”

“இங்கே லோக்கல் சீன்ல கொஞ்சம் இருக்கு! அதை முதல்ல எடுத்து வரலாம்னு ஷெட்யூல் போட்டாச்சு! அதுக்குள்ள உனக்கும் பூரணமா குணமாகும்!”

“அதுவும் நல்லதுக்குத்தான். உன்னை நம்பின தயாரிப்பாளர் நல்லபடியா இருக்கணும் மணி!”

“அதுல என்ன சந்தேகம் பாட்டி!”

“இங்கே பாஞ்சாலிக்கு சீன்ஸ் இருக்கா?”

“இருக்கு. எம்.ஜி.எம்.ல வச்சு ஒரு டூயட் சாங் எடுத்துடலாம்னு பாக்கறேன்!”

"அதுவும் சரிதான்!"

"அப்புறம் முடிஞ்ச வரைக்கும் க்ளோஸப்ஸ் எடுத்துடறது. மேட்ச் பண்ணிக்கலாம் பாரு!"

"செய்!"

"பாஞ்சாலி!"

அழைத்ததும் அருகில் வந்தாள்.

"நாளைக்கே ஷீட்டிங். நீ ரெடியா இரு!"

"பாட்டி...?"

"காலைல ஒன்பது மணிலேருந்து சாயங்காலம் ஆறு மணி வரைக்கும்தான். சீக்கிரம் எழுந்து பாட்டிக்கு எல்லாம் பண்ணி வ்ச்சிட்டு வர முடியாதா?"

"வேண்டாம்டா! பாவம் அவ!"

"ஒரு கஷ்டமும் இல்லை பாட்டி! நான் பண்ணி வச்சிட்டு ஷூட்டிங்குக்கு வர்றேன்!"

"அவ்ளோதான்!"

"மணி! அவ முதன் முதலா காமிரா முன்னால நிக்கப் போறா. நான் கூட பக்கத்துல இல்லை! நீ பாந்தமா சொல்லிக்குடு! அதட்டாதே!"

"நான் பாத்துக்கறேன் பாட்டி!"

கதவு தட்டப்பட்டது.

"யாருன்னு பாரு பாஞ்சாலி!"

நாணாவும், சீதாவும்.

சட்டென பயமான பாஞ்சாலி, விலகி நிற்க, அவளை ஏற இறங்கப் பார்த்தாள் சீதா.

கோபால் மகள் பாஞ்சாலிதான் மணி படத்தில் கதாநாயகி என்று விளம்பரம் மூலம் தெரிந்து கொண்டிருந்தாள் சீதா.

அன்றைக்கே கணவரிடம் குமுறிவிட்டாள்.

''ஏன்னா, இந்தப் பேப்பரைப் பார்த்தேளா?''

''என்ன?''

''இது யார்னு தெரியறதா?''

''ஒரு பொண்ணு!''

''கஷ்டம்! நான் இது ஆணுன்னு சொன்னேனா? ஏன் இப்படி இருக்கேள்? இவளை உங்களுக்குத் தெரியலை?''

''தெரியலைடி!''

''நம்ம கோபால் பொண்ணு பாஞ்சாலி!''

''அப்படியா?''

''அவதான் மணி படத்துல கதாநாயகியாம்!''

''வெரிகுட்!''

''என்ன வெரிகுட்! வரவர யார் நடிக்கறதுன்னே இல்லையா?''

''ஏன்? அழகாத்தானே இருக்கா?''

''அழகை யார் இல்லைன்னு சொன்னா? அம்மா எப்படி ஒப்புக்கிண்டார்?''

''ஏன்?''

''கோபாலை எட்ட நிறுத்தித் தானே உங்கம்மா பேசுவாள்? அவள் பொண்ணு எத்தனை பவ்யமா நிக்கும். அது இப்ப நடிக்கப் போறதா?''

''இந்தப் படம் ஹிட் ஆனா அவ பெரிய ரவுண்ட் வருவா! கோபால் ஏஸி சலூனா வச்சுக்கலாம். நானும் சுகமாய் போய் ஃப்ரியா முடிவெட்டிப்பேன்!''

''சகிக்கலை. ஏன் உங்க புத்தி இப்படிப் போறது?''

''ஏண்டீ?''

''இந்தப் பொண்ணுக்கு அடிச்ச யோகத்தைப் பார்த்தேளா?''

“இது மாதிரி வார்த்தைகளை உபயோகப்படுத்தாதே! சாதிக்கலவரமெல்லாம் மனுஷனோட வாய்லேருந்துதான் தொடங்கறது! எல்லாரும் மனுஷா. உழைக்கறவா எல்லாம் பகவானோட குழந்தைகள்! புரியறதா!”

சீதா கலைந்தாள்.

மணி அவர்களைப் பார்த்து விட்டான்.

‘வா’ என்று கூட அழைக்கவில்லை!

பாட்டியிடம் வந்து விட்ட சீதா, குரலெடுத்து அழத் தொடங்கினாள்.

“உங்களுக்கு இப்படி ஆயிடுச்சே! பணம் இருந்து என்ன? பக்கத்துல நின்னு உங்களைப் பார்த்துக்க யாருமில்லையே! நான் எதுக்குக் குத்துக்கல்லாட்டம் இருக்கேன். ஒரு வார்த்தை சொல்லி அனுப்பியிருந்தா, ஓடி வந்திருப்பேனே! அந்த அளவுக்கு நான் பாவியாயிட்டேனா?”

மணி எரிச்சலுடன் முகம் திருப்பிக் கொண்டதை அப்பா கவனித்தார்.

“சரி சீதா! இப்ப நேக்கு குணமாயாச்சு!”

“வேறவழி? நாலைந்து நாளா வெறும் பாலைக் குடிச்சிருப்பேள். திட உணவுக்கு வழியில்லை! மடி, ஆசாரம்! உங்க உடம்பு தாங்குமா? நான் இப்பவே குளிச்சிட்டு மடிப்புடவை காயப் போடறேன். சமையல் பண்றேன். மணி ஓட்டல்ல சாப்பிடலாம். உங்களால முடியாதே!”

“சீதா! என்னை பேச விடறியா?”

“சொல்லுங்கோ!”

“அதோ பார்! கொடில தொங்கறது மடிப்புடவை!”

“எ... எப்படி?”

“பாஞ்சாலி! சித்த வர்றியா இப்படி!”

“என்ன பாட்டி!”

"நாளைக்கு என்ன சமையல் பண்ணப் போறே?"

"மிளகுக் குழம்பு வச்சு, கருணைக் கிழங்கு மசியல் பண்ணிடட்டுமா பாட்டி?"

சீதா அதிர்ச்சியுடன் திரும்பினாள்.

"எ... என்னது? இ... இவளா உங்களுக்குச் சமைச்சுப் போடறா?"

"ஆமாண்டீம்மா! தூய்மையா செய்யறா. இப்படி ஒரு சாப்பாட்டை என் ஆயுசுல நான் சாப்பிட்டதில்லை! நீங்க ரெண்டு பேரும் சாப்பிட்டுத்தான் போகணும்! எல்லாம் இருக்கா பாஞ்சாலி!"

சீதாவால் நிற்க முடியவில்லை! கண்கள் இருண்டது.

❀❀❀

அத்தியாயம் 35

"முதல்ல காபி போட்டு எடுத்துண்டு வா!"

பாஞ்சாலி உள்ளே போக,

"ஏன்னா? கேக்க மாட்டேளா நீங்க?" சீதா இடித்தாள்.

"அம்மா! என்ன இதெல்லாம்?"

"எதுடா நாணா?"

"கோபால் பொண்ணு சினிமால நடிக்கட்டும்! என்னவோ பண்ணட்டும் யாரும் கேக்கப் போறதில்லை! ஆனா இந்தாத்துல மடியா இருக்கற உனக்கு, இத்தனை காலம் ஆசாரத்தைக் கட்டிக் காத்த உனக்கு வேற ஒரு ஜாதி பொண்ணு சமைச்சுப் போடறாளா?"

"ஏன் நாணா? என்ன தப்பு?"

"அம்மா! நீயா இப்படி பேசற?"

"நான்தாண்டா! அவ செஞ்சா என்ன தப்புன்னு கேக்கறேன். அவளும் மனுஷிதாண்டா நாணா. உன் சீதாவுக்கு எனக்கு உடம்புல என்னல்லாம் இருக்கோ, அதெல்லாம் அவளுக்கும் இருக்குடா! எனக்கு மல, மூத்திரம் எடுத்து சுத்தம் பண்ணியிருக்காடா அந்தக் குழந்தை!"

"அதைச் செய்யலாம்மா!"

"அதைச் செய்யறவதாண்டா, இதையும் செய்யணும். மனுஷ அருவருப்பு பாக்காதவளுக்குத்தான் பூஜை ரூம்ல

நுழையற தகுதி உண்டு! மூலவருக்கு அபிஷேகம் பண்ணி, அலங்காரம் பண்ற குருக்களோட பக்தி அவகிட்ட இருக்குடா அவ செயல்ல! ஒரு மகாசக்தி அவளுக்குள்ளே நுழைஞ்சிண்டு ஆட்டி வைக்கிறது! புரிஞ்சுதா?''

பாஞ்சாலி காபி கொண்டு வந்தாள்.

''வாங்கிக்கோ நாணா!''

''அதைக் கீழே வை!'' சீதா சொல்ல.

''ஓ... அவ கையால வாங்கிக்க மாட்டேளா?''

சீதா பார்த்தாள்.

''உங்களுக்குத்தான் சினிமாவுக்கு வந்ததும் எல்லாம் போயாச்சு! எங்களுக்குக் கொஞ்சம் இருக்கு!''

மணி அருகில் வந்தான்.

''ஒரு நிமிஷம்! பாட்டிக்கு என்னல்லாம் போயாச்சு! உங்களுக்கு என்னல்லாம் இருக்கு? நான் தெரிஞ்சுக்கலாமா?''

''அதை எங்க வாயால சொல்லணுமா? கூசறது!''

''கூசும்தான்! செஞ்ச பாவம் கொஞ்சமா? உட்கார்ந்து பேசவே கூசும்தான்!''

''வாயை மூட்ரா!''

''ஷ்! வார்த்தைகளை அளந்து, மரியாதையாய் பேசுங்கோ! நான் இப்ப ஒரு கண்ணியமான இடத்துல இருக்கேன்!''

''நீ எப்படி இருந்தாலும் எங்கே இருந்தாலும் என் பிள்ளைடா! அதை உன்னால மறுக்க முடியாது!''

''மன்னிக்கணும்! எனக்கு உறவுன்னு சொல்லிக்க, இன்னிய தேதிக்கு இந்தப் பாட்டி மட்டும்தான்!''

''மணி!''

''நீ பேசாம இரு பாட்டி! எதுக்கு இவா வீடு தேடி வந்திருக்கானு உனக்குத் தெரியுமா?''

"இருடா மணி! பாட்டி கஷ்டப்படுவாளேன்னு உங்கம்மா கூட இருந்து செய்ய வந்திருக்கா!" நாணா குறுக்கிட,

"இப்ப மட்டும் என்ன அக்கறை? நூத்தி நாலு டிகிரி ஜுரத்துல கூட தலைக்கு குளிச்சிட்டு பாட்டி நம்மாத்துல சமைச்ச கதை எனக்குத் தெரியும். அப்ப வராத கரிசனம், இப்ப எங்கேருந்து வர்றது?"

"மணி!"

"காரணத்தை நான் சொல்றேன்! இப்ப உங்ககிட்ட நிறைய பணம் இருக்கு. பாட்டிக்கு அகில இந்திய கௌரவம் இருக்கு! பாட்டி சொன்னா நடக்கும் எதுவும்!"

"சரிடா மணி! அப்படியே இருக்கட்டுமே! நாங்களும் உன்னைப் பெத்தவா! அந்த உரிமை எங்களுக்கு இல்லையா? மனுஷ ஜென்மத்துல சறுக்கல்கள் சகஜம். நாங்க இப்ப உணர்ந்துட்டோம். எங்களை மன்னிச்சு ஏத்துக்கப்படாதா?"

நாணா உணர்ச்சிவசப்பட்டுக் கொட்டி விட்டார்.

"மணி! அவாளைப் புண்படுத்தாதே!"

"நீ இரு பாட்டி! நான் முடிக்கலை! சறுக்கல்கள் சகஜம்னு நானும் ஒப்புக்கறேன். மனம் மாறி, பாசத்தோட வந்திருந்தா, பழசை நிச்சயமா மறக்கலாம்."

"அப்படித்தான் வந்திருக்கேன்னு சொல்றாளே!"

"இல்லை! உன் மனசுல முதல்ல இடம் பிடிக்கணும். நீ சொன்னா, நான் கேப்பேன். தன் தம்பி மகள் திவ்யாவை என் தலையில கட்டணும். அதுக்கான ஆரம்பம் தான் இந்தக் கரிசனம்!"

சீதா நிலை குலைந்தாள்.

அப்பட்டமாக அவள் தோல் உரிச்சதை அவளால் ஜீரணிக்க முடியவில்லை!

அதிர்ந்து போயிருந்தாள்.

நாணா அதைவிட!

"இதப்பாரு பாட்டி! பாசம் இல்லாத எவனோ ஒரு சுயநல மாமாவுக்கு பக்கபலமா இருக்க யாரும் இங்கே வர வேண்டாம். அவளை எனக்குக் கட்டி வச்சு, என் உழைப்புல யாரும் குளிர் காய வேண்டாம். பெத்தவா வரலாம். விரும்பினா நிரந்தரமா இருக்கலாம்! நான் தடுக்கப் போறதில்லை! ஆனா என் விருப்பத்தை, உன் நம்பிக்கைகளை மதிச்சு நடந்தாத்தான் இந்தாத்துல இருக்க முடியும்!"

"அதுக்காக கோபால் பொண்ணு சமைச்சுப் போட்டு எங்களையும் சாப்பிடச் சொல்றியா?"

"நிச்சயமா! பாட்டி குணமானாலும் இனிமே பாஞ்சாலிதான் இந்தாத்துல எல்லாமே! அவளை ஒப்புக்க முடிஞ்சவா, இங்கே இருந்தாப் போதும்!"

பாஞ்சாலி மணியிடம் வந்தாள்.

"ஒரு நிமிஷம் உள்ளே வரமுடியுமா?"

"இங்கேயே சொல்லு பாஞ்சாலி! உனக்கந்த உரிமை உண்டு!"

"இல்லை உள்ள வாங்க!"

"என்ன பாஞ்சாலி?"

"அவங்க உங்களைப் பெத்தவங்க! நான் நேத்து வந்தவ! அதுவும் சவரத் தொழிலாளி கோபால் மகள். எனக்கு பாட்டி இத்தனை கவுரவம் தந்ததை என்னாலேயே ஜீரணிக்க முடியலை! ஆனா கடவுள் சேவையா நெனச்சு இதை ஏத்துக்கிட்டேன். ஆனா மத்தவங்களால இதை ஒப்புக்க முடியாது!"

"இரு பாஞ்சாலி! உலகம் முழுக்க இதை ஒப்புக்கணும்னு நான் சொல்லலை! எங்க ஜாதிக்காரா ஒத்துக்கணும்னு நான் எதிர்பார்க்கலை! பாட்டி நடிக்க வந்தப்பவே எங்கள்ல சில பேர் கூச்சல் போட்டா. மொட்டைப் பாட்டி எப்படி சினிமால

நடிக்கலாம்னு. அதுக்காக ஜாதியை விட்டு தள்ளியா வச்சா? அழ வச்சா, வெச்சிட்டு போகட்டும்! இதப்பாரு ஜாதி பத்தி பேசி பேசி இரத்த ஆறு ஓடறது நாடு முழுக்க. யாருக்கு லாபம்? மனுஷநேயம் என்னான்னு புரிஞ்சகறதுக்குள்ளே, இங்கே பிணங்கள் தான் மிஞ்சும்!''

"நமக்கு பொதுப் பிரச்சனை எதுக்கு?''

"வீட்டுப் பிரச்சினைதான் பாஞ்சாலி, நாட்டுப் பிரச்சினை ஆறது! இங்கயே அதைத் தடுத்துட்டா, வெளிய பூதாகாரமா வெடிக்காது! ஒரு சில பேரோட சுயநலம் தான் கலகத்துக்குக் காரணம்! இதைப்பாரு! உனக்கு இங்கே எல்லா உரிமைகளும் உண்டு. அதை ஜீரணிக்க அவாளால முடிஞ்சா இருக்கட்டும். இல்லைன்னா வந்து போகட்டும். அதுவும் பிடிக்கலைன்னா, வர வேண்டாம்!''

"எனக்குக் கவலை்யா இருக்கு! எங்கப்பாவுக்குத் தெரிஞ்சா என்னை வெட்டிப் போடுவார். இடுப்புத்துண்டு, தோளுக்கு வரக்கூடாதுன்னு சொல்லுவார்!''

"தோள்ல துண்டு போட்டவங்க காரணமாத்தான், பலபேருக்கு இடுப்புத் துண்டு கூட நிலைக்கறதில்லை! இடுப்புல மட்டுமே சின்னத்துண்டு கட்டின காந்தி அன்னிக்கு ஜாதி பேதம் பாக்கலை! மனுஷ நேயத்தை மட்டுமே பார்த்தார். தோள்ல துண்டு போட்டு, ஜம்முனு பதவில இருக்கணும்னு அவர் நெனச்சிருந்தா, இந்தியா துண்டு, துண்டா போயிருக்கும் இப்ப!''

பாஞ்சாலி பேசவில்லை!

"இதப்பாரு! உனக்கு நானும் பாட்டியும் இருக்கோம். நீ சாதிக்க வேண்டியது இந்த வீட்ல. வெளிய நிறைய இருக்கு. அதைப்பற்றி மட்டுமே யோசி!''

மணி வெளியே வந்தான்.

சீதா எழுந்து விட்டாள்.

"நாங்க புறப்படறோம்!"

"இருங்கோ ரெண்டு பேரும் சாப்டுட்டுப் போகலாம்!"

"நாங்க இன்னும் அந்த அளவுக்கு எல்லாத்தையும் உதறிப் போடலை! வர்றோம்!"

"ஒரு நிமிஷம்!"

மணி அழைக்க, சீதா திரும்பினாள்.

"ஒரு மொட்டைப் பாட்டி சம்பளமில்லாத வேலைக்காரியா இருந்தப்ப, மானஸீகமா அவளை உதறியாச்சு. வேலை கிடைக்காத பிள்ளை, கையில காசு இல்லாம அலைஞ்சப்ப, பிள்ளைன்னு கூடப் பாக்காம அவனை உதறின உங்களுக்கு, இனிமே புதுசா உதற என்ன இருக்கு?"

நாணா தலைகுனிந்தார்.

"அதுக்காக, நாளைக்கு மடிசார் கட்டிண்டு வந்து நிப்பா, இந்த... பொண்ணு! அதையும் சகிச்சுக்கணுமா?"

"நிச்சயமா! மடிசார் சாதாரண உடையில்லை! அதைக் கட்டறதுக்கு முதல்ல மனசு சுத்தமா இருக்கணும்!"

"மணி!"

"நீ இரு பாட்டி! மனசுல ஆயிரம் அழுக்கை, பொறாமையை வச்சிண்டு, மடிசார் கட்டிக்க யாருக்கும் யோக்யதை இல்லை! கல்யாணம் ஆனவாதான் இங்கே மடிசார் கட்டுவா! கல்யாணம் ஆயிட்டா, புருஷன் வீடுன்னு ஒண்ணு பொம்மனாட்டிக்கு உண்டு. அந்தப் புருஷனுக்கும் சில உறவுகள் உண்டு. அதையெல்லாம் மதிக்காம புருஷன் மட்டுமே வேணும்னு நிக்கறவாளுக்கு உடைகளே அவசியம் இல்லை! காசு வந்துட்டா, எல்லாரும் கூடி வர்றா. ஆத்மார்த்தம் இங்கே யாருக்கும் இல்லை! மடிசாரைப் புத்திப் பேச யாருக்கும் தகுதி இல்லை! போகலாம்!"

"மணி! ஒரு நிமிஷம் இரு! அவா ரெண்டு பேரையும் இப்படி வரச் சொல்லு!"

நாணா, சீதா இருவரும் வந்து நின்றார்கள்.

"சீதா! இதப்பாரு! நான் சொல்றேன்னு கோபப்படாதே! எதுக்காக நீ பிடிவாதம் பிடிச்சிண்டு விலகி நிக்கறே? மணி உனக்கு ஒரே பிள்ளை! நான் எப்பவும் சாசுவதம் இல்லை! மணிக்கு உள்ள தெளிவு உனக்குப் புரியலை! நீங்க ரெண்டு பேரும் இங்கே நிரந்தரமா வந்துருங்கோ. எல்லாரும் சந்தோஷமா இருக்கலாம்!"

"வரத்தான் நெனச்சோம். ஆனா நிறைய அனாசாரங்கள் இந்தாத்துல இருக்கே!"

"பாஞ்சாலியைச் சொல்றியா?"

"வாய் விட்டுச் சொல்லணுமா?"

"தப்பு சீதா! இத்தனை ஈடுபாட்டோட அந்தக் குழந்தை இருக்கறதைப் பார்த்து நீ பெருமைப்படணும். அவ தீண்டத்தகாதவள் இல்லை! மனுஷிதான்! நம்ம மனுஷா பழைய மாதிரி இல்லை! நல்லதை, நியாயத்தைப் புரிஞ்சிண்டு, ஏத்துக்கறா இப்ப. நான் அந்தக் கால மனுஷி! என்னாலயே ஜீரணிக்க முடியறது. மணி சொன்னப்ப சரினு பட்டுது. நீ ஏன் இப்படி இருக்கே?"

"இன்னிக்கு மடிச்சமையல் பண்றவ, நாளைக்கு மணியோட மடில ஒக்காருவா!"

பாட்டி நிமிர்ந்து மணியை, பாஞ்சாலியைப் பார்த்தாள்.

"ஒக்காரத்தான் போறா. இதப்பாரு சீதா! இந்த ஷூட்டிங் முடிஞ்சதும், மணிக்கும், பாஞ்சாலிக்கும் கல்யாணம் பண்ணி வைக்கறதா நான் முடிவு பண்ணியிருக்கேன்!"

சீதா அதிர்ச்சியுடன் நாணாவைப் பார்த்தாள்.

***

அத்தியாயம் 36

சலூனில் ஓரளவு நல்ல கூட்டம் இருந்தது. கோபால் மகள் பாஞ்சாலி சினிமாமவில் நடிக்கப் போகிறாள் என்பது தெரிந்தும், திடீரென சலூனில் கூட்டம் சேரத் தொடங்கி விட்டது.

கோபாலே இதை எதிர்பார்க்கவில்லை!

ரெண்டு ரெண்டு நாற்காலி தான். வேலைக்கு ஒரே ஒரு பையன் தான்.

கோபாலிடம் அந்த அளவுக்குத்தான் வசதி இருந்தது!

எந்த நேரமும் கூட்டமில்லாமல் காய்ந்து கொண்டிருக்கும்.

பக்கத்தில் நட்சத்திர சலூன்கள்.

ஆனால் இப்போது நிலைமை தலைகீழாக மாறி விட்டது.

கோபாலை ஒரு நடிகரைப் போல பார்க்கத் தொடங்கி விட்டார்கள்.

பாட்டி பிரபலம் ஆனதுமே கோபாலுக்கு மரியாதை கொஞ்சம் கூடித்தான் போயிருந்தது.

இப்போது மகளும் நடிப்புக்கு வந்ததால் கோபாலுக்கே நட்சத்திர அந்தஸ்து வந்து விட்டது.

''பெரிய சலூனா போடு கோபால்!''

''இனிமே எதுக்குடா சலூன்! பங்களால போய் வாழலாம்!''

“அப்ப ரஜினிக்கும் கமலுக்கும் முடி வெட்டலாம்?”

அந்த மாலை நேரம். கோபால் பரபரப்பாக இருக்க, இளையநிலவின் உதவியாளன் வந்தான்.

“நீங்கதானே கோபால்?”

“ஆமாம்!”

“டைரக்டர் கையோட உங்களைக் கூட்டிட்டு வரச் சொன்னார்!”

“டைரக்டரா? யாரு?”

“இளையநிலவுப்பா! தெரியாது?”

கோபாலின் முகம் சட்டென மாறியது.

இளையநிலவு பாட்டிக்கும், மணிக்கும் எதிரான ஆசாமி என்பது கோபாலுக்குத் தெரியும்.

‘என்னை அழைக்க வேண்டிய அவசியம் என்ன?’

“எதுக்கு என்னைக் கூப்பிட்டார்?”

“அங்கே வந்து பேசு!”

“கொஞ்சம் இருங்க! இப்ப வந்திடறேன்!” பக்கத்துக் கடைக்கு வந்த கோபால் அனுமதி பெற்று டயல் செய்தான்.

பாஞ்சாலி எடுத்தாள்.

“நீயாம்மா? பாட்டி இருக்காங்களா?”

“கூப்பிடணுமாப்பா?”

“எழுந்து வந்து பேச வேண்டாம். கார்ட்லெஸ் எடுத்துக்குடு!”

காத்திருந்தான் கோபால்.

“என்ன கோபால்?” பாட்டியின் குரல் கேட்டது.

கோபால் குரலைத் தாழ்த்திக் கொண்டான்.

“பாட்டீம்மா! இளையநிலவோட ஆள் வந்து என்னைக் கையோட கூட்டிட்டு வரச் சொன்னதா சொல்லுது!”

"எதுக்காம்?"

"அங்கே வந்து பேசிக்கோன்னு சொல்றான். நான் என்ன பண்ணட்டும் பாட்டீம்மா?"

"போயிட்டு வா!"

"போகத்தான் வேணுமா?"

"போயேன். நாலும் தெரிஞ்சுக்க வேண்டாமா? போய்ப்பாரு! திரும்பி வந்ததும் எனக்கு போன் பண்ணு!"

கோபால் ரிசீவரை வைத்தான்.

கடைப் பையனிடம் சொல்லிவிட்டு, வெளியே வர,

கார் தயாராக இருந்தது.

கோபால் ஏறியதும் அது புறப்பட, "எங்கேயோ மறைவான இடத்துல மச்சம்டா கோபாலுக்கு!" விமர்சனம் ஒன்று காற்றில் மிதந்து வந்தது.

கார் இருபது நிமிடங்கள் பயணித்து, இளையநிலவின் அலுவலகம் முன்பு நின்றது.

முன்பெல்லாம் எந்த நேரமும் கட்சிக்காரரின் அலுவலுகம் போய் பரபரவென ஆள் நடமாட்டம் இருக்கும்.

இப்போது வெறிச்சோடிக் கிடந்தது.

உதவியாளனை பின்பற்றினான் கோபால்.

ஹாலில் உட்கார வைத்தான்.

பதினைந்து நிமிடங்கள் காக்க வைத்தபின், பயங்கர பந்தாவோடு இளையநிலவு வெளிப்பட்டார்.

"வா கோபால்!"

முதல் சந்திப்பு 'வா' என அழைத்தது கோபாலுக்குப் பிடிக்கவில்லை. இளையநிலவு எதிரே உட்கார்ந்தார்.

கண்களில் சிகப்பு... குப்பென வாடை!

கோபாலை ஏற இறங்கப் பார்த்தார்.

"நீ அதே மாதிரி எளிமையாகத்தான் இருக்கியா இன்னும்?"

"வேறெப்படி இருக்கணும்?"

கடகடவென சிரித்தார்.

"பொண்ணு நடிகை ஆயிட்டா! நீ ஜிலுஜிலுன்னு இருக்க வேண்டாமா?"

கோபால் பேசவில்லை!

"புக் பண்ணினப்ப, முன் பணம் ஏதாவது தந்தானா மணி?"

"அவங்கிட்ட நான் கணக்கு பாக்கறதில்லை! நாங்க கடமைப்பட்டிருக்கோம் பாட்டிக்கு!"

"ரெண்டு லட்சம் சம்பளம் பேசப்பட்டிருக்குன்னு கேள்விப்பட்டேன்!"

கோபால் பதில் பேசவில்லை!

"மணி செஞ்ச உருப்படியான ஒரே காரியம். உன் பொண்ணைத் தேர்ந்தெடுத்ததுதான்! பிரமாதமா இருக்கா. ஸ்டில் பார்த்தேன். மணிக்கு சரியா ஸ்க்ரீன் ப்ளே வராது! வித்யாசமா ஷாட் வைக்கத் தெரியாது. ஆச்சு போச்சுன்னா, ட்ராலியைப் போட்டு இழுத்துடுவான். ஸ்டெடி ப்ளாக்ல த்ரிஷாட்ஸ் எல்லாம் செய்யணும்! அனுபவமில்லை!"

"....."

"படம் போகாது! பாட்டியும், உம்பொண்ணும் இருக்கறதாலே அம்பது நாள் போகலாம்!"

கோபால் பற்களைக் கடித்துக் கொண்டான்.

"விடு! அவங்க கதை நமக்கேன்? நான் சொந்தமா படம் பண்றது உனக்குத் தெரிஞ்சிருக்கும். நாளைக்கு ஷூட்டிங்! உன் மகள்தான் கதாநாயகி! முழுக்க முழுக்க ஹீரோயின் சப்ஜெக்ட்! அறுபது நாள் தந்துடு! படத்தை முடிச்சிடறேன்!"

"அது எப்படி...!"

"இரு! நான் முடிக்கலை! கொஞ்சம் இரு!"

உள்ளே போனார். திரும்பி வந்த போது கையில் செக் புத்தகம் இருந்தது.

"ஏழு லட்ச ரூபா சம்பளம்! எந்தப் புதுமுக நடிகையும், பாட்டி உட்பட வாங்காத சம்பளம். ஒரே செக்ல முழுச் சம்பளத்தையும் இப்பவே போட்டுத் தர்றேன். பாஞ்சாலின்னு போட்ரட்டுமா? அக்கவுண்ட் இருக்கா?" பேனா திறந்து விட்டார் இளையநிலவு.

"கொஞ்சம் இருங்க!"

"இப்ப நல்ல நேரம் தான். இன்னிக்கு பஞ்சமி! நல்ல நாள்!"

ஏழு லட்சம் என எண்ணிலும், எழுத்திலும் எழுதியே விட்டார். இன்றைய தேதி போட்டு கையெழுத்தும் போட்டார்.

"நீயே பேரை நிரப்பிக்கிறியா?"

"என்னைப் பேசவிடுங்க! நாளைலேருந்து மணி ஷூட்டிங். அது முடிய ரெண்டு மாசமாகும்!"

"அதை விட அஞ்சு லட்சம் அதிகச் சம்பளம். முழுச் சம்பளமும் இப்பவே உன் கைக்கு வருது. அவனை விட அனுபவமுள்ள பெரிய டைரக்டர். 'எழுச்சி' பத்திரிகை நடுவுல பண்ணின விஷமத்தாலே சின்னதா சலசலப்பு.

எனக்கு இப்பவும் பழைய மார்க்கெட் இருக்கு. நான் தான் சொந்தப்படம் முடியாம, வெளிப்படங்களை ஒப்புக்கலை!"

"இருக்கட்டும்பா! மணி சாரை, பாட்டியை கலந்துக்காம எதையும் நான் ஒப்புக்க முடியாது!"

"காண்ட்ராக்ட் போட்டிருக்கானா மணி?"

"இல்லை!"

"அப்ப உதறு! எதுக்குக் கவலை?"

"இல்லீங்க! நீங்க என்னைக் கூப்பிட்டு அனுப்பினதே தப்பு. அவர் தொடங்கும் போது. குறுக்கே போறது குற்றம்! எதுக்குப் போட்டி? எத்தனையோ நல்ல நடிகைகள், என் பொண்ணை விட்டா ஆளில்லையா உங்களுக்கு?"

இளையநிலவின் முகம் சிவந்தது. நரம்புகள் கலைந்தன.

சட்டென சுதாரித்துக் கொண்டு சிரித்தார்.

"கோபால்! பிழைக்கத் தெரியாதவனா இருக்கியே! எத்தனை நாள் சலூன்ல பிழைப்ப? இப்படி ஒரு ஜாக்பாட் அடிச்சா, செட்டில் ஆயிடலாம் நீ! உசிர் வாழ புத்திசாலித்தனம் வேணும்பா. மசிரை நம்பி எத்தனை காலம் நீடிக்கப்போற?"

"கொஞ்சம் கண்ணியமா பேசுங்க!"

"சரி! தப்பா பேசியிருந்தா மன்னிச்சிடு! இப்ப செக்கை வாங்கிக்கோ. இது க்ளியர் ஆன பின்னால உன் பொண்ணைக் கூட்டிட்டு வா!"

"இல்லீங்க. எனக்கு உங்க பணம் வேண்டாம். அழைப்புக்கு நன்றி. நான் வர்றேன்!"

"கோபால்! தேடி வர்ற லக்ஷமியை உதறினா, அப்புறம் அது வராமலே போயிடும்!"

"பரவால்லீங்க! பணத்தை விட நன்றி உணர்ச்சியை அதிகமா மதிக்கறவன் நான்!"

"அப்படியா? ஆளாக்கி, பேர் வாங்கித் தந்த என்னை உதறிட்டுப் போன மணியும், பாட்டியும் நன்றி உள்ளவங்களா?"

"அதப்பத்தி நான் ஏன் கவலைப்படணும்?"

"நில்லு கோபால்! மீறிட்டுப் போகாதே!"

"நான் உங்களுக்குக் கட்டுப்பட்டவன் இல்லீங்கோ!"

"நில்லுடா!"

கோபால் ஆவேசத்துடன் திரும்பினான்.

"என்னடா பாக்கற? மணிக்கு உம் பொண்ணைக் கட்டிக் குடுத்துட்டு. மரியாதை பத்திப் பேசறியா நீ?"

கோபால் கால்களை பூமியை உதைத்துக் கொண்டான்.

"நான் இன்னும் அதிக சுகம் தருவேன்னு உம் பொண்ணுகிட்ட போய்ச் சொல்லு!"

"என்னடா சொன்ன?"

கோபால் பாய ஒரு மணியை அழுத்தினார் இளையநிலவு. நாலு பேர் பாய்ந்து வந்து கோபாலை பிடித்துக் கொண்டார்கள். "ஏண்டா, என் ஏரியால வந்து என்னையே எதிர்க்கறியா? நீ திரும்பிப் போயிடுவியா இங்கிருந்து?" கோபால் திமிற.

"இப்ப யாருடா உனக்குப் பாதுகாப்பு? மரியாதையா எனக்கு இணங்கி, உம் பொண்ணை அனுப்பு! கூடப் போட்டுத் தர்றேன்!"

"த்தூ!" கோபால் காரித் துப்பினான்.

அந்த எச்சில் இளையநிலவின் மூக்கில் பட்டு மேலுதட்டை தொட, "டேய்! இவன் கையை, காலை கழட்டி, முண்டமாகக் கொண்டு போய்க் கடை வீதியே வீசுங்கடா!"

"சரி முதலாளி!"

இருவர் கெட்டியாகப் பிடித்திருக்க, ஒருவன் வீச்சரிவாளை எடுத்துக் கொண்டு வந்தான்.

"இப்பவே வெட்டட்டுமா முதலாளி?"

"இங்கேயே! நான் பாக்கணும் இவன் துடிக்கறதை!"

"நாளைக்கு போலீஸ் அது இதுன்னு வந்துட்டா?"

"இவன் உயிரோட போனாத்தானே போலீஸ் வரும்? கொன்னு, கூவத்துல போடுங்கடா!"

வீச்சரிவாள்காரன் கோபாலை நெருங்கி விட்டான்.

கோபால் முகத்தில் பீதி!

"இருடா! கோபால்! உனக்கு ஒரு நிமிஷம் தான் அவகாசம்! அதுக்குள்ள நீ, சம்மதிச்சா, உன்னைக் கொல்லாம விடறோம். உயிர் உனக்குப் பெரிசா இல்லையா?"

கோபால் பேசவில்லை!

வினாடி முள் நகர்ந்து கொண்டே இருந்தது.

ஒரு முழுச் சுற்று வந்து விட்டது.

அரிவாள்காரனைப் பார்த்து இளையநிலவு கண்ணசைக்க, அவன் ஆவேசமாக ஓங்கினான் வீச்சரிவாளை!

* * *

அத்தியாயம் 37

பாட்டி மணியுடன் செல்லுலரில் தொடர்பு கொண்டாள்.

"என்ன பாட்டி?"

"கோபாலை, இளையநிலவு வரச் சொல்லியிருக்கான். எங்கிட்ட விபரம் சொன்னான், கோபால். நீ போய்ப் பார்த்துட்டு வான்னு நான் சொன்னேன். இப்பத்தான்!"

"எதுக்கு?"

"நம்ம தேதிகள்ல நடிக்க விடாம அதிகப் பணம் தந்து பாஞ்சாலியை நடிக்க வைக்க முயற்சி பண்ணுவான். அவனோட குணம் தெரிஞ்சதுதானே?"

"சரி! நீ இப்ப எதுக்கு போன் பண்ணினே?"

"காரணம் இருக்கு! கோபால் சம்மதிக்க மாட்டான். இளையநிலவு நம்மைப் பத்தி ஏதாவது தரக்குறைவாப் பேசி கோபாலை உசுப்பி விடுவான். கோபாலுக்கு முன் கோபம் ஜாஸ்தி! சும்மாயிருக்க மாட்டான். கோபாலுக்கு எந்த ஆபத்தும் வரக்கூடாது!"

"நான் என்ன செய்யணும்?"

"ஏதாவது ரசாபாசம் நடக்கறதுக்கு முன்னால, உதவிக்கு ஆளை அனுப்பு!"

"சரி பாட்டி!"

மணி யோசிக்கத் தொடங்கினான்.

'விழித்தெழு' பத்திரிகைக்கு உடனடியாக போன் போட்டான்.

"ஜீவன் இருக்காரா?"

"இல்லை! வெளியூர் போயிருக்கார்!"

"அரவிந்தன்!"

"லைன்ல இருங்க சார்!"

சற்று நேரத்தில் தலைமை நிருபர் அரவிந்தன் ரிசீவரை எடுத்தான்.

"மணி பேசறேன்!"

"சொல்லுங்க சார்!"

"டைரக்டர் இளையநிலவு வீட்ல நடிகை பாஞ்சாலியோட அப்பா இப்ப இருக்கார். அழைக்கப்பட்டிருக்கார். அவருக்குப் பாதுகாப்பு வேணும். ஏதாவது செய்யுங்க அரவிந்தன்!"

"என்ன பிரச்சினை சார்!"

"சரியாச் சொல்ல முடியலை! ஆனா ஆபத்து இருக்கு!"

"நான் பாத்துக்கறேன் சார்!"

அரவிந்தன் தன் பத்திரிகையிலிருந்து சில ஆட்களை சேகரித்துக் கொண்டு காமிரா, டேப் சகிதம் புறப்பட்டான்.

அதே நேரம் இளையநிலவின் அலுவலகத்தில் வீச்சரிவாள், கோபாலுக்கு எதிரே ஓங்கப்பட்டது.

"ஏண்டா நாயே! சமுதாயத்துல அடி மட்டத்துல இருக்கற உனக்கு இத்தனை திமிரா? நீ உயிரோட இருந்தாத்தானே உன் பொண்ணு நடிக்கறதைப் பாக்க முடியும்? உன்னை இப்பவே இல்லாம செஞ்சிடறோம்!"

"செய்டா! நான் செத்தாலும் தப்பில்லை! நான் வாழறதே என் ஒரே மகளுக்காக. அவ பாட்டியம்மா அரவணைப்புல பத்திரமா இருக்கா. இப்ப சாக நான் தயார் வெட்டுடா!"

வீச்சரிவாள் கோபாலின் தோளில் ஓர் ஆழமான காயத்தை உண்டாக்கி மீண்டது.

ரத்தம் குபுகுபுவென கொட்டத் தொடங்கியது!

கோபால் சளைக்கவில்லை!

"இதப்பாரு இந்த இளையநிலவு யாருன்னு உனக்குப் புரியலை! எதுக்கும் துணிஞ்சவன் நான்!"

"அதான் தெரியுதே! ஒரு வாய்ப்பும் இல்லாம வீட்ல உட்கார்ந்து இருக்கியே! அகந்தையோட உச்சிக்குப் போன யாரும் வெற்றியோட நிம்மதியோட வாழ்ந்ததா சரித்திரம் இல்லை!"

சொல்லி முடிப்பதற்குள் கோபாலுக்கு அங்கங்கே வெட்டுக்கள். கண் செருகி கோபால் சாய,

"இந்த நாயைக் கொண்டு போய் தெருவுல வீசுங்கடா. இது மணிக்கு நான் தர்ற எச்சரிக்கை!"

எடிட்டர் அங்கு தான் இருந்தான்.

அடியாட்கள் கோபாலை அள்ளிக் கொண்டு வேகமாக நடந்தார்கள்.

"சார்!"

"என்ன எடிட்டர்?"

"கோபாலை இந்த அளவுக்கு ஆட்களை வச்சு நீங்க காயப்படுத்தி இருக்கணுமா?"

"தப்புதான்! ஒரே போடா போட்டு சாகடிச்சிருக்கணும்!"

"அய்யோ! இது பிரச்சினையாகும் சார்!"

"எப்படீடா?"

"பாட்டி! இதை சும்மா விடமாட்டா!"

"கிளிச்சா கௌவி! நான் பாத்துக்கறேன். இந்த நம்பருக்கு போன் போடு உடனடியா?"

கோபாலை மூட்டை போல சுருட்டிக் கட்டி எங்கோ வீசி விட்டு அடியாட்கள் விலக,

சற்று நேரத்தில் அரவிந்தனும், ஆட்களும் இளையநிலவின் இருப்பிடம் வர, அந்த இடம் அமைதியாக இருந்தது.

அரவிந்தனுக்குக் குழப்பம்!

கீழ் கட்டிடத்தில் ஒரு டெய்லர் உண்டு. இளையநிலவின் அந்தரங்க நடவடிக்கைகளை உடனுக்குடன் தெரிவிக்க, 'விழித்தெழு' பத்திரிகையின் சார்பாக அவனை நியமித்திருந்தார்கள்.

அவன் கோபால் வெட்டு பட்டு, தூக்கிச் செல்லப் பட்டதை ஒரு பீதியுடன் பார்த்திருந்தான்.

அரவிந்தன் வந்ததும் அதைச் சொல்ல,

தன் ஆட்களை பரபரப்புடன் அரவிந்தன் சந்தேகப்படும் இடங்களுக்கு உடனடியாக அனுப்பினான்.

மேற்கு சைதாப்பேட்டையில் ஒரு பாலத்தின் அடியில் கோபாலைப் போட்டிருந்தார்கள்.

பத்தாவது நிமிடம் கோபால் ஆஸ்பத்திரிக்கு எடுத்துச் செல்லப்பட, அரவிந்தன் செல்லுலரில் மணியைத் தொடர்பு கொண்டான்.

"சார்! நீங்க கவலைப்பட்டது நியாயமாப் போச்சு! இளையநிலவோட ஆட்கள் கோபாலை கண்டபடி வெட்டியிருக்காங்க. கோபால் இப்ப நர்ஸிங் ஹோம்ல!"

மணி காரை எடுத்துக் கொண்டு அவசரமாகப் புறப்பட்டான். செல்லுலரில் பாட்டியைத் தொடர்பு கொண்டான்.

"பாட்டி! கோபால் ஆஸ்பத்திரியில் அனுமதிக்கப்பட்டிருக்கார். பாஞ்சாலி டென்ஷன் ஆகவேண்டாம். அவளையும் கூட்டிட்டு நீ வா பாட்டி!"

ரிசீவரை வைத்து விட்டு, மணி விரைய,

ஆஸ்பத்திரி வாசலில் அரவிந்தன்.

"என்ன அரவிந்த்?"

"எமர்ஜன்ஸில வச்சிருக்காங்க சார். சரமாரியான வெட்டு! ஏகப்பட்ட இரத்த சேதம். டாக்டர் இதுவரைக்கும் எதுவும் சொல்லலை!" மணி பதட்டத்துடன் எமர்ஜன்ஸி அறை வாசலில் நின்றான். பாட்டி பாஞ்சாலியுடன் வந்து விட்டாள்.

"என்னடா மணி?"

மணி விவரம் சொன்னான்.

பாஞ்சாலி ஓ...வென அழத் தொடங்கினாள்.

"இருடி பொண்ணே! அழாதே! உங்கப்பாவுக்கு ஒண்ணும் ஆகாது. பகவான் இருக்கார்"

ஆறுதல் சொன்னாலும் பாட்டிக்கு உள்ர உதறல் எடுக்கத் தான் செய்தது.

"போகட்டுமான்னு கோபால் சம்மதம் கேட்டப்ப, நீ அவரை அனுப்பியிருக்கக் கூடாது பாட்டி!"

"இல்லைடா மணி! போகாதேன்னு சொல்லத்தான் நானும் நெனச்சேன். கூப்பிட்டும் போகலைன்னா, இளையநிலவு தன் ஆட்களை வச்சு கோபாலுக்கு தொந்தரவு தருவான். சரி! போய்த்தான் பாக்கட்டுமேன்னு நெனச்சேன். அனுப்பின பின்னால மனசுக்குள்ள ஒரு குறுகுறுப்பு. அதான் உனக்குத் தகவல் சொன்னேன்!"

டாக்டர் வெளியே வந்தார்.

"என்ன டாக்டர்?"

"ஏகப்பட்ட இரத்த சேதம், நினைவு இன்னும் திரும்பலை! நிலைமை மோசமாத்தான் இருக்கு!"

"இரத்தம் தரப்படுதா டாக்டர்?"

"ம்! சொல்லி விட்டிருக்கேன்! பாஸிட்டிவ் ஏஓன் க்ரூப்!"

"எங்க இரத்தங்களை பரிசோதனை பண்ணிப் பாருங்க டாக்டர். உபயோகப்பட்டா நல்லது தானே!"

"சரி வாங்க!"

"என்னுதையும் எடுங்க!" பாட்டி வந்தாள்.

"பாட்டி நீ வேண்டாம். உனக்கு வயசாச்சு!"

"ஏன் டாக்டர்? வயசான இரத்தம் உதவாதா?"

"அப்படியெல்லாம் இல்லை பாட்டீம்மா! ரத்தம் எதுவா இருந்தா என்ன?"

பாஞ்சாலி உட்பட சகல ரத்தமும் பரிசோதிக்கப்பட,

பாட்டிக்கு மட்டும் தான் க்ரூப்.

"நானே தர்றேன். வேண்டியதை எடுத்துக்குங்க! கோபால் என் பிள்ளை மாதிரி! அவன் பிழைக்கணும். என்னை மாதிரி கிழம் கட்டைகள் வாழ அவன் சாகக் கூடாது!"

பாட்டி மறுபடியும் பரிசோதனைக்கு அழைத்துச் செல்லப்பட்டாள்.

சற்று நேரத்தில் கோபால் இருந்த எமர்ஜன்சி வார்டில் இன்னோர் இடம் பாட்டிக்காக ஒதுக்கப்பட்டது.

பாட்டியின் கையில் ஊசி செருகப்பட்டு இரத்தம் எடுக்க ஆரம்பித்தார்கள்.

பாஞ்சாலி வெளியே அழுது கொண்டே இருந்தாள்.

மணி ஓர் ஓரமாக அவளை அழைத்து வந்தான்.

"அழாதே பாஞ்சாலி! உங்கப்பா நிச்சயமா பிழைச்சுப்பார்!"

"நான் சினிமால நடிக்க வந்தே இருக்கக் கூடாது! அதனால தான் இத்தனை பிரச்சினை!"

"இதுக்கெல்லாம் பயப்படலாமா! சொல்லு! நானும் பாட்டியும் தினசரி நெருப்பு ஆத்துல நீந்திக்கிட்டு இருக்கோம். விடியல் எங்களுக்கு சாசுவாதம் இல்லை பாஞ்சாலி!

மனுஷ வாழ்க்கைலே இதெல்லாம் சகஜம் தான். உனக்கு நானில்லையா?''

பாஞ்சாலி நிமிர்ந்து அவனைப் பார்த்தாள்.

''ஆசாரத்தோட உச்சில உள்ள பாட்டிக்கு இன்னிக்கு மடிச் சமையல் செஞ்சு போட்டு பாட்டியோட வலது கையா நீ மாறினது எப்படி? உங்கப்பா ஒரு முடி திருத்தும் தொழிலாளி! அவருக்கு மொட்டைப் பாட்டி இரத்தம் குடுக்கறா! ஏன்?''

பாஞ்சாலி உணர்ச்சிவசப்பட்டு அவனைப் பார்த்தாள்.

''அன்பு! மனுஷ சிநேகம்! அது ரெண்டும் இருந்துட்டா, ஜாதி மதம் சண்டை துவேஷம் எதுவுமே இல்லை! குறுகின மனசு படைச்ச சிலர் இதையெல்லாம் எதிர்க்கலாம். எதிர்த்துட்டுப் போகட்டும். சமூகம் மெதுவா மாறத் தொடங்கியாச்சு. ஏன் பெரிய கோயில் யாக சாலைல நெருப்பு பத்தி எரிஞ்சுது. ஜாதி நெருப்பு தென் மாவட்டங்கள்ல பத்தி எரியறதை கடவுளால கூட சகிச்சுக்க முடியலை! பகவான் தன் அதிருப்தியை வெளியிட்டதுதான் இந்த தீ மூண்ட சம்பவம்! ஜாதி பிரச்சினைகள்ல ஒரு சில பெரிய மனுஷாளும், அரசியல் வாதிகளும், கட்சித் தலைவர்கள் சில பேரும் குளிர் காயட்டும். நமக்கு இனி அதெல்லாம் வேண்டாம்.''

பாஞ்சாலியின் அழுகை நின்றது.

''வாழ்க்கையே போராட்டம் தான். எது வந்தாலும் எதிர்கொள்ள தைரியம் வேணும்!''

டாக்டர் வெளிப்பட்டார்.

''அவர் பிழைச்சிட்டார்!''

தெய்வத்தை நோக்கிக் கையெடுத்துக் கும்பிட்டான் மணி!

***

அத்தியாயம் 38

மறுநாள் காலைப் பத்திரிகையில் கோபால் ஏகப்பட்ட கட்டுகளோடு படுக்கையில் இருக்கும் படம்!

'கொலை முயற்சி!'

'இயக்குநர் மணியின் படத்தில் கதாநாயகியாக நடிக்கும் பாஞ்சாலியின் தந்தை கோபாலைக் கொல்ல தீவிர முயற்சி!'

அரிவாளால் எட்டு இடங்களில் வெட்டு!

இரத்தம் கொட்டியது!

அப்படியும் கோபால் உயிர் தப்பினார்.

'பாட்டி இரத்தம் கொடுத்தார்!'

'இந்த சம்பவம் நேற்று இயக்குநர் இளையநிலவின் அலுவலகத்தில் நடந்தது!'

'மணி மேல் உள்ள விரோதம் கோபால் வழியாக வெளிப்படுவதாக நம்பத் தகுந்த வட்டாரம் தெரிவிக்கிறது!'

இயக்குநர் மணி போலீஸில் புகார்!

விரைவில் இளையநிலவு விசாரிக்கப்படுவார் எனத் தெரிகிறது.

மணி பத்திரிகையை மூடி வைத்து விட்டு பாட்டியைப் பார்த்தான்.

"நான் போலீஸ்ல புகார் தந்தாச்சு பாட்டி!"

“இளையநிலவு முன்ஜாமீன் எடுத்திருப்பான்!”

“அவன் எந்த ஜாமீன் வேணும்னாலும் எடுக்கட்டும். அவனை நான் விடமாட்டேன்!”

“இரு மணி! பகையை வளர்த்துண்டே போகாதே! கோபால் பிழைச்சாச்சே! நமக்கு அது போதும்! பத்திரிகைல சேதி வந்து இளையநிலவு நாறியாச்சு!”

“மறுப்பு விடுவான் ராஸ்கல்!”

“என்ன வேணும்னாலும் விடட்டும்! மக்கள் அவனைத் தூக்கி எறிஞ்சாச்சு! இந்த சம்பவம் காரணமா வெறுப்பு கூடத்தான் செய்யும்!”

வாசலில் கோஷம் கேட்டது...

“என்ன சத்தம் பாரு மணி?”

மணி எழுந்து வர, வாசலில் ஒரு பெரிய கூட்டம் நின்றது. ஒருவர் உள்ளே வந்தார்.

“யார் நீங்க?”

“முடி திருத்தும் தொழிலாளர் சங்கத் தலைவர்! எங்க தொழிலாளியை மரணம் வரைக்கும் கொண்டு போன அந்த இளையநிலவை நாங்க சும்மா விட மாட்டோம். அவன் மேல் சட்டம் நடவடிக்கை எடுக்கலன்னா, நாங்க போராட்டம் நடத்துவோம்!”

பாட்டி எழுந்து வந்தாள்.

சங்கத் தலைவர் கும்பிட்டார்.

“பாட்டீம்மா! எங்க கோபால் பிழைச்சதே உங்களாலன்னு கேள்விப்பட்டோம்!”

“தப்பு! கடவுள் காப்பாத்தியிருக்கார்!”

“நீங்க தான் கடவுள்!”

“வேண்டாமே! உணர்ச்சிவசப்பட்டு என்னை உசத்தாதீங்கோ! என்ன செய்யப் போறேள்?”

"மனு எடுத்துக்கிட்டு கோர்ட்டுக்கு போகப் போறோம்!"

"போய்?"

"கோபால் வெட்டுப்பட்டு, அதுக்குக் காரணம் இன்னார்னு பத்திரிகைல அப்பட்டமா வந்தாச்சு. அந்த ஆளை இன்னமும் கைது செய்யலை! ஏன்? இதை நாங்க விட மாட்டோம்!"

"கோபால் அங்கே போனதுக்கு யார் சாட்சி?"

"நீங்க சாட்சி பாட்டீம்மா!"

"நான் இளையநிலவுக்கு எதிரி! பொய் சொல்றேன்னு அவனோட வக்கீல் வாதாடுவார். அந்த இடத்துல யார் சாட்சி?"

சங்கத் தலைவர் தடுமாறினார்.

"இதப்பாருங்கோ! அவசரம் வேண்டாம். கோபால் போறேன்னு சொன்னதும், நான் அனுமதிச்சிருக்கக் கூடாது! கோபால் வெட்டுப்பட்டதுக்கு இளையநிலவு தான் காரணம்னு சொல்ல சரியான சாட்சி நமக்கு வேணும்!"

"எங்கள்ல ஒருத்தர் இந்த நிலைக்கு வந்ததைப் பார்த்துட்டும் நாங்க சும்மா இருக்க முடியுமா?"

"ஒரு நிமிஷம்! நான் கொஞ்சம் பேசணும்!"

"என்ன பாட்டீம்மா?"

"கோபால் இத்தனை நாள் பெரிய ஸ்டார் சலூனா வச்சிருந்தான்?"

"இல்லை!"

"வருமானம் கொட்டிச்சா?"

"நிச்சயமா இல்லை! பல நாள் பொழப்பு சரியா இல்லாம பட்டினி கூடக் கிடந்திருக்கான்!"

"ஏன்? அவன் உங்கள்ல ஒருத்தனாச்சே! அவனைத் தூக்கி விட உங்க யாராலயும் முடியலியா?"

"அது வந்து...!"

"நீங்க தலைவர் இல்லையா சங்கத்துக்கு!"

"ஆமாம்!"

"உங்க சலூன் எங்கே?"

"டவுன்ல பெரிய சலூன் நம்முது! ஏஸி கூட பண்ணியிருக்கேன்!"

"கோபாலுக்கும் பெரிசா ஒண்ணு வச்சுத் தரப்படாதா?"

"அது எப்படி பாட்டீம்மா முடியும்?"

"கோபப்படாதீங்கோ! கோபால் கஷ்டப்பட்டப்ப அவனைக் கைதூக்கி விட உங்களால முடியலை! அவன் அடிபட்டப்ப மனுவோட ஊர்வலமா வந்து நிக்கறேள். ஏன்?"

"அவன் எங்க இனம்!"

"இல்லை! இதனால உங்களுக்கு விளம்பரம் கிடைக்கறது! இந்தச் சேதியும் பத்திரிகைல வரும்! நீங்க ஒரு தனி இனம்னு உங்களை நீங்களே ஏன் பிரிச்சுக்கறேள்? இது தான் ஆரம்பம். இங்க தான் தொடங்கறது சாதி மதக் கலவரம்!"

"எங்களைக் குறை சொல்றீங்களா பாட்டீம்மா?"

"இல்லை! உங்களை மட்டும் சொல்லலை! எங்கள்லேயும் இந்த சங்கம்... பிரிவினையெல்லாம் உண்டு. உங்க இனத்தைச் சேர்ந்த பாஞ்சாலி கோபாலோட பொண்ணு. எனக்கு மடிச் சமையல் பண்ணிப் போட்டது கூட பத்திரிகைல வந்திருக்கு. எங்க மனுஷா சில பேர் முகம் சுளிச்சதா தகவல்! கோபால் ஆஸ்பத்திரில கிடந்தப்ப நீங்க எத்தனை பேர் வந்து இரத்தம் குடுத்தேள்?"

பேச்சு மூச்சில்லை!

"கலைஞ்சு போங்கோ. கோபால் பிழைச்சாச்சு! தனி மனுஷப் பகையை வேற விதமாப் பெரிசாக்கி அசிங்கப் படுத்த வேண்டாம். தோற்றுப் போன அரசியல் கட்சிகள் பொழுது போகாது அலையிறது. உங்களை கெட்டியாப் பிடிச்சிண்டு போராட்டம் தொடங்குவா. பத்திரிகைகள் வரிஞ்சு

கட்டிண்டு எழுதும். அவாளுக்கு விளம்பரம், இவாளுக்கு விற்பனை! பந்த்! கடையடைப்பு... போக்குவரத்து ஸ்தம்பிக்கும். அனுபவிக்கிறது யாரு? அப்பாவி ஜனங்கள்!''

சங்கத் தலைவர் மௌனமாக நின்றார்.

''போய்த் தொழில் கவனிங்கோ! இளையநிலவை என்ன செய்யணும்னு எங்களுக்குத் தெரியும்!''

அவர்கள் கலைந்து போனார்கள்.

கோபால் நர்ஸ்களின் பராமரிப்பில் ஆஸ்பத்திரியில் தான் இருந்தான்.

'விழித்தெழு' ஜீவன் உள்ளே நுழைந்தான்.

''நமஸ்காரம் பாட்டீம்மா!''

''நீங்க ஊர்ல இல்லாத நேரம் ஏகப்பட்ட சிக்கல்கள்!''

''அரவிந்தன் சொன்னான்!''

''இளையநிலவை உள்ளே தள்ள முடியுமா ஜீவன்?'' மணி கேட்டான்.

''இளையநிலவு முன் ஜாமீன் எடுத்தாச்சு. சம்பவம் நடந்த சமயம் தான் வேற இடத்துல இருந்ததா அலிபை க்ரியேட் பண்ற வேலைகள் இப்ப நடக்குது!''

''அப்படீன்னா அராஜகம் பண்ற அவனை ஒண்ணுமே செய்ய முடியாதா?''

''அவன் ஆபீசுக்குக் கீழே உள்ள டெய்லரை நம்ம பத்திரிக்கை ஆபீசுக்குக் கொண்டு வந்துட்டான். அரவிந்தன். தற்சமயம் ஒரே சாட்சி அவன்தான். அதுவும் எந்த அளவுக்குக் கோர்ட்ல நிக்கும்னு தெரியலை!''

''ஜீவன்! இப்படி வாங்கோ!''

''என்ன பாட்டி?''

''விட்ருங்கோ! விவரங்கள் பத்திரிகைல வந்து மக்கள் பேசத் தொடங்கியாச்சு! முதல்ல அந்த டெய்லரை அங்கிருந்து காலி

பண்ண வைங்கோ! இல்லைன்னா, அவனைக் சொல்லுவா! விஷயத்தை பெரிசாக்க வேண்டாம்!"

"சரி பாட்டி!"

"மணி ஷூட்டிங் தொடங்க முடியாம ஏதொ ஒரு பிரச்சினைல தள்ளிப் போறது. முதல் படம் வேற!"

"நல்லது பாட்டி! விளம்பரம் அதிகமாகுதே! கோபால் அடிபட்டதால பாஞ்சாலியோட பாபுலாரிட்டி கூடுது! கோபால் தெளிஞ்சதும், நடந்ததை அப்படியே கேட்டு ஒரு பேட்டியை போடத்தான் போறேன்! இளையநிலவு கைது செய்யப்பட ஆதாரமில்லைதான். ஆனா நமக்கு தொடர்ந்து விளம்பரம் தந்து புகழை அதிகப்படுத்தறது அவன்தான்!"

"நன்றி சொல்லிவிட்டு, அவனை விட்ருங்கோ!"

ஜீவன் சிரித்தான்.

பாஞ்சாலி காபியுடன் வெளியே வந்தாள்.

"பிரபலமாகப் போற நடிகை கையால் காபி குடிக்கற பாக்கியம் எனக்கு!"

பாஞ்சாலி கூச்சத்துடன் சிரித்தாள்.

"ஒரு போட்டோ எடுப்பா, நாளைக்கு உதவும்!"

"போதுமே! பத்திரிக்கைகாரன் புத்தி!" பாட்டி செல்லமாகக் கண்டித்தாள்.

"ஆங்... பாட்டி! சொல்ல மறந்துட்டேன்! 'காதல் பாட்டி' படத்தை இந்தியில எடுக்க ஒரு பெரிய தயாரிப்பாளர் தயாரா இருக்கார். மணிதான் டைரக்ட் பண்ண வேண்டியிருக்கும்!"

"இளையநிலவு சும்மா இருப்பானா? அவன் படமாச்சே?"

"பணம் போட்டு எடுக்கற தயாரிப்பாளர் விருப்பத்தை இளையநிலவு எதிர்க்க முடியுமா? பாட்டி இந்திலே கூடிய சீக்கிரம் புகழ் பெறப் போறீங்க! வாழ்த்துக்கள்!"

“நான் நடிக்கணுமான்னு யோசிக்கிறேன்!”

மணி பதறி விட்டான்.

“பாட்டி! என்ன இது?”

“கவலைபடாதேடா! உன் முதல் படத்துல நடிப்பேன்!”

“இந்தில நான் டைரக்டர் ஆனா, நடிக்காம எப்படி பாட்டி? அதுவும் ‘காதல் பாட்டி’ படமே உனக்காகத் தானே தமிழில் ஓடறது?”

“அதில்லைப்பா! நான் நடிக்க ஆசைப்பட்டு வரலை. இது ஒரு விபத்து! கால்தடுக்கி சொர்க்கத்துல விழுந்த மாதிரி! நீ...? உன் கால்ல நிக்கணும்னுதான் நான் நடிக்க வந்தேன். சரி இந்தில ‘காதல் பாட்டி’ எடுத்தா நடிக்கறேன். அப்புறம் வேணுமா, வேண்டாமான்னு யோசிக்கலாம்!”

ஜீவன் எழுந்தான்.

“எப்ப மணி உன் படப்பிடிப்பு?”

“கோபால் வீட்டுக்கு வந்ததும், பலத்த பாதுகாப்போட உதவிக்கு ஆள் போட்டுட்டு, புறப்பட வேண்டியதுதான்!”

“சரி! எனக்குத் தகவல் தா!”

ஜீவன் புறப்பட்டுப் போனான்.

அந்த வாரக் கடைசியில் கோபாலின் பேட்டி படுக்கையில் இருந்தபடியே எடுக்கப்பட்டு, கலர் படங்களுடன் வெளியானது.

அது பெரும் பரபரப்பை மக்கள் மத்தியில் உண்டாக்கக் காரணமாக அமைந்தது.

* * *

அத்தியாயம் 39

இயக்குநர் இளையநிலவு கொதி நிலையில் இருந்தார்.

கோபாலின் பேட்டி அப்பட்டமாக 'விழித்தெழு' பத்திரிகையில் வெளியாகி இருந்தது.

அட்டையில் கட்டுக்களோடு கோபால் படுத்திருக்கும் படத்தைப் போட்டு 'கவர் ஸ்டோரி' செய்யப்பட்டிருந்தது.

நடந்த சம்பவத்தை கோபால் புட்டு புட்டு வைத்திருந்தான்.

ஆறு பக்க கவர் ஸ்டோரி!

'என் அன்னைக்கும் மேலான பாட்டியை இளையநிலவு இழிவுபடுத்திப் பேசி விட்டான். அதனால் தான் அவன் முகத்தில் நான் காறி உமிழ்ந்தேன்.'

'பாட்டி பிராமண இனத்துக்கு மட்டுமே சொந்தமல்ல!'

'இந்தத் தமிழகத்துக்கே தாய்!'

'அவரால் தான் இன்று நான் உயிர் வாழ்கிறேன். மரணத்தின் விளிம்பில் இருந்த என்னை, அந்த மாதாவின் இரத்தம் தான் பிழைக்க வைத்தது! இன்று இளையநிலவு ஆயிரம் பொய் சொல்லி, சட்டத்தின் பிடியில் இருந்து தப்பலாம். ஆனால் தெய்வம் அவனை மன்னிக்காது! மக்கள் ஏற்கனவே தீர்ப்பை எழுதி விட்டார்கள். அது தொடரும்!'

இளையநிலவு அந்தப் பத்திரிகையை தாறுமாறாகக் கிழித்தான்.

மடமடவென ஜானி வாக்கரை சரித்துக் கொண்டான்.

இளையநிலவு தன் அலுவலகத்தில் இருக்கவில்லை! படப்பைக்குப் பக்கத்தில் ஒரு வீடு இருந்தது. பெண் சுகம், இன்ன பிற தப்பு காரியங்களுக்கு பயன்படும் வீடு!

எடிட்டர் உள்ளே நுழைந்தார்.

"சார்! நம்ம ஆபீசை கல் வீசி பொது மக்கள்ல சில பேர் நேத்து ராத்திரி உடைச்சிட்டாங்களாம்!"

இளையநிலவு பேசவில்லை!

"சட்டத்துலேருந்து நீங்க தப்பியிருக்கலாம். ஆனா வெளில வர முடியாது போலிருக்கு!"

".....!"

"நீங்க கோபாலை வெட்டச் சொன்னது தப்புங்க!"

"வாயை மூட்ரா!"

"நான் மூடலாம்! ஆனா வெளிய எத்தனை வாய்களை மூடுவீங்க? புதுப்படம் நீங்க தொடங்க முடியாது!"

"ஏன்?"

"உங்க படத்துக்கு தேதி தர எந்த ஆர்ட்டிஸ்டும் தயாரா இல்லை!"

"பணத்தை விட்டெறிஞ்சா?"

"நீங்க நினைக்கிற மாதிரி கலைஞர்கள் அத்தனை மலிவாகலை! பணத்துக்கு மயங்கவும் தயாரா இல்லை!"

"புதுமுகங்களை வச்சு எடுப்பேன்!"

"சரி எடுங்க! யூனிட்?"

"நம்ம யூனிட் இருக்கே!"

"நமக்கு ஏது யூனிட்? ஒருத்தர் கூட உங்களுக்கு உதவி இயக்குநரா வேலை பார்க்கத் தயாரா இல்லை!"

"வேண்டாம்டா! நான் ஒருத்தனே ஷூட்டிங் ஸ்கிரிப்ட் எழுதி, மொத்த வேலைகளையும் செய்வேன்!"

"காமிரா பண்ண யாரும் தயாரா இல்லை! அதையும் நீங்களே பண்ணுவீங்களா?"

"இதப்பாரு! நீ எனக்கு எதிரியா? நண்பனா?"

"எப்படி இருக்கணும்னு யோசனை பண்றேன். உங்க ஆள்னு சொன்னா, உடம்புல எலும்புகளே மிஞ்சாது போலிருக்கு!"

கோப்பையைத் தூக்கி எறிந்தான் இளையநிலவு.

அது சுவரில் மோதி சுக்கல் சுக்கலாகச் சிதறியது.

"நீங்க ஆத்திரப்பட்டு லாபமில்லை! இனியாவது கொஞ்சம் நிதானமா யோசனை பண்ணுங்க!"

"எனக்கே உபதேசமாடா? ...த்தா! எதிர்ல நிக்காதேடா!?"

"நீயும் மணி பக்கம் போக போறியாடா? அவனோட... யை எல்லாமாச் சேர்ந்து...ங்கடா!"

"சார் நிறுத்துங்க! அளவுக்கு மீறிப் போறீங்க! நல்லதை எடுத்து சொன்னா, இப்படியா ஆபாசமா பேசறது?"

"எனக்குப் பேசக் கத்துத்தர்றியாடா ...ம்மாள!"

வாசலில் கார் வந்து நின்றது.

அட்வகேட் இறங்கி வந்தார்.

"பாருடா! என் வக்கீல்! முன் ஜாமீன் எடுத்தாச்சு! அந்த மணியால எதுவும் செய்ய முடியாது!"

வக்கீல் நிதானமாக ஒரு முறை பார்த்துவிட்டு உட்கார்ந்தார்.

"போடா நாயே! இப்பவே ஓடிப் போயிடு!"

"நீங்க வெளில இருங்க கொஞ்சம்!"

வக்கீல் சொல்ல, வெறுப்புடன் வெளியே வந்தான் எடிட்டர்.

"சொல்லுங்க லாயர் சார்!"

"நீங்க நிதானத்துல தானே இருக்கீங்க? நான் பேசினா மனசுல பதியுமா?"

“எத்தனை குடிச்சாலும் கண்ட்ரோல் போகாது எனக்கு! சொல்லுங்க!”

“உங்க ஆபீஸ் நேத்திக்கு பொது மக்கள் சிலரால உடைக்கப்பட்டிருக்கு. அதுக்குக் கீழே இருந்த டெய்லர் இப்ப ஜீவனோட பராமரிப்புல!”

“அவன் கிடக்கான், குப்பை!”

“இருங்க நிலவு! என்னைப் பேச விடுங்க! இன்னிக்கு வெளி வந்திருக்கற கோபாலோட பேட்டி பெரும் பரபரப்பையும், மக்கள் மத்தியில் ஒரு கொந்தளிப்பையும் உண்டாக்கி இருக்கு!”

“அதனால?”

“சட்டத்துல உள்ள சந்து பொந்துகள் வழியா நீங்க வெளிய வரலாம். அது முடியும். ஆனா வெளியே மக்களை நீங்க சந்திச்சாகணுமே!”

“நான் ஏன் சந்திக்கணும்?”

“என்ன நிலவு இப்படி பேசறீங்க? நீங்க ஒரு சினிமா டைரக்டர். உங்களோட வாழ்வுக்கும், தாழ்வுக்கும் மக்கள் தானே காரணம்! மறந்து போச்சா?”

“அடப் போங்க சார்!”

“நோ! இத்தனை சரிவுகளை குறுகின காலத்துல நீங்க சந்திச்சும், மனசு மாறாம இருக்கறது துரதிஷ்டம்! காரணம் மக்களோட வெறுப்புக்கு ஆளானதுதான்!”

“காரணம், அந்தக் கிழட்டு முண்டை!”

“ஷ்! கண்ணியமா பேசுங்க! இப்பவும் பாட்டியை நீங்க தரக்குறைவாப் பேசப் போகத்தான் இந்த கோபால் சம்பவம்!”

“அந்த கிழவியை நான் கொல்லணும்!”

“சரியாப் போச்சு! அந்தம்மா நாளைக்குக் கட்சி தொடங்கினா, ஆட்சியைப் புடிக்கலாம்! அந்த அளவுக்கு தமிழகத்துல ஆதரவு பெருகிட்டு வருது!”

"ஆட்சியைப் புடிப்பா! புடிக்க மாட்டாளா பின்ன? அதுவரைக்கும் அவ உயிரோட இருந்தாத்தானே?"

அட்வகேட் எழுந்தார்.

"நீங்க ஓய்வெடுங்க! நான் புறப்படறேன்."

"என் மேல உங்களுக்கு வருத்தமா?"

"இல்லை! ஆனா உங்களை நீங்க மாத்திக்க வேண்டிய கட்டாயம் வந்தாச்சு! அப்புறம் உங்க இஷ்டம்!"

அட்வகேட் வெளியே வந்தார்.

எடிட்டர் ஓடி வந்தான்.

"என்ன சார்?"

"நீங்க இந்தாள்கிட்டத்தான் இருக்கப் போறீங்களா?"

"ஏன்?"

"நல்லபடியா வாழ ஆசையில்லையா?"

"லாயர்...!"

"போங்க சார்! இவனை விட்டுட்டு வெளில போனவங்க அத்தனை பேரும் ஜொலிக்கறாங்க! நீங்களும் பொழைக்க வேண்டாமா?"

"அது சரி! என்னைச் சொல்றீங்க! நீங்க மட்டும் இவருக்கு ஆதரவா...!"

அட்வகேட் சிரித்தார்.

"ஏன் சிரிக்கறீங்க?"

"கறுப்பு கவுன் போட்டவங்களைப் பத்தி உங்களுக்குத் தெரியலை! அரசியல்வாதிகளை விட நாங்க மோசம்! கறக்கறதுல எங்களை மிஞ்ச யாராலும் முடியாது! வரட்டுமா?"

எடிட்டர் அவரை அதிர்ச்சியுடன் பார்த்தபடி நின்றான்.

உள்ளே வந்தான்.

இளையநிலவு எல்லை மீறிக் குடித்ததால், தாறுமாறாக விழுந்து கிடந்தான்.

'இவன்கிட்ட கொஞ்சம் சில்லறை தேத்தணும். அதுவரைக்கும் விசுவாசமா இருக்கற மாதிரி நடிக்கணும்!'

வெளியே வந்தான்.

'விழித்தெழு' பத்திரிகைக்கு போன் செய்தான்.

"அரவிந்தன் இருக்காரா?"

"பேசறேன்!"

"இளையநிலவோட வலது கை பேசறேன்!"

"ஓ... எடிட்டரா?"

"ஆமாம்! நான் உங்களைச் சந்திக்கணுமே!"

"ஏன்? எதாவது செய்தி இருக்கா?"

"நிறைய இருக்கு!"

"எங்கே வரட்டும் நான்?"

"நீங்க வர வேண்டாம். நான் உங்க ஆபீசுக்கு வர்றேன். அங்கே வந்து விவரமாப் பேசறேன்!"

"வாங்க! நான் காத்துக்கிட்டு இருக்கேன்!"

எடிட்டர் புறப்பட்டான்.

அரை மணி நேரத்தில் அரவிந்தன் எதிரே இருந்தான் எடிட்டர்.

தனி அறை அது.

"சொல்லுங்க!"

"நீங்க இளையநிலவு பற்றி ஏதாவது மேட்டர் தனியாப் பண்ண முடியுமா?"

"மேட்டர்னா?"

"என் பேரு போடாம நான் தர்றேன். அவனோட அந்தரங்க வாழ்க்கையை புட்டுப்புட்டு வைக்கறேன்! இப்ப நடக்கற வரைக்கும் சகலமும் சொல்றேன்!"

"அச்சா! விட்டுட்டு வந்திட்டீங்களா?"

"இல்லை! அங்கதான் இருக்கேன்! அதனால தான் பேரு போட வேண்டாம்னு சொல்றேன்!"

அரவிந்தன் நிமிர்ந்து உட்கார்ந்தான்.

"என் பேரைப் போட்டு நான் எழுதறதா இருந்தா, வெளியில வரணும். என் பாதுகாப்பு பற்றி நான் கவலைப்படலை. ஆனா தொடர்பு துண்டிக்கப்பட்டா, விவரங்கள் தெரியாம போகும்! அங்கேயே இருந்தா நல்லதில்லையா?"

"சரி... எழுதறது நீங்கன்னு தெரியாம போகுமா?"

"அத்தனை மூளை அவனுக்கிருந்தா, எங்கேயோ இருப்பானே! குடிச்சுக் குடிச்சு மூளை உருகிப் போச்சு!"

"உங்களுக்குத் தைரியம் இருந்தா, நாங்க வெளியிடத் தயார்!"

"இது பரிகாரம்! சமூகச் சேவை! அவனைப் பற்றி உலகம் முழுக்கத் தெரியணும். ஒரு மனுஷன் எப்படி வாழக் கூடாதுங்கறதுக்கு இவன் ஒரு பாடம்!"

"சரி! நான் எடிட்டர்கிட்ட, ஒரு வார்த்தை கேட்டுட்டு, நாளைக்கே உங்களை கான்டாக்ட் பண்றேன்! நம்பர் தந்துட்டு போங்க!"

தந்தான்! அவன் வெளியேற, ஜீவனிடம் இந்த விவரத்தை அரவிந்தன் சொன்னான் உடனடியாக!

"செய்யலாமே! அவன்கிட்ட மறுபடியும் பேசிட்டு, உடனடியா விளம்பரம் செய்! போஸ்டர் அடி! லட்சம் போஸ்டர்!"

அரவிந்தன் உற்சாகமாக எழுந்தான்.

அவர்களது அந்த மேட்டர் பல பெரிய பெரிய விபரீதங்களை உண்டாக்கப் போவதை அவர்கள் அறியவில்லை!

***

அத்தியாயம் 40

'பிரபல இயக்குநரின் அந்தரங்கம் அரங்கேறுகிறது!'

'எழுதுபவர் யார்?'

'இந்தத் தொடரின் முடிவில் அறிவிக்கப்படும்!'

'சினிமா உலகின் பல சாபக்கேடுகளை, பலவீனங்களை, எப்படியெல்லாம் வாழக்கூடாது என்பதை அப்பட்டமாக, ஆதாரங்களுடன் விளக்கும் அதிரடி உண்மைத் தொடர்!' "அமாவாசை"

'அடுத்த இதழில் ஆரம்பம்'

எடிட்டர் அதைக் கொண்டு வந்து டைரக்டரிடம் காட்டினார்.

"இதைப் பார்த்தீங்களா?"

"என்ன இதுக்கு?"

"தொடர் யாரைப் பற்றித் தெரியுமா? உங்களைப் பற்றித்தான்!"

இளையநிலவின் முகம் சட்டெனை மாறியது.

"என்ன சொல்ற?"

"எழுதப் போறது யார்னு கடைசி வாரம் தெரியுமாம்!"

"வேற யாருடா எழுதுவாங்க? என்கிட்ட நாலு வருஷமா அசோசியேட்டா இருந்தானே மணி... அந்த நன்றி கெட்ட நாய்தான் எழுதும்! என்னை வெளிச்சம் போட்டே இவன் விளம்பரம் தேடிக்கறான்! எல்லாத்துக்கும் காரணம் அந்த மொட்டச்சி!"

"அப்படியா சொல்றீங்க?"

"அவளை ஒழிக்கணும். நான் நெனச்சா செய்வேண்டா!"

"சார் அவசரப்பட்டு அசட்டுத்தனமா எதுவும் செய்யாதீங்க. கோபாலை வெட்டப்போக, உங்க பேர் இன்னும் அதிகமா நாறிப் போயிருக்கு. எதைச் செஞ்சாலும் திட்டம் போட்டு செய்ங்க!"

"எனக்கு முதல்ல ஒண்ணு தெரிஞ்சாகணும்!"

"என்ன சார்?"

"நீ எனக்கு எதிரியா? நண்பனா?"

"நான் உங்க காலைச் சுத்திட்டு கிடக்கிற நாய்! நன்றியுள்ள பிராணி! என்னை நீங்க நம்பலைன்னா, நான் இப்பவே வெளியே போயிடறேன்!"

இளையநிலவு சட்டெனச் சிரித்தான்.

"ஏண்டா கோபப்படற? உன்னை நான் போகச் சொல்லுவேனா?"

"பின்ன என்ன சார்? விசுவாசமா உள்ள ஒருத்தனை அவமானப்படுத்தலாமா? சொல்லுங்க!"

"உன்னை ஆழம் பார்த்தேன். நீ எனக்கு உதவ முடியுமா?"

"என்ன?"

"நீ போய் மணிகிட்ட சேர்ந்துடு!"

"சார்! என்னை... என்னையா பார்த்து அப்படி சொன்னீங்க? உங்க உப்பைத் தின்னு வளர்ந்த உடம்பு துரோகம் செய்யாது சார்!"

"அட! என்னைப் பேச விடுப்பா!"

"சொல்லுங்க சார்!"

"எப்பவும் நீ என் நண்பன் தான். நாம ஒரு திட்டம் போடப் போறோம். அதோட ஆரம்பக் கட்டம் இது. நீ எங்கிட்ட சண்டை போட்டுட்டு மணிகிட்ட போய்ச் சேரு! பாட்டி கால்ல

முதல்ல விழு! அந்தக் கிழவி மனசு வச்சாத்தான் அங்கே சேர முடியும்?"

"சரி சார்... சேர்ந்து...?"

"கூடிய சீக்கிரம் அவன் அவுட்டோர் போவான்! நீயும் அவனோட போகலாம்!"

"சரி!"

"அவன் பேச்சு, செயல், அசைவுகள் உன் மூலம் எனக்கு வரணும்!"

"முடியுமா சார்?"

"ஏன்? என்ன கஷ்டம்?"

"அவன் என்னை நம்புவானா? நான் உங்க வலது கையின்னு அங்கே தெரியும். உஷாரா இருக்க மாட்டாங்களா?"

"அது உன் சாமர்த்தியம். அவங்களை வசப்படுத்தணும்!"

"பயம்மா இருக்கு சார்!"

"என்னைப் பற்றி அவங்ககிட்ட தாறுமாறாகப் பேசு. வொர்க் அவுட் ஆகும்!"

"....."

"எப்படியும் நீ உடனடியா சேர்ந்துடு! பத்திரிகைல அந்தத் தொடரை எழுதப் போறது யார்னு தெரிஞ்சுக்கோ!"

"அது மணி தான் சார்!"

"அவங்க யூனிட்ல நீ ஊடுருவிக் கலக்கணும்! அப்புறம் தான் நம்ம முக்கியத் திட்டங்கள் ஆரம்பம்!"

"என்ன சார் அது?"

"நீயும், நானும் சேர்ந்து தான் திட்டம் தயாரிக்கப் போறோம். அவனோட முதல் படம் வெளி வரவே கூடாது! அந்தக் கிழவி சாகணும். பாஞ்சாலி என் படுக்கைக்கு வரணும்!"

"பெரிய ஆள் சார் நீங்க!"

"நிஜம் தான். பார்க்கத்தானே போற நீ!"

"இப்ப நான் என்ன சார் செய்யணும்?"

"முடிஞ்சா இன்னிக்கே மணியை, பாட்டியை நீ சந்திக்கணும்! புறப்படு!"

"சார் சந்தேகப்பட்டு என்னை போலீஸ்ல புடிச்சு தந்துட்டா?"

"மாட்டாங்க! நீ என்ன தப்பு செஞ்சே? போ!"

எடிட்டர் வெளியே வந்தான்.

"அடப்பாவி! எப்படிப்பட்ட கிராதகன் நீ! என்னையே உன் உளவாளியா அனுப்பப் போறியா? நான் நிஜமாவே பாட்டி கால்ல போய் விழத்தான் செய்வேன். எதுக்கு? பாவ மன்னிப்பு கேட்க!"

அவன் புறப்பட்ட அதே சமயம்,

மணி வீட்டில், பாட்டி 'விழித்தெழு' பத்திரிகையை புரட்டிக் கொண்டிருந்தாள்.

"மணி! இதைப் பார்த்தியா?"

"புதிய தொடர் அறிவிப்புத் தானே பாட்டி?"

"ஆமாம்!"

"யாரைப்பற்றி?"

"வேற யாரு? இளையநிலவு தான். ஜீவன் வேற யாரை நாறடிப்பான்?"

"எழுதறது யாரு?"

"ஜீவனைக் கேட்டாத் தெரியும். நமக்குச் சொல்லாம இருக்க மாட்டான்!"

வாசலில் கார் வந்து நின்றது.

ஜீவன் இறங்கி வந்தான்.

"நமஸ்தே பாட்டி!"

“ஜீவன்! இதெல்லாம் தேவை தானா?”

“எது பாட்டி?”

“புதிய தொடர்!”

“மக்கள் ஊகிச்சிட்டாங்க பாட்டி! ஏகப்பட்ட ஆர்டர். சர்க்குலேஷன் மேலும் அறுபதாயிரம் பிரதிகள் உயரும்னு தெரியுது!”

“வேண்டாம் ஜீவன்!”

“என்ன வேண்டாம்?”

“திரும்பத் திரும்ப அவனையே இழிவுபடுத்த வேண்டாம். தனி மனித யுத்தம் இந்த அளவுக்கு பெரிசாகணும்னு இல்லை! பத்திரிகை தர்மம் இது இல்லை ஜீவன். ஓர் அரசியல்வாதிக்குள்ள விஷமம் உங்கிட்ட இப்ப வந்திருக்கு!”

“பாட்டி!” மணி குரலெழுப்ப,

“விடு மணி! பாட்டி என்னைத் தானே சொல்றாங்க! அந்த உரிமை பாட்டிக்கு எப்பவும் உண்டு!”

“நான் உன்னைப் பெரிய பத்திரிகை ஆசிரியரா நெனச்சு இதைப் பேசலை ஜீவன். நீயும் என் பேரன் தான். ஆவேசம் கூடாது. ஒரு லெவலுக்கு மேல அது வெறுப்பா திசை மாற வாய்ப்புண்டு!”

“பாட்டி என்னைப் பேச விடுவீங்களா?”

“சொல்லு!”

“கோபாலைக் காயப்படுத்தினது துரோகமில்லையா? பாஞ்சாலியை தன் பக்கம் இழுக்க நினைக்கறது துரோகமில்லையா? அவன் மட்டும் தொடர்ந்து பகை பாராட்டலாமா?”

“அவன் துஷ்டன்! தூர விலகணும் நீ!”

“இல்லை பாட்டி! விலகறது விவேகம்னு இப்ப யாரும் நினைக்கறதில்லை! கோழைத்தனம்னு சொல்றாங்க!”

“தப்பு ஜீவன்! நீ எழுத, அவன் பகை முற்ற இது விபரீதமாகும். லட்சுமிகாந்தன் கொலைவழக்கு பற்றி உன் தாத்தா காலத்து பெரியவங்க சொல்லி நீ கேட்டிருக்கலாம்! பத்திரிகைப் பகைகளுக்கு அது பாடம்!”

“நான் அநாகரிகமா எதுவும் எழுதப் போறதில்லை பாட்டி. அந்தரங்கத்தைக் கூட நாசூக்காத்தான் சொல்லப் போறோம்!”

“சாக்கடைல செண்ட் தெளிச்ச மாதிரி!”

ஜீவன் சிரித்தான்.

“சரி! எழுதறது யாரு?”

“வேண்டாம் பாட்டி!”

“அட, எனக்கும், மணிக்கும் தெரிஞ்சா, வெளிய சொல்லவா போறோம்? எங்களை நீ நம்பலையா?”

“இல்லை பாட்டி!”

“நம்பலையா?”

“ஒரு பத்திரிகைக்காரன் நம்பிக்கை விஷயத்துல க்ரைம் பிரான்ச் போலீஸ் மாதிரி. என்னையே நான் நம்பறதில்லை!”

“நீ புத்திசாலி!”

வாசலிலே ஆட்டோ வந்து நின்றது.

“மணி! யாருன்னு பாரு!”

மணி வாசலுக்கு வந்தான். டைரக்டரின் எடிட்டர் தயக்கத்துடன் படியேறி வருவது தெரிஞ்சது.

“நான் வரலாமா மணி சார்?”

மணி பதில் பேசாமல் நின்றான்.

“வீடு தேடி வந்தவாளை வான்னு கூப்பிடறதுதான் நம்ம பண்பாடு மணி!”

பாட்டியின் குரல்!

"விஷப்பாம்பு வீட்டுக்குள்ள வந்தா, விழாவா எடுக்க முடியும்?"

"நீங்க உள்ள வாங்க!"

அவன் நுழைந்தான். தயக்கம், கண்களில் மிரட்சி எல்லாம் இருந்தது. பாட்டியின் அருகில் வந்தான்.

"பாட்டி!"

"சொல்லுங்கோ!"

தடாலென பாட்டியின் காலில் அவன் விழுந்து விட்டான்.

"என்ன இது!" பாட்டி பதறிப் போனாள்.

அவன் கண்ணீருடன் எழுந்தான்.

"பாட்டி! இங்கே வர எனக்கு பயம்தான்! தகுதியும் இல்லைதான்! இத்தனை நாள் நான் இருந்த இடம் அப்படி. கடைசில அந்த சண்டாளன் எனக்கே சவக்குழி வெட்டறதா தெரிஞ்சுகிட்டேன் பாட்டி!"

"புரியலை!"

"கோபாலை கொலை செய்ய அவன் எடுத்த முயற்சியை நான் கண்டிச்சது முதல், என்னை அவனுக்குப் பிடிக்கலை! அவனோட எதிரிகள் பட்டியல்ல இப்ப நானும் இருக்கேன்! நிச்சயமா அவன் என்னை உயிரோட விட்டு வைக்க மாட்டான். எப்படியோ தப்பி ஓடி வந்து உங்ககிட்ட தஞ்சம் புகுந்திருக்கேன் பாட்டி! என்னை விட்ராதீங்க!"

பாட்டி மணியைப் பார்த்தாள்.

ஏதோபேச பாட்டி வாய் திறக்க,

"இரு பாட்டி! நீ அப்புறம் பேசலாம்!"

மணி அருகில் வந்தான்.

"இதெல்லாம் நீ எழுதின டயலாக்கா? இல்லை, உன் டைரக்டர் எழுதித் தந்தானா?"

"மணி!"

"ஏண்டா... உளவு பாக்க அவனால அனுப்பி வைக்கப்பட்ட நீ, இங்கே வந்து நடிக்கறியா? உன்னை...?"

மணி கால் ஓங்க...

ஜீவன் சட்டென குறுக்கே புகுந்து தடுத்தான்.

"மணி! அவன் நிரபராதி! நம்பு அவனை!"

மணியின் கண்களில் கேள்விக்குறி தொங்கியது.

❃❃❃

அத்தியாயம் 41

ஜீவனைத் தனியாக அழைத்து வந்தான் மணி!

"நீ சொல்றது நிஜமா ஜீவன்?"

"அப்பட்டமான நிஜம். இவன் நிறைய நிலவுகிட்ட அவமானப்பட்டாச்சு! ஒரு நாள் ஆத்திரம் மொத்தமும் சேர்ந்து அவன் இவனைக் கொல்லப் போறான்! இவனுக்கு இப்பத்தான் விழிப்பு வந்திருக்கு!"

"ஜீவன்! உனக்கு இவனைப் பற்றித் தெரியாது. சுத்தமான பச்சோந்தி இவன்! நான் அவர்கிட்ட சேர்ந்தப்பவே இவன் அங்கே உண்டு!"

"இருக்கட்டுமே! அப்ப அவரோட நிலைமை பிரமாதமா இருந்தது. நாம எல்லாருமாச் சேர்ந்து அதல பாதாளத்துக்குக் கொண்டு வந்தாச்சு! இவன் மட்டும் அங்கே இருந்தா சோத்துக்கு... வேண்டியதுதான்! அதான் இந்தப் பக்கம் திரும்பிட்டான்!"

"இவனை நம்மகிட்ட சேர்க்கணும்னு சொல்றியா?"

"உனக்கு இணை இயக்குநரா சேர்க்கச் சொல்லலை! யூனிட்ல ஒரு எடுபிடியா இருக்கட்டுமே! ட்ராலி தள்ளட்டும்!"

"ட்ராலி தள்ளத் தொடங்கி, படிப்படியா ஊடுருவி உள்ளே வருவான். விஷம்! சரி! நான் இவனை வைக்கற இடத்துல வச்சுக்கறேன்!"

"இவனுக்கு பல விஷயங்கள் தெரியும் மணி! இவன் கிட்டேயிருந்து தொடர் வாங்கினா சர்க்குலேஷன் ஏறும்."

"நீ அதுலேயே இரு!"

இருவரும் வெளிப்பட்டார்கள்.

எடிட்டர் துரை பவ்யமாக நின்றான்.

"துரை! நீங்க நாளைக்கு வாங்களேன். நான் பாட்டிகிட்ட கலந்து கொஞ்சம் பேசணும்!"

"தாராளமா! ஆனா இளையநிலவு நிச்சயம் ஆளை வச்சு என்னைக் கொல்லுவான். நீங்க தான் அடைக்கலம் தரணும்!"

"பாக்கலாம். நாளைக்கு காலைல வாங்க!"

துரை வெளியேறினான்.

ஜீவனும் புறப்பட்டுப் போய் விட்டான்.

பாட்டி மணியிடம் வந்தார்.

"இதப்பாரு மணி! எனக்கு சிலதெல்லாம் பிடிக்கலை!"

"எது பாட்டி?"

"ஜீவன் பத்திரிகைல நிலவு பத்தி எழுதப் போறது. இவனை இங்கே சேர்க்கப் போறியா?"

"நீ சொல்லு பாட்டி! என்ன செய்யலாம்?"

"வேண்டாம்!"

"ஏன் பாட்டி?"

"ஒண்ணு அவன் இளையநிலவோட உளவாளியா இருந்து அங்கேயிருந்து அனுப்பப்பட்டவனா இருக்கணும். இல்லைன்னா, நமக்கு சாதகமா இருக்கணும். எது நடந்தாலும் பகை வளரும்! சினிமா உலகத்துல ஒண்ணுதான் எனக்கு அறவே பிடிக்கலை!"

"எது பாட்டி?"

"ஒருத்தர் மேல பகை வச்சா, அவனை வேரோட அழிக்கற முயற்சி. இது ஏன்?"

"கடிக்க வந்த பாம்பை அடிக்கணும் பாட்டி. விட்டுட்டா அது நம்மை போட்டுத் தள்ளிடும்!"

"இதப்பாரு மணி! தேடி வந்து எந்தப் பாம்பும் கடிக்கறதில்லை! அதை நாம சீண்டி விடுறோம்! அப்ப அது தன்னைக் காத்துக்க நம்மைக் கொத்தறது!"

"நீ யாரைப் பாம்புன்னு சொல்ற இப்ப?"

"குறிப்பிட்டு யாரையும் சொல்லலை! பகை வேண்டாம்னு சொல்றேன். நாம பிரிஞ்சு வந்தோம். காரணம், பிடிக்கலை! அப்படியே நம்ம வேலையைப் பாத்துண்டு ஒதுங்கி வாழப் பழகணும். திரும்பவும் பத்திரிகை மூலமா அவனை சீண்டி விட்டா, அவனுக்கும் பழி உணர்ச்சி அதிகமாகும். விளைவு பகை கூடும். இரத்த ஆறு ஓடும். தேவையா? வேண்டாம்டா மணி!"

"வேறு வழியில்லை பாட்டி! நீ கவலைப்படாதே! நல்லதை நினைக்கறவாளுக்கு ஒரு சங்கடமும் வராது!"

மறுநாள் துரை வந்தான்.

"ஏற்கனவே யூனிட் தயாரா இருக்கு. உங்களை எப்படி நான் இதுல சேர்த்துக்க முடியும்?"

"எனக்கு உன் யூனிட்ல எந்தப் பதவியும் வேண்டாம் மணி! சாதாரண ஒரு வேலைக்காரனா இருக்கேன். எல்லா உதவிகளையும் செய்யறேன். எனக்கு சம்பளம் கூட நீ தர வேண்டாம்!"

மணி பார்த்தான்.

"நான் சதிகாரன் இல்ல மணி! இதோ பாட்டி நிக்கறாங்க. இவங்களைக் கடவுளா எண்ணி, சத்தியம் செய்யறேன் நம்புவியா?"

பாட்டி எழுந்து வந்தாள்.

"இதப் பாரு துரை! அதெல்லாம் வேண்டாம். உன் மனசுக்கு நீ நல்லவனா இருந்தா போதும். எங்களுக்கு யாரையும் கெடுக்கற எண்ணம் இல்லை! யாரும் எங்களைக் கெடுக்கவும் முடியாது. மணி! துரை நம்மோட இருக்கட்டும்!"

"சரி பாட்டி!"

உதவி இயக்குநர்களில் நம்பகமாக ஒருவனைப் பிடித்து துரையைக் கண்காணிக்கும் பொறுப்பை பாட்டி ஒப்படைத்திருந்தாள். மணி, படப்பிடிப்புக்கு கேரள மாநிலத்துக்குப் புறப்படத் தேதி குறித்து விட்டான்.

எல்லா ஆயத்தங்களும் தொடங்கி விட்டன.

ஒரு வார காலத்தில் கோபால் ஒருவாறு தேறிவிட, கோபாலைப் பார்த்துக் கொள்ள ஒரு நர்ஸ் நியமிக்கப் பட்டிருந்தாள்.

படப்பிடிப்புக்கு வெளியூர் போக இன்னும் ஒரு நாளே பாக்கி இருந்தது. ஜீவனிடம் வந்தான் துரை.

"சார்! நான் இளையநிலவைப் போய்ப் பார்க்கணும்!"

"விபரம் சேகரிக்கவா?"

"ஆமாம்!"

"போங்களேன்!"

"பாட்டிகிட்டச் சொல்லிட்டுப் போறது தான் முறை. ஆனா நான் அங்கே போனா பாட்டியும், மணியும் நிச்சயமா சந்தேகப்படுவாங்க! நீங்க தான்...!"

"நான் பாத்துக்கறேன்!"

"நான் அவனோட ஆள். இங்கே உளவாளியா இருக்கேன். காட்டிக்கிட்டாத்தான் அவனோட நம்பிக்கையைப் பெற முடியும்!"

"சரி! நீங்க போங்க! நான் பாட்டிகிட்ட பேசிக்கறேன்!" துரை போனதும்,

பாட்டியிடம் வந்தான் ஜீவன்.

விபரத்தைச் சொன்னான்.

"பார்த்தியா?"

"இருங்க பாட்டி! அவனுக்கே தெரியாம, அவன் பாக்கெட்ல மைக்ரோ போன் ரிசீவரை வச்சிருக்கேன்! அவங்க ரெண்டு பேரும் என்ன பேசினாலும் இங்கே அது பதிவாகும்!"

"நல்ல யோசனை உனக்கு!"

"இல்லைன்னா, பத்திரிகைக்காரனா வெற்றி பெற முடியுமா?"

ஒரு மணி நேரத்தில் இளையநிலவின் முன்பு இருந்தான் துரை.

"என்னய்யா! அங்கேயே ஐக்கியமாயிட்டியா?"

"ஆனாத்தானே நம்புவாங்க!"

"சரி! என்ன விஷயம்?"

"நாளைக்கு மறுநாள் காலைல கேரளாவுக்கு யூனிட் புறப்படுது! ஒரே ஷெட்யூல்! நாப்பது நாள். ஷூட்டிங்கே முடியுது. பாட்ச் வொர்க் இங்கே வந்து நாலஞ்சு நாள்!"

"என்ன பட்ஜெட்?"

"தெரியலை! ஆனா தயாரிப்பாளர் எல்லா பொறுப்புகளையும் மணி கையில் தந்தாச்சு!"

இளையநிலவு பற்களைக் கடித்தான்.

"நீங்க கவலையே படாதீங்க! நான் அவங்க கூடத்தானே போறேன். சாதிச்சிட்டு வர்றேன் பாருங்க!"

"என்ன சாதிப்பே?"

"அதை இப்ப சொல்லிட்டா ருசி இல்லை! பாருங்களேன்!"

"இதப் பாரு! எனக்கு சாதகமா நீ இயங்கணும். அந்த மணி, பாட்டி ரெண்டு பேரும் தலையெடுக்க முடியாம

ஏதாவது செய்யணும். பாஞ்சாலி என் படுக்கைக்கு வரணும். இதையெல்லாம் நீ சாதிச்சா, உனக்கு நீயே எதிர்பாராத ஒரு பரிசு காத்திருக்கு!''

''என்னங்க அது?''

''சொல்லமாட்டேன். மாறா, எனக்கு நீ கடுகளவு துரோகம் செஞ்சிருந்தாலும், செதில் செதிலா, உன்னை வெட்டிப் போடுவேன். நீ எங்கே இருந்தாலும் உன் மேல என் கண்கள் இருக்கும். அது சரி! அந்தத் தொடரை எழுதறது யாரு?''

''வேற யாரு? மணி தான்!''

''நெனச்சேன். தொடர் முற்றும் போடறதுக்குள்ள இவன் உயிருக்கு முற்றும் போடறேன் பாரு!''

''நான் வரட்டுங்களா?''

''நாளைக்கு நீயும் அவுட்டோர் போற தானே?''

''ஆமாங்க!''

''வாரத்துக்கு மூணு தரம் டெலிபோன்ல எங்கிட்டப் பேசு! என்ன பேசறியா?''

''நிச்சயமா!''

துரை வெளியே வந்தான். பற்களைக் கடித்தான். சற்று நேரத்தில் பத்தரிகை அலுவலகம் வந்து விட்டான்.

''முதல் வாரத் தொடர் தயார். பாருங்க!''

உதவி ஆசிரியர் தர, சரி பார்த்தான். சில திருத்தங்களைச் செய்து திருப்பிக் கொடுத்தான்...?

''எடிட்டர் இல்லையா?''

''பாட்டி வீட்டுக்குப் போயிருக்கார்!''

நேராக இவனும் பாட்டி வீட்டுக்கு வந்தான். மணியும் அங்கே இருந்தான்.

அவன் ஒரு மினி டேப் ரிக்கார்டரை எடுத்து வெளியே வைத்தான்...?

"என்ன இது?"

"நான் இளையநிலவைப் பார்க்கப் போயிருந்தேன்!"

"தெரியும்!"

"நானும், அவரும் பேசின எல்லாத்தையும் நான் பதிவு பண்ணிக் கொண்டு வந்திருக்கேன். உங்க யாருக்கும் என் மேல் சந்தேகம் வரக் கூடாது பாருங்க! கேளுங்க!"

போட்டான்.

பாட்டி சற்றே மதிப்புடன், வாஞ்சையுடன் துரையை முதன் முதலாகப் பார்த்தாள்.

***

அத்தியாயம் 42

நாணா கதவைத் திறந்தார்.

மச்சினன் வாசு, மனைவியுடன் வாசலில்.

"வா வாசு! சீதா! உன் தம்பி வந்திருக்கான்!"

சீதா வெளியில் வந்தாள்.

"வா வாசு!"

"ஏன்க்கா ஒரு மாதிரி இருக்கே? உடம்பு சரியில்லையா?"

சீதா பதிலே பேசாமல் உள்ளே போனாள்.

"அத்திம்பேர் என்னாச்சு? ஏதாவது சண்டையா? அக்காகிட்ட கோவப்பட்டேளா?"

"ஆமாண்டா! அவ என் மேல கோபப்படாம இருந்தா, போறாதா? நானே ஒரு வாயில்லாப் பூச்சி!"

"பின்ன என்னதான் பிரச்சினை?"

"ஒக்காரு!"

சீதா காபி கொண்டு வந்தாள். வாசுவின் அருகில் வந்து உட்கார்ந்தாள். சட்டென அழத் தொடங்கினாள்.

"ஏன்கா? என்னாச்சு?"

"நீ எந்த எதிர்பார்ப்புகளோடயும் இங்கே வராதே வாசு?"

"புரியும்படியாச் சொல்லு!"

"மணி, உன் பொண்ணைக் கல்யாணம் பண்ணிக்க மாட்டான்!"

"சொன்னானா உன்கிட்ட?"

"அவன் வேற ஒருத்தியைக் கல்யாணம் செஞ்சுக்கப் போறான்!"

"ஓ... பொண்ணெல்லாம் பார்த்தாச்சா?"

"முடிவே பண்ணியாச்சு!"

"யாரது? சினிமாக்காரியா?"

"ஆமாம்! அவனோட புதுப்படத்துல அதாவது கதாநாயகியா நடிக்கப் போறா. இவன் தான் அறிமுகப்படுத்தறான்!"

"யாரு பாஞ்சாலியா?"

"ஆமாம்! நோக்கு எப்படித் தெரியும்?"

"பச்சக் குழந்தைக்குக் கூடத் தெரியும். பேப்பர்ல தினசரி முழங்கறதே! இந்த வார 'விழித்தெழு' அட்டையே அவதான்!"

"அப்படியா? அவ யாருன்னு தெரியுமா?"

"நன்னாத் தெரியும். பாட்டிக்கு தலை மழிக்கிற கோபாலோட பொண்ணு!"

"மெதுவாய்ப் பேசுடி! அந்த க்ரூப் ஆட்கள் காதுல விழுந்தா உன் கழுத்தை சவரக் கத்தியால அறுத்துடுவா!" நாணா எச்சரித்தார்.

"இருங்கோ அத்திம்பேர்! அக்கா! இதப்பாரு! பாஞ்சாலி உலகத்துக்கே தெரியும். இளையநிலவு நடுவுல குளறுபடி பண்ணினதால, கோபாலும் சேர்ந்து இப்ப பிரபலமாயிட்டான். ஆனா மணி பாஞ்சாலி கல்யாணம் நடக்காது!"

"நீ என்னடா சொல்றே வாசு?"

"நான் சங்கத்துல உறுப்பினர்!"

"எந்த சங்கத்துல?"

"எல்லாத்தையும் திறந்து சொல்லணுமாக்கா? நம்ம ஜாதி சங்கத்துல! ஏற்கனவே அரசப்புரசலா செய்தி வெளிய வந்தாச்சு! நான் நேராப் போய் புகார் தரப் போறேன்!"

நாணா எழுந்து வந்தார்.

"என்னான்னு?"

"நம்ம மணிக்கும், ஒரு சவரத் தொழிலாளி பொண்ணுக்கும் கல்யாணம் நடக்கப் போறதுன்னு புகார் தரப் போறேன். தலை மழிச்சிண்டு நார்மடி கட்டின மொட்டைப் பாட்டி முன்னிலைல இது நடக்கப் போறது. ஜாதியை, ஆசாரத்தை, அனுஷ்டானத்தை இழிவு படுத்தறதை எப்படி பொறுத்துக்க முடியும்னு கேட்டு இதைப் பொதுப் பிரச்சினையாக்கப் போறேன்!"

"என்னைக் கொஞ்சம் பேச விடறியா?"

"சொல்லுங்கோ அத்திம்பேர்!"

"இப்படி ஒரு கல்யாணத்தை சினிமாவா எடுத்து அவன் ரிலீஸ் பண்ணினா, ஒரு வேளை நீ எதிர்க்கலாம். கோர்ட்ல ஸ்டே வாங்க முயற்சிக்கலாம். அது கூட நடக்காது! பூணுலையும், சிலுவையையும் ஒரே நேரத்துல அறுத்துப் போட்டுட்டு காதலர்கள் ரெண்டு பேர் நாங்க ஜாதி மதத்தை மதிக்கலைன்னு சொல்றதா படம் எடுத்தார் பாரதிராஜா. என்ன செஞ்சா அவரை?"

"அத்திம்பேர்...!"

"எதுவும் செய்யப்படலை! இது தனி மனுஷ சுதந்திரம். ஜனநாயக நாட்ல கண்ணியமா எதைச் சொல்லவும், யாருக்கும் உரிமை உண்டு! அப்படியிருக்க, இங்கே மணியும், பாஞ்சாலியும் தனி மனுஷா! ரெண்டு பேரும் மேஜர். அவா கல்யாணம் பண்ணிக்க யாரோட சம்மதம் வேணும்? நீ எந்தக் கோர்ட்டுக்குப் போனாலும், எந்த சங்கத்தோட தலைவரைக் கூட்டிண்டு போனாலும் செருப்படிதான் படுவே!"

"நிறுத்துங்கோ! நீங்க என் தம்பியை இப்ப அவமானப்படுத்தறேள்?"

"அதானே! அத்திம்பேரே இப்ப உன் பக்கம் இல்லையாக்கா?"

"அவர் என்னிக்குத்தான் என் பக்கம் இருந்திருக்கார். எழுபது வயசாகியும், அந்த மொட்டச்சி தறிகெட்டு ஆடறா. அவளோட புத்திதானே பேரனுக்கும் வரும்!"

"எங்கம்மாவைச் சொன்னா, நாக்கை இழுத்து வச்சு அறுப்பேன்!"

"முடியுமா உங்களால? அத்தனை ஆவேசமா உங்களுக்கு?"

"இருக்கா! இப்ப உங்க சண்டை முக்கியமில்லை! அத்திம்பேர். நான் பேசறேன்னு கோபப்படாதீங்கோ! மொட்டைப் பாட்டி சினிமால நடிக்கப் போனதே அசிங்கம்! இப்ப பேரனுக்கு சவரத் தொழிலாளி பெண்ணைக் கல்யாணம் செஞ்சு வைக்க நினைக்கறது யாரை அசிங்கப்படுத்த?"

"இருடா வாசு! இதையே அசிங்கம்னு சொல்றியே! அங்கே நடக்கற கூத்தைக் கேட்டா, நாக்கைப் புடுங்கிண்டு சாகணும்!"

"என்னக்கா?"

"அவ அந்தப் பாஞ்சாலி குளிச்சு முடிச்சு மடியா பாட்டிக்கு சமைச்சுப் போடறா! பூஜை ரூம்ல விளக்கேத்தறா. இதுக்குப் பேரு என்னடா?"

"அடக் கண்றாவியே! நம்ம ஜாதிக்காரா வெளிய தலைகாட்ட முடியுமா? பார்த்துட்டு சும்மா வந்தேளா அத்திம்பேர்?"

"இவரால வேறென்ன செய்ய முடியும்? வேற ஆம்பிளையா இருந்தா, பார்த்துண்டு விடமாட்டான்!!"

நாணா அருகில் வந்தான்.

"இதப்பாரு! நான் அறுத்துக்க வேண்டியது நாக்கை இல்லை! வேற அயிட்டத்தை! உனக்குப் புருஷனா இத்தனை காலம் வாழ்ந்ததுக்கு நான் செய்யற பரிகாரம் அது!"

"என்ன சொல்றேன்?"

"எதுடி அசிங்கம்? பாவம் எங்கம்மா! காலங்கார்த்தால எழுந்து முக்கிண்டு, முனகிண்டு சமைக்கத் தொடங்குவா. நீ என் மேல

காலைப் போட்டுண்டு கிடப்பே. நீ நம்ம இனத்துல ஆசாரக் குடும்பத்துல பொறந்தவ! ஆனா அந்தப் பொண்ணு! விடிய ஒரு நாழிக்கு முன் எழுந்து எல்லாம் செய்யறது பக்தியா! ஒரே வீட்ல இருக்கா மணி கூட! ஆனா பார்வை பரிமாற்றம் மட்டும்தான். அதுகூட கண்ணியமா! ஒண்ணைப் புரிஞ்சுக்கோடி! இந்தத் தலைமுறைக் குழந்தைகள், சிறுசுகள், எப்ப பாயை விரிக்கலாம்னு அலையறதில்லை! அந்த சுகம் வாழ்க்கைல அவளுக்கெல்லாம் ஒரு பகுதிதான். அதையே வாழ்க்கைன்னு நெனக்கறதில்லை!''

''என்ன பேசறேள்?''

''நம்ம தலைமுறைல எட்டுப் பத்து பெத்துட்டும் ஆவேசம் அடங்கலையே! நீயா பேசற?''

''அத்திம்பேர்! நாளைக்கு நாமும் தெருவுல இறங்கி நடக்கணும்! நம்மளையும் நாலு பேர் மதிக்கணும்!''

''எதுடா மதிப்பு? உன்னை மாதிரி பேராசையும், போலி வேஷமும் போடறதா மதிப்பு? மனசால எங்கம்மா இப்பவும் ஒரு துறவியாத்தான் வாழறா! அவருக்கு முன்னால வேஷம் கட்டி ஆடிட்டு, அவர் அந்தப் பக்கம் போனா, தூரத்தோட உங்கக்கா சமையல் கட்டுக்குள்ள போவா! வேஷம் போடற இவ அசிங்கமா? இல்ல பக்தியோட இருக்கற பாஞ்சாலி அசிங்கமா?''

வாசுவின் முகம் சிவந்தது.

''இதப்பாரு! என் பிள்ளை மணி தலைக்கு உசந்துட்டான். அவனுக்கு நல்லதைத் தவிர வேறு எதையும் செய்யாத எங்கம்மாதான் கூட இருக்கா! அம்மா எடுக்கற முடிவுகள் தப்பா வராது!''

''வாசு! இனிமே இந்தாத்துல இருக்கற யோக்யதை எனக்கு இல்லை! நான் மானமுள்ள, நல்ல குடும்பத்துல பொறந்தவ! உன் அக்கா நான். உன் கூட நானும் வந்திடறேன்!''

''உத்தமம் போய்ச்சேரு! நான் என் பிள்ளைகிட்டப் போறேன். இனிமேலாவது நிம்மதியா வாழலாம்!''

"தாராளமா! உங்களை வேலைக்காரனா நடத்துவான் அந்த கர்வம் பிடிச்சவன்! அனுபவியுங்கோ!"

"கொஞ்சம் உள்ளே வர்றேளா?"

ராஜி அழைக்க, வாசு போனார்.

"உங்கக்கா நம்ம கூட வரப் போறாளா?"

"அப்படி நான் சொல்லலையே ராஜி!"

"நீங்க பேசாம இருந்தா, மூட்டையைக் கட்டிண்டு உங்கக்கா வந்துடப் போறா! நாமே மணிக்குப் பொண்ணைக் குடுத்துட்டு, கோடீஸ்வர வாழ்க்கை வாழலாம்னு ஏகப்பட்ட எதிர்பார்ப்புகளோட வந்தோம்! இங்கே கதையே மாறிப் போச்சு! உங்கக்கா மாமியாருக்கு கோபால் அடிச்ச மொட்டை போதும். உங்கக்கா நம்மாத்துக்கு வந்து, உங்களை மொட்டை அடிக்கணுமா?"

"நீ ஏன் பதட்டப்படற? அவளை நான் வர விடமாட்டேன். அக்கான்னு பாசத்தாலயா நான் இங்கே வர்றேன்? மணியை வளைச்சுப் போடலாம்னு பார்த்தேன். முடியலை! மூட்டைக் கட்டு ராஜி!"

கதவோரம் வந்த சீதா சகலமும் கேட்டுக் கொண்டு நின்றாள். அதிர்ச்சி உச்சந்தலை வரை தாக்கியது.

'என் தம்பி வாசுவா?'

'இத்தனை சுயநலக்காரனா?'

திரும்பினாள் சீதா.

"நான் புறப்படறேன் சீதா, எங்கம்மா ஆத்துக்கு!"

நாணா பெட்டியுடன் நின்றார்.

'அய்யோ! நான் அநாதையா?'

சீதாவின் அடிவயிற்றில் புறப்பட்டது அக்னி!

❀❀❀

அத்தியாயம் 43

"நில்லுங்கோ! நீங்க இப்பப் போக வேண்டாம்!"

"ஏன்? உன் தம்பியோட சாயம் வெளுத்தப்ப, நான் வேண்டியிருக்கா நோக்கு?"

"வாசுவும், ராஜியும் புறப்பட்டுப் போற வரைக்கும் தயவு செஞ்சு நீங்க போக வேண்டாம்! நான் சொல்றதைக் கேளுங்கோ!"

நாணா பெட்டியைக் கீழே வைத்தார்.

வாசு, ராஜி வெளியே வந்தார்கள்.

"அக்கா! நாங்க புறப்படறோம்!"

சீதா பேசவில்லை!

"உனக்கும் என் பொண்ணு மாட்டுப் பொண் ஆகலையேன்னு வருத்தம் தான்! உன்னை நான் அழைச்சிண்டு போகத் தயார். ஆனா அங்கே வந்தாலும், உன் மனசு இங்கே தான் இருக்கும்!"

"கவலைப்படாதே வாசு. நான் வரமாட்டேன். உங்க நிறமெல்லாம் தெரிஞ்சு போச்சுடா!"

"அக்கா!"

"இப்பவே இந்த நிலமை! உன் பொண்ணு! என் மாட்டுப் பொண்ணானா, என்னை வீதில நிக்க வைப்பா! பணத்துக்காகத்தான் என் பிள்ளைக்கு வலை போட நீ வந்திருக்கே!"

"அக்கா! அதிகம் பேசாதே!"

"வாயை மூட்ரா நாயே! பொறந்தாத்துக்காரர் ரொம்ப உசத்தினு புகுந்தாத்து மனுஷாளை எந்தப் பொண்ணும் துச்சமா நினைக்கப்படாது! கடைசில பொறந்தாத்து மனுஷா புத்தியைக் காட்டிடுவா! நான் இந்த உலகத்துக்கு ஒரு பாடம். உன் பொண்ணை விட, பல மடங்கு அந்தப் பாஞ்சாலி தேவலை! என் மாமியாருக்கு உள்ள அறிவும், தெளிவும் எனக்கு இத்தனை காலம் இல்லாம போச்சு."

"போயேன்! கிழவி கால்ல போய் விழு!"

"விழத்தாண்டா போறேன்! அவாளுக்கு நான் செஞ்ச கொடுமைக்கு அவா கால்ல நான் விழணும். அப்பத்தான் எனக்கு விமோசனம். நீ வெளியே போ. இனிமே உனக்கும், எனக்கும் உறவில்லை!"

நாணா அருகில் வந்தார்.

"சீதா... போதும்! பிடிக்கலைன்னா விட்டுடு! அவாளைக் கண்டிபடி பேச நமக்கென்ன உரிமை?"

வாசுவும், ராஜியும் முறைத்து விட்டு வெளியேற,

"ஏன்னா, நானும் உங்களோட வந்தா, மணி என்னை ஏத்துப்பானா?"

"அவன் குழந்தைடி! அம்மா அங்கே தானே இருக்கா! நீ கவலைப்படாதே! எங்கம்மாவுக்கு பகைன்னா என்னானே தெரியாது. யாரையும் எதிரியா நினைக்கற மனசு அவாளுக்கு இல்லை! புறப்படு!"

நாணா, சீதா இருவரும் மணி வீட்டுக்குள் நுழைய, வீடு பரபரப்பாக இருந்தது.

அடுத்த ஒரு மணி நேரத்தில் புறப்பட யூனிட் தயாராக இருந்தது.

பாட்டி, மணி, பாஞ்சாலிக்கு விமானம். திருவனந்தபுரம் போய், அங்கிருந்து இடுக்கி மாநிலம்!

நாணா தயக்கத்துடன் நுழைய,

"வா நாணா! சீதா...வா வா!"

பாட்டி வரவேற்றாள்.

"நாங்க தப்பான நேரத்துல வந்துட்டமோ?"

"இல்லை! நாங்கள்லாம் அவுட்டோர் புறப்படறோம். நாங்க மூணு பேரும் விமானத்துல போறதால இன்னும் ரெண்டு மணி நேரம் கழிச்சுத்தான் புறப்படுவோம். என்ன திடீர்னு?"

சீதா அழத் தொடங்கினாள்.

"ஏண்டி சீதா அழறே? என்னாச்சு?"

"அம்மா அவ உணர்ந்துட்டா, உன் காலடி தான் சொர்க்கம்னு வந்துட்டா!"

மணி உள்ளே வந்தான்.

"பாட்டி! நாமளே சினிமாக்காரா! நம்மகிட்ட வந்து யாரும் நடிக்க வேண்டாம்!"

"என்ன திடீர் ஞானோதயம்?"

"மணி நிறுத்துடா!"

"பாட்டி!"

"அவ திருந்தி வந்திருக்கா, மறுபடியும் அவளைப் புண்ணாக்கறது முறையில்லை! எந்தக் குடும்பத்துல தான் மாமியார் - மாட்டுப் பொண் சண்டை நடக்கலை? அவ எனக்கு எந்தக் கொடுமையும் செய்யலை! கொஞ்சம் கருத்து வேறுபாடு! அவ்ளோதான்! சீதா நீ உள்ளே போ! இது உன் வீடு! இந்தாத்துல உனக்கில்லாத உரிமை யாருக்கு?"

"அம்மா!"

"எதுக்கு யோசிக்கற? மணி எதுவும் சொல்ல மாட்டான். நீ அவனைப் பெத்தவள். உனக்கில்லாத உரிமையா?"

சீதா பாட்டியின் காலடியில் தடாலென விழுந்தாள் கதறிவிட்டாள்.

"எழுந்திருடி அசடு! யாருக்கு யார் பகை? தாய் - பிள்ளை உறவுல விரிசல் விழுமா? நாணா வாடா இப்படி!"

"அம்மா!"

"நீங்க ரெண்டு பேரும் எங்கேயும் போக வேண்டாம். நாங்க இன்னிக்கு ஷூட்டிங் புறப்படறோம்! இந்தாத்தை பத்திரமா நீங்க பாத்துக்குங்கோ! சீதா! பாஞ்சாலியை மணி விரும்பறான். எனக்கும் அந்த குழந்தைய பிடிச்சிருக்கு. நீ என்ன சொல்ற?"

"இதுல நான் என்னம்மா சொல்ல இருக்கு?"

"அதில்லைடீம்மா! கோபால் பொண்ணு பாஞ்சாலி!"

"அதனால என்ன? ஒரு குணவதி மாட்டுப் பொண்ணா வரணும். அவளுக்கும் இரத்தம் சேப்புதான். அதே பொம்மனாட்டிக்குள்ள உடம்பு தான். இதுல உசத்தி, தாழ்த்தி என்ன? மேலும், நீங்க எடுக்கற எந்த முடிவும் தப்பா வராதும்மா!"

மணி ஆச்சர்யத்துடன் அம்மாவைப் பார்த்தான்.

அருகில் வந்தான்.

"அம்மா... நீயா பேசற?"

"நான்தாண்டா மணி!"

"பாஞ்சாலி! அம்மா கால்ல வந்து விழுந்து, ஆசீர்வாதம் வாங்கிக்கோ!" பாஞ்சாலி நமஸ்கரித்தாள்.

❋❋❋

அத்தியாயம் 44

நன்னாருடிம்மா! மகாலக்ஷ்மியாட்டம் இருக்கே! உனக்கென்ன குறைச்சல்?"

"நாணா! நாங்க அவுட்டோர் போனா, கோபாலைத் தனியா விட்டுட்டு போகணும்னு கவலைப்பட்டேன். அவன் உடம்புக்கு முடியாதவன்!"

"நாங்க பாத்துக்கறம்மா!" சீதா சொன்னாள்.

யூனிட் புறப்பட்டுப் போய் விட்டது.

எல்லாருமாக உட்கார்ந்து சாப்பிட்டார்கள்.

"பாஞ்சாலிதான் சமையல்! அவ சமைச்சாத்தான் பாட்டிக்கு பிடிக்கறது!"

மணி ஜோக்கடிக்க,

"நீ அவகிட்ட கத்துக்கோடி சீத்தா!"

"பேசாம இருங்கோ!"

இரண்டு மணி நேரத்தில் பாட்டி, மணி, பாஞ்சாலி மூவரும் புறப்படத் தயாராகி விட்டார்கள்.

"நீங்க தைரியமா, நல்லபடியா எல்லாம் முடிச்சிண்டு வாங்கோ! நாங்க பாத்துக்கறோம்!"

மூவரும் விமானம் ஏறி விட்டார்கள்.

நாட்கள் சடுதியில் ஓடத் தொடங்கின. இப்போது தான் கேரளா வந்ததைப் போல இருந்தது.

படப்பிடிப்புத் தொடங்கி மளமளவென நடக்க ஆரம்பித்தது.

மணியின் பிரமாதச் சுறுசுறுப்பு எல்லாரையும் அசத்தியது.

அது கதாநாயகி சப்ஜெக்ட்.

அதனால் பாஞ்சாலிக்குத்தான் படம் முழுக்க வேலை! பேருக்கு ஒரு ஹீரோ.

பாட்டிக்கும் குணச்சித்திர வேடம்.

உதவி இயக்குநராக இருந்தபோதே நாலைந்து வருடங்களாக மணியின் நெஞ்சில் ஊறிக்கிடந்த கதை!

மனதளவில் என்றோ அதற்கு திரைக்கதை அமைத்து விட்டான்.

இப்போது ஷாட் பை ஷாட்டாக ரசித்து ரசித்துச் செய்தான்.

பாஞ்சாலியும் எதிர்பார்த்ததை விட பிரமாதமாக ஒத்துழைப்புத் தந்தாள்.

ஜீவன் தன் பத்திரிகையில் மணியின் படத்துக்காக விசேஷ பக்கங்களைப் போட்டு தொடந்து செய்திகள் தந்து கொண்டே இருக்க,

மறுபுறம் துரை இளையநிலவின் அந்தரங்க வாழ்வை அப்பட்டமாக ஆதாரங்களுடன் எழுதிக் கொண்டிருந்தான்.

முதல் மூன்று வாரத்திலேயே அந்தத் தொடர் பெரும் பரபரப்புக்கு உள்ளாகி, இளையநிலவால் வெளியே த்லை காட்ட முடியவில்லை!

ஒருபுறம் மணியின் அசுர வளர்ச்சி...

மறுபுறம் தனது வேகமான வீழ்ச்சி! இளையநிலவால் தாங்கிக் கொள்ளவே முடியவில்லை!

வெறி நாளுக்கு நாள் அதிகமாகிக் கொண்டே வந்தது.

மணி நாற்பது நாள் என்று தீர்மானித்திருந்த ஷெட்யூல், நாலைந்து நாட்கள் முன்னதாகவே முடிந்து விட்டது!

பிரமாதமாக வந்திருந்தது படம்!

யூனிட் ஊர் திரும்பத் தயாராக இருந்தது. விமான நிலையத்தில் கேரளத்தின் முக்கிய மனிதர்கள் அன்புடன் வழியனுப்பி வைத்தார்கள்.

சென்னையில் அதை விட ஆரவாரமான வரவேற்பு.

தனியார் தொலைக்காட்சியில் அதைக் காண்பித்தார்கள்.

வீடு திரும்ப சீதா, நாணா சந்தோஷமாக வரவேற்றார்கள்.

"எப்ப மணி படம் ரிலீஸ்?"

"இன்னும் ஒரு மாசம் இங்கே வேலை இருக்கும்மா! லோகல்ல படப்பிடிப்பு நாலு நாளைக்கு இருக்கு!"

அதற்குள் மணியின் படத்தைப் பற்றிய செய்திகள் பரவலாக வரத் தொடங்கி விட்டன.

பாஞ்சாலிக்கு நாலு படங்கள் வந்துவிட,

"இது ரிலீஸ் ஆன பின்னால், நாங்க முடிவு பண்ணுவோம்!"

பாட்டி திருப்பி அனுப்பி விட்டாள் அவர்களை!

அடுத்த இருபது நாள் இரவு பகலாக மணி போஸ்ட் ப்ரொடக்ஷன் வேலைகளில் இருந்தான்.

பாஞ்சாலி, பாட்டி டப்பிங் பேசுவதில் பிஸி!

இன்னும் ஒரு நாள் வேலை!

அன்று இரவு எட்டு மணிக்கு ஜீவன் பரபரக்க ஓடி வந்தான்.

"வாழ்த்துக்கள் பாட்டி!"

"எதுக்குடாப்பா?"

"காதல் பாட்டி'ல நீங்க நடிச்சதுக்கு இந்திய அரசின் சிறந்த நடிகையா தேர்ந்தெடுத்திருக்காங்க! இப்பத்தான் பத்திரிகைக்குச் செய்தி வந்திருக்கு!"

மணி ஆவேசமாகக் கிளம்பி, பாட்டியை அப்படியே தூக்கிச் சுழற்றினான்!

***

அத்தியாயம் 45

இளையநிலவு மூக்கு முட்டக் குடித்திருந்தான். சிறந்த திரைக் கதைக்கான விருது தேசிய அளவில் இளையநிலவுக்குக் கிடைத்திருந்தது.

திரைக்கதை செய்தது முழுக்க முழுக்க மணி!

சிறந்த நடிகை, திரைக்கதை, ஒளிப்பதிவு, இசை என நாலு விருதுகள், தேசிய விருதுகள்.

பத்திரிகைக்காரர் ஒருவர் வந்திருந்தார் நிலவை சந்திக்க.

"வாழ்த்துக்கள் சார்!"

"ம்!"

"உங்க படம் நாலு விருது வாங்கியிருக்கே!"

"அதுக்கென்ன?"

"உங்களைப் பாராட்ட வந்திருக்கோம்!"

"நீ பாராட்டி எனக்கு என்னய்யா? கண்டபடி என்னைப் பத்தி இத்தனை நாள் எழுதினது நீங்கள்லாம் தான். இப்ப எதுக்குய்யா வந்தீங்க?"

அந்தப் பத்திரிகைக்காரர் வெறுப்புடன் எழுந்தார்.

"இதப் பாருங்க இளையநிலவு! பத்திரிகைக்காரணை பகைச்சுகிட்ட யாருமே உருப்பட்டதா சரித்திரமே இல்லை! நான் வர்றேன்!"

"போடா!"

மறுநாள் 'விழித்தெழு' பத்தரிகையில் அட்டையில் பாட்டி, மணி, ஜான்சி, படத்தின் இசையமைப்பாளர் குரு நால்வரின் படங்களும்!

'விருது பெற்றவர்கள்!'

உள்ளே...

'திரைக்கதை என டைட்டில் போட்டுக் கொண்டாலும், இளையநிலவு அமைக்கவில்லை! மணிதான் அமைத்தார் என்பது ஊருக்கே தெரியும். இந்திய அரசின் விருதை இளையநிலவு வாங்கட்டும். நமது விருதை மக்களின் சார்பாக மணிக்கு வழங்குவோம்.'

ஏறத்தாழ எல்லா பத்திரிகைகளும் இந்த ரீதியில் எழுத, அன்று காலை பாட்டி மணியை அழைத்தாள்.

"மணி! இளையநிலவோட போன் நம்பர் என்ன?"

"எதுக்கு பாட்டி?"

"பாராட்டணும்!"

"அவன் என்ன கிழிச்சான்னு நீ பாராட்டப் போறே?"

"தப்பு மணி! காதல் பாட்டி இளையநிலவோட படம். அதிகபட்சம் நீயும், நானும் உழைச்சிருந்தாலும் படத்துக்கு விதை போட்டவன் அவன்தான். ஆயிரம் பகை இருந்தாலும், இன்னிக்கு நம்ம வேர் அவன்தான்னு மறுக்க முடியாது மணி!"

"பாட்டி!"

"நம்பரை எடு!"

மணி தந்தான். பாட்டி டயல் செய்தாள்.

"டைரக்டர் இளையநிலவு இருக்காரா?"

"நீங்க யாரு?"

"காதல் பாட்டி!"

சற்று தாமதம்! கரகரப்பான ஓசை!"

"இளையநிலவு பேசறேன்!"

"பாட்டி பேசறேன். வாழ்த்துக்கள்!"

"எதுக்கு? தொடர்ந்து நான் அவமானப்பட்டுட்டே வர்றதுக்கா? இது எனக்கு தேசிய கௌரவம் இல்லை! அகில இந்திய அவமானம்!"

பாட்டி சிரித்தாள்.

"சிரிக்கிறியா கிழவி? எனக்குப் பத்திக்கிட்டு எரியுது!"

"என்னைக் கொஞ்சம் பேச விடுவேளா?"

"என்ன பேசப் போற?"

"காதல் பாட்டிக்கு நாலு தேசிய விருதுகள் கிடைச்சிருக்கு. நியாயமாப் பார்த்தா அந்த நாலுமே உங்களுக்குக் கிடைச்ச விருதுகள் தான்!"

"கிண்டல் பண்றியா?"

"இல்லை! அதோட டைரக்டர் நீங்க. லட்சியப்படமா பண்ணணும்னு ஆசைப்பட்டு, ஒரு நிஜமான மொட்டைப் பாட்டியான என்னைத் தேடிப்புடிச்சு, நடிக்க வச்சு படம் பண்ணினது சாதாரண சாதனையில்லை! மனுஷனோட கிரகங்கள் சரியில்லைன்னா, புத்தித் தடுமாறும்! அப்புறமா தெரியும். எனக்குக் கிடைச்ச இந்த தேசிய கௌரவத்தை உங்க காலடியில் நான் காணிக்கையாக்குறேன்!"

இளையநிலவு தடுமாறிப் போனார்.

"நமக்குள்ள எந்தப் பகையும் இல்லை! யாருக்கும் யாரும் எதிரியில்லை! இல்லையா?"

நிலவு பேசவில்லை!

"இந்தியா சமாதானத்தை விரும்பற நாடு! இந்த மண்ல ஜனிச்சவா நாமெல்லாம். அகிம்சைல சுதந்திரம் வாங்கித்

தந்தவர் காந்தி! எதுக்குப் பகை! எல்லாரும் வாழணும். கிளிக்கு இறக்கை முளைச்சா, அது பறக்கத் தானே வேணும்! ஒரு மணி இல்லைன்னா, இன்னொரு மணி! அவன் உசந்தா, அவனை உருவாக்கின பெருமை உங்களைத்தானே சேரும்! சொல்லுங்கோ!''

''.....''

''உங்ககிட்ட எங்க யாருக்கும் பகையில்லை! இருக்கவும் முடியாது! ஒரே படத்துக்கு நாமெல்லாம் பரிசு வாங்கப் போறோம்! இந்த நேரம் கோப, தாபங்கள் எதுக்கு?''

''.....!''

''நாம சாதிக்கணும்! பரஸ்பரம் கை குலுக்கணும்! மனசார வாழ்த்திக்கணும்! என்ன சொல்றேள்?''

எதிர்முனை படக்கென வைக்கப்பட்டது.

மணி சகலத்தையும் இன்டர்காமில் கேட்டுக் கொண்டிருந்தான்.

❋❋❋

அத்தியாயம் 46

"பார்த்தியா பாட்டி! மூஞ்சில அடிச்ச மாதிரி வச்சிட்டான். என்ன திமிர் பார்த்தியா? அவனைப் போய்...!"

"தப்பு மணி! அவனால பேச முடியலை! உணரத் தொடங்கிட்டான்."

என்ன பேசணும்னு தெரியல! யோசிக்கட்டும்! நிறைய அவகாசம் எடுத்துக்கட்டும். மத்தவா மனசு மாற வாய்ப்பு தரணும் மணி. அதுதான் நல்ல வழி!"

"என்னவோ போ!"

"சீதா... அடுத்த புதன் மணி படம் ரிலீஸ்! அன்னிக்குக் காலைல மணியோட கல்யாணம். சாயங்காலம் ஜீவன் நடத்தற பாராட்டு விழால மணி, பாஞ்சாலி ஜோடியா வரணும்! ஏற்பாடுகளைச் செய் நாணா!"

"சரிம்மா!"

"இளையநிலவு நிச்சயமா இந்தக் கல்யாணத்துக்கு வரணும். துரை!"

"அவனைப்பத்தி எழுதற தொடரை நிறுத்து! யாரையும் யாரும் இழிவுபடுத்த வேண்டாம். நான் ஜீவன்கிட்டேச் சொல்றேன்!"

"சரி பாட்டி!"

அடுத்து வந்த நாட்களில் மணியின் படத்துக்கு பத்திரிகையாளர் காட்சி போடப்பட்டது.

பிரபலங்கள் அழைக்கப்பட்டிருந்தார்கள்.

இளையநிலவு மட்டும் வரவில்லை!

படம் ரிலீஸ் ஆன அன்று காலையில் மணி - பாஞ்சாலி கல்யாணம் கோவிலில் நடந்தது.

மாலையில் பாராட்டுவிழா!

அதற்கும் நிலவு வரவில்லை!

மறுநாளே 'விழித்தெழு' பத்திரிகையில் விழாப் படங்கள், கல்யாணப் படங்கள், மணியின் பட விமர்சனம் என முப்பெரும் மலராக பத்திரிகை வெளி வந்தது!

அந்த வாரக் கடைசியில் புது தில்லியில் தேசிய விருது வழங்கும் விழா!

பாட்டி நாளை விமானத்தில் புறப்பட வேண்டும்.

பாட்டி, மணி, ஜான்சி மூவரும் தயாராகிக் கொண்டிருந்தார்கள்.

"பாஞ்சாலி நீயும் வா! அப்படியே காஷ்மீர்ல உங்க தேனிலவை வச்சுக்கலாம்!"

"போம்மா!" சீதா ஆசையுடன் அவளை முத்தமிட்டாள்.

மறுநாள் விடிந்தது.

காலை பத்துமணி சுமாருக்கு வாசலில் கார் வந்து நின்றது.

மணி எட்டிப் பார்த்தான்.

இறங்கியது இளையநிலவு!

"பாட்டி! இங்கே வா!"

பாட்டி ஓடி வந்தாள்.

"என்ன பாட்டி இது?"

"இரு வரட்டும். நான் இதை எதிர்பார்த்தேன்!"

கதவைத் திறந்தாள் பாட்டி.

"வாங்கோ! வாங்கோ!"

இளையநிலவு முகத்தில் சிரிப்பு. பின்னால் நாலைந்து உதவியாளர்கள்.

"உட்காருங்கோ!"

இளையநிலவு உட்காராமல் பாட்டியின் அருகில் வந்தார்.

"என்னை... என்னை மன்னிச்சிடுங்க பாட்டி!"

"எதுக்கு?"

"எதைன்னு சொல்லி உங்ககிட்ட நான் மன்னிப்பு கேக்கறது? எனக்கு வார்த்தைகள் வரலை!"

சடாரென காலில் விழுந்து விட்டார்.

"அய்யோ! என்ன இது? எழுந்திருங்கோ!"

இளையநிலவு எழுந்தார்.

"எனக்கு தேசிய விருதுக்குத் தகுதியில்லை! நான் டெல்லிக்கு வரலை பாட்டி!"

"ஏன்?"

"ஆமாம்! எந்த மேடைக்கும் இனி நான் வரமாட்டேன். நான் ஏறப்போற மேடை ஒரே ஒரு மேடை தான்!"

"நீங்க என்ன சொல்றேள்?"

"அது... தூக்கு மேடை!"

சடாரென மின்னல் வெட்டும் நேரத்தில் தன் கைத் துப்பாக்கியை உருவி, பாட்டியை சுட்டு விட்டான் இளையநிலவு!

படபடவென மூன்று முறை!

மணி பாய்ந்து வருவதற்குள் பாட்டியின் மார்பில், அடிவயிற்றில், கழுத்தில் என தோட்டாக்கள் பாய்ந்து விட்டன!

ஜீவன், துரை, நாணா மூவரும் நிலவைப் பாய்ந்து பிடிக்க,

"நானே சரணடைகிறேன்!"

"அதுவரைக்கும் உன்னை உயிரோட விட்டாதானே?"

"மணி...!" பாட்டி அலறினாள்.

"எ... என்ன பாட்டி?" சரியும் பாட்டியை மணி ஓடி வந்து தாங்கிக் கொண்டான்.

"நீ அவனை ஒண்ணும் செஞ்சிடாதே! பாஞ்சாலி கழுத்துல இப்பத்தான் தாலி ஏறியிருக்கு! அவனை சட்டம் பார்த்துக்கட்டும்!"

ஜீவன் தகவல் தர, போலீஸ் வந்துவிட்டது.

"நான் செஞ்சது பாதகம்தான்! எனக்கது தெரியும். ஆனா காந்தியோட பேர் உள்ளவரைக்கும் கோட்ஸே பேரும் இந்த உலகத்துல நிச்சயம் அழியாது! அதே மாதிரி பாட்டியோட சரித்திரத்துல நிச்சயம் நானுண்டு!"

இளையநிலவு போலீஸ் ஜீப்பில் ஏற,

மணியின் மடியில் கிடந்தாள் பாட்டி.

"பாட்டி... பாட்டி!"

"நன்னாருடா கண்ணா! யாரும் சண்டை போட்டுக்காதீங்கோ! ஓர் உயிர் பலியானாத்தான் இங்கே அமைதி வரும்ங்கற நிலைமை இந்தியால மாறாதா?"

பாட்டியின் சுவாசம் நின்றது.

பேரனைக் காதலிக்கும் அந்தக் கண்களில் நிரந்தர அமைதி குடியேறி இருந்தது.

காதல் பாட்டியின் பயணம் தொடங்கிவிட்டது!

முற்றும்

www.ingramcontent.com/pod-product-compliance
Lightning Source LLC
LaVergne TN
LVHW060207051026
849517LV00005B/1322

* 9 7 8 9 3 9 5 2 4 8 0 0 6 *